சி.என். அண்ணாதுரை

(1909-1969)

அண்ணாதுரை, சின்னகாஞ்சீபுரத்தில் நடராசன் – பங்காரு அம்மாள் ஆகியோருக்கு மகனாக 1909, செப்டம்பர் 15இல் பிறந்தார். சென்னை பச்சையப்பன் உயர்நிலைப் பள்ளியிலும், பின்னர் பச்சையப்பன் கல்லூரியிலும் கல்வி கற்றார்.

பெரியாரின் கொள்கைகளால் ஈர்க்கப்பட்டு, நீதிக் கட்சியில் சேர்ந்தார். பெரியாருடன் திராவிடக் கழகத்தில் இணைந்து, மூட நம்பிக்கைகளுக்கு எதிரான பகுத்தறிவுக் கருத்துகளையும், சமூக சீர்திருத்தக் கருத்துகளையும் பரப்புவதில் முன்னின்று ஈடுபட்டார்.

பின்னர் திராவிடர் கழகத்திலிருந்து வெளியேறி திராவிட முன்னேற்றக் கழகம் என்ற கட்சியை தொடங்கினார். 1967இல் நடைபெற்ற தேர்தலில் பங்கு பெற்ற திமு கழகம் வெற்றி பெற்று முதன் முறையாக திராவிட ஆட்சியை தமிழகத்தில் அமைத்தது. மேலும் மதராஸ் மாநிலம் என்றிருந்த சென்னை மாகாணத்தை 1969 ஜனவரி 14இல் தமிழ்நாடு என்று பெயர் மாற்றி தமிழக வரலாற்றில் நீங்கா இடம் பெற்றார்.

இரண்டு ஆண்டுகள் மட்டுமே பதவியிலிருந்த அவர் புற்றுநோய் பாதிப்பால் 1969, பிப்ரவரி 03இல் காலமானார்.

மாஜி கடவுள்கள்

அறிஞர் அண்ணா

எதிர்
வெளியீடு

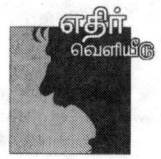

மாஜி கடவுள்கள்
அறிஞர் அண்ணா

முதல் பதிப்பு: 1953
எதிர் முதல் பதிப்பு: ஜூலை 2023

எதிர் வெளியீடு,
96, நியூ ஸ்கீம் ரோடு, பொள்ளாச்சி – 642 002
தொலைபேசி: 04259 226012, 99425 11302

விலை: ரூ. 220

Maji Kadavulkal
Aringar Anna

First Edition: 1953
Ethir First Edition: July 2023

Published by
Ethir Veliyeedu, 96, New Scheme Road, Pollachi - 2
email: ethirveliyedu@gmail.com
www.ethirveliyeedu.com

ISBN: 978-81-964046-8-0
Cover Design: Negilan
Printed at Jothy Enterprises, Chennai.

All rights reserved. No part of this book may be reprinted or reproduced or utilised in any form or by any electronic, mechanical or other means, now known or hereafter invented, including photocopying and recording, or in any information storage or retrieval system, without permission in writing from the Publisher.

பொருளடக்கம்

1.	மாஜி கடவுள்கள்	07
2.	ஜூ வஸ்	25
3.	ஹீராதேவி	37
4.	பாசிடன்	48
5.	அபாலோ	62
6.	ஆர்ட்டிமிஸ்	70
7.	அதீனே	74
8.	மதுதேவன் பேகஸ்	79
9.	வீனஸ்	84
10.	டியூடன் பிரபஞ்ச உற்பத்தி	93
11.	ஒடின்	103
12.	தார்தேவன்	115
13.	லாக்தேவன்	127
14.	மெரோடாக்	136
15.	மச்சாவதாரம்	144
16.	துகிலுரிந்த துச்சாதனி	149
17.	தவளைமுகத் தேவி	157
18.	கரமிழந்த கடவுள்	171

எந்தச் சாமிகளின் சார்பிலே, அந்த மக்கள், அறிஞர்களை அழிக்கத் துணிந்தனரோ, அந்தச் சாமிகள் இன்று இல்லை. அத்தனை கடவுள்களும் – பண்டைய நாட்களிலே பாபிலோன், கிரீஸ், ரோம், எகிப்து, சீனா போன்ற பல நாடுகளிலே, கோடிக்கணக்கான மக்களால் கும்பிடப்பட்டு வந்த கோலாகலமான கடவுள்களும் கும்பிடப்படுவதில்லை. கோயில் இல்லை, கொட்டு முழக்கில்லை, எந்தெந்த தெய்வங்கள் எந்தெந்த நாட்டிலே இருந்தனவோ அந்த நாடுகளிலே இன்று சென்று கேட்டால், அந்தக் கடவுளரைக் காட்ட முடியாது! சாக்ரட்டீசைச் சாகடித்த கிரேக்க நாட்டிலே இன்று சாக்ரட்டீசுக்காகப் பரிந்து பேசவும், வாழ்த்தவும் மக்கள் உள்ளனர். ஆனால் எத்தத் தெய்வங்களை சாக்ரட்டீஸ் நிந்தித்தார் என்று குற்றம் சாட்டி விஷம் கொடுத்து அவரைக் கொன்றனரோ அந்தக் கடவுள்கள் இன்று அங்கே இல்லை!

1. மாஜி கடவுள்கள்

கடவுளின் கொலுமண்டபத்திலே காமப்பித்தம் கரைபுரண்டு ஓடுவதா? மகா ஜனங்களே! உங்கள் முழுமுதற் கடவுள் ஜூவஸ் என்ன கதியானான் தெரியுமா? அவனுடைய பத்னி, தர்மபத்னி ஹீராவின் கதி என்ன தெரியுமா? பக்தி செய்து முக்தி பெற்றவன் செய்த பாதகச் செயல் என்ன தெரியுமா? காமக்குரோதாதிகளை அடக்கி ஆள்பவனே ஆண்டவனின் அருள் பெறுவான் என்றுதானே பேசுகிறீர்கள்? பூஜை செய்வது அதன் பொருட்டு என்றுதானே கூறுகிறீர்கள்? பக்தியில் மூழ்கிக் கிடப்பவர்களே! பாவ புண்யம் பேசுபவர்களே!

தன் மோட்சலோகம் சென்று, தேவலோகம் சென்று, கடவுள் சன்னிதானத்திலே என்னசெய்தான் என்று உங்களுக்குத் தெரியுமா? தூய்மைக்கு இருப்பிடந்தானே தெய்வ சன்னதி. மும்மலம் நீக்குபவன் தானே முழுமுதற் கடவுள். காயத்தின் அனித்யத்தை உணரும் கடவுள் சன்னிதானத்திலே நடந்த அக்ரமத்தைக் கூறுகிறேன் பதறாமல் கேளுங்கள்.

“மகாஜனங்களே! லப்பீதே என்ற தேசத்து மன்னன் மோட்சலோகம் சென்றான். தேவர் உலகம் போவது என்றால் அவன் புண்யசாலி என்றுதானே அர்த்தம்? காமக்குரோத மற்றவன், பழிபாவம் செய்யாதவன் எனற காரணத்தால் தானே இச்சியான் - அந்த

மன்னன் பெயர் அது - ஆண்டவனின் அருள் பெற்றான். எல்லோருக்கும் கிடைக்க முடியாத அப்பேறு பெற்றவன் இறைவனாம் ஜூவசின் இல்லம் சென்றான். அவன் என்ன செய்தான்? என்ன செய்திருக்க வேண்டும்? இறைவா! இணையில்லாதவனே! என்மீது கிருபை பாலித்தவனே! என்று தொழுதிருக்க வேண்டும் உருக்கத்துடன். இக்சியான், இறைவனை மறந்தான் இறைவனின் துணைவியார் ஹீரா தேவியார்மீது தன் காமக் கண்களை வீசினான். லோக மாதா என்று பஜிக்கிறீர்களே! அந்த ஹீரா அம்மையார்மீது மோகம் கொண்டான். அம்மையை நெருங்கியும் விட்டான். நெஞ்சிலே மிஞ்சிய காமத்தால் தூண்டப்பட்டு.

பிறகு ஜூவஸ் அவனைத் தண்டித்தார். கேட்டீர்களோ மகாஜனங்களே! இறைவனுடைய இல்லத்திலே, அவருடைய துணைவியை, லோக மாதாவை, மக்களின் வணக்கத்துக்கு உரிய ஹீரா தேவியாரைத் தன் இன்பவல்லியாக்கிக் கொள்ளத் துணிந்தான் பக்தியால் முக்தி பெற்றவன். எப்படி இருக்கிறது உங்கள் கடவுளின் குடும்ப விவகாரம்! தூய்மையால் தேவர் உலகு புகுந்தவனின் மனதிலே மோகம் குடிபுகுந்த காரணம் என இறைவனின் இல்லத்திலேயே இத்தகைய இழி செயல் புரியும் துணிவு கொண்டவன் எப்படிப் பரமனின் அருளுக்குப் பாத்திரமானான்?

"ஒன்றுக்கொன்று பொருத்தம் இருக்கிறதா, கூறுங்கள். மக்களின் மனதுக்கு எட்டாதவராக, கடந்தவராக உள்ள கடவுளைப்பற்றி இவ்விதமான ஆபாசமான கதைகள் இருக்கலாமா? அவைகளை நீங்கள் புண்ய கதைதான் என்று நம்புவதா? இப்படித்தானா இறைவனைத் தெரிந்து கொள்ளும்முறை இருக்க வேண்டும்? தேவியாரைப்பற்றியும் முக்தி பெறுகிற அளவு பக்குவமான பக்தி செய்தலின் யோக்யதை பற்றியும் ஒருபுறம் இருக்கட்டும். உங்கள் முழுமுதற் கடவுள் ஜூவஸ் இருக்கிறாரே, வான் முட்டும் கோயில் கட்டி வணங்கித் திருவிழாக்கள் பல நடத்துகிறீர்களே ஜூவசுக்கு அவருடைய கதை இருக்கும் விதத்தைக் கொஞ்சம் கவனித்துப் பாருங்கள்!

'ஜூவஸ், முழுமுதற் கடவுள். அவர் செய்தது என்ன? தந்தையைத் துரத்தி அடித்தார், அதிகாரத்தைக் கைப்பற்றினார், தகப்பனின் அரச பீடத்தில் துராக்கிரகமாக ஏறிக்கொண்டு தன் சதிச் செயலுக்கு உடந்தையாக இருந்த தம்பிமார்களுக்கு அதிகாரத்தில் கொஞ்சம் பங்கு கொடுத்துக் கடவுளானார்! தங்கையைத் தாரமாகக்

கொண்டார்! அதிகார வெறி, சதிச்செயல், சூது, சூழச்சி, சொந்த சுயபோகத்திலே மிகுந்த அக்கறை கொணடவர் ஜூவஸ் - அவரைப்பற்றி நீங்களே கூறும் கதையின்படி பார்த்தால். ஆனால் அவர்தான் உங்கள் கடவுள்! கடவுளின் இலட்சணம் இதுதானா? தகப்பனைத் தவிக்கவிடுவதும், தங்கையைத் தாரமாக்கிக் கொள்வதுந்தானா தயாபரனின் திருக்கூத்தாக இருக்கவேண்டும்? கூசாமல் கூறுகிறீர், இவைகள் கடவுளின் திருக்கூத்து என்று. இவைகளை நான் எடுத்துக் காட்டினாலோ நான் கடவுளை ஏசுகிறேன் என்று கோபிக்கிறீர். கோபமின்றிக் கூறுங்கள் கடவுளின் இலட்சணம் இப்படி இருக்கலாமா? எவ்வளவு காமச் சேட்டை செய்தார் என்று கதை கூறுகிறீர்கள். மகாஜனங்களே! இப்படிப்பட்ட யோக்யதையுள்ள கடவுளால் என்ன நன்மை என்னவிதமான ஒழுக்கம் ஏற்பட முடியும்? உங்களின் கடவுள் இப்படிப்பட்ட இலட்சணம் பொருந்தியவர் என்பது தெரிந்தால் உலகம் உம்மைக் கேலி செய்யாதா? அறிஞர்கள் உங்களை மதிப்பார்களா? காமப் பித்தம் கொண்டு அலைவது கடவுட் கொள்கையா! எவ்வளவு கேவலம்! எவ்வளவு அறிவீனம்! எவ்வளவு கோரமான உருவங்கள் கோயிலிலே! அவைகள் முன்னின்று என்னென்ன கோணற சேட்டை செய்கிறீர்கள்! நரபலி கேட்குமோ தெய்வம்! நாலு தலை, பத்துகை, பலவித முகம் கொண்டு இருக்குமோ? இப்படியோ இறைவன் இருப்பார்? இதுவோ மதம்? இதுவோ மதி? இதற்கோ நாட்டுப் பெருநிதி பாழாக வேண்டும்? சேச்சே! எவ்வளவு கேவலம், மோசம்."

கிரேக்க நாட்டிலே, கிருஸ்து பிறக்குமுன்பு, ஐந்தாம் நூற்றாண்டிலே, ஆண்டவன் பெயரால் நடத்தப்படும் ஆபாசங்களைக் கண்டித்து, கடவுளைப்பற்றிக் கயவர்கள் கட்டிவிட்ட கதைகளை விளக்கி மக்களுக்கு மதி புகட்ட வேண்டுமென்று மேற்கண்டவாறு கர்ஜனை புரிந்து வந்தாரா டையகோராஸ் (*Diagoras*) என்ற அறிஞர். அவருடைய அறிவுரை மக்களுக்கு ஆத்திரமூட்டிற்றேயொழிய அறிவு விளக்கத்தை அளிக்கவில்லை.

"ஆஹா! எவ்வளவு வாய்க்கொழுப்பு இவனுக்கு? எவ்வளவு நெஞ்சு அழுத்தம்? நமது கடவுளரைப் பழிக்கிறான் பாபி! இவன் நா புழுக்காதா? இவன் மீளா நரகம் சேர்வான்" என்று மக்கள் கோபத்துடன் பேசினரே தவிர, அறிஞன் கூறுவது அவ்வளவும் மறுக்க முடியாத உண்மையாகவன்றோ இருக்கிறது என்று தெளிவு அடையவில்லை.

தெளிவு பிறவாத நிலையிலே அந்த மக்கள், அறிவு சுடர் கொளுத்திய டையகோராஸ் அழிக்கப்பட வேண்டும் என்று கொக்கரித்தனர். ஊர் திரண்டது உண்மையை உரைத்த உத்தமனை ஒழிக்க. டையகோராஸ், தான் பிறந்த *(Melos)* மீலாஸ் என்னும் ஊரைவிட்டு ஓடி, காரி நித் என்ற தேசத்தில் தங்க நேரிட்டது. கி.மு. 500-ல், கடவுள் பெயரால் பரப்பப்பட்ட பொய்க் கதைகளைக் கண்டித்த அறிஞனின் கதி அவ்விதம் இருந்தது. அறிவு புகட்டச் சென்றான், ஆத்திரம் கொண்ட மக்களால் அவதிப்பட்டான். ஆனால் வெற்றி பெற்றவன் அவனே! ஓட்டம் பிடித்தவனை, எப்படி வெற்றி வீரன் என்று புகழ்வது? ஜனங்களின் ஆத்திரத்தைக் கண்டு அஞ்சி, உயிர் தப்பினால் போதும் என்று ஊரைவிட்டே ஓடிவிட்டவனல்லவா அந்த டையகோராஸ். அவனுடைய கோழைத்தனத்தைப் பரிகசிக்க வேண்டியது தானே முறை; ஏன் அவன் ஓடினான்? என்று கேட்கவே எவருக்கும் தோன்றும். டையகோராஸ் உயிருக்குப் பயந்து ஓடினவன் தான்; உண்மை. அச்சம் இருந்தது அந்த அறிஞனுக்கு உண்மை. ஆனால் அவனே வெற்றிபெற்றவன். அந்த உண்மையை அறிய அவனுடைய வார்சுகளைக் கவனிக்க வேண்டும். டையகோராஸ், மீலாஸ் நகரைவிட்டு ஓடி, காரிநித் தேசம் சென்றான். அங்கே தான் அவன் இறந்ததுங்கூட. ஆனால் மறுபடியும் அவன் உலவினான் கிரேக்க நாட்டுக் கடைவீதியில். முன்பு ஓடிப்போன டையகோராஸ் சொன்னவைகள் போல இதோ இவன் சொல்கிறானே என்று கிரேக்கர் மறுபடியும் பேச நேரிட்டது. பகுத்தறிவும் பயமும் கலந்த உருவில் டையகோராஸ் காட்சியளித்தான். பிறகு பயம் நீங்கி பகுத்தறிவும் சகிப்புத்தன்மையும் கலந்த உருவம் காண்கிறோம். அந்த உத்தம உருவமே சாக்ரட்டீஸ். சாக்ரடீசும் சிறு மதியைச் சாடினான்; கடவுள் பெயர் கூறி நடத்தப்படும் காரியங்களைக் கண்டித்தான்; அறிவுக்கண் கொண்டு பாருங்கள்.

ஆலயங்களிலே கொலுவீற்றிருக்கும் தெய்வங்களின் ஆபாசம் தெரியும் என்று பேசினான். டையகோராஸ், சாக்ரட்டீஸ் இருவரும், பகுத்தறிவுக்குப் படைத் தலைவர்கள்; வெவ்வேறு நிலை. முன்னவர் ஏறக்குறைய முறியடிக்கப்பட்டார், விரட்டி அடிக்கப்பட்டார்; சாக்ரட்டீஸ் விரட்டி அடிக்கப்படவில்லை, பயந்து ஓடவில்லை, பணியவுமில்லை, சாகடிக்கப்பட்டார். வெளிநாட்டிலே அல்ல, கிரேக்க நாட்டிலேயே. பகுத்தறிவு ஊராரின் பகை கண்டு, ஓடி ஒளிந்துகொண்டது முதலில். சாக்ரட்டீஸ் சின நாளிலேயும் ஊர்ப்பகை இருந்தது. ஊராள்வோரின் பகையும் பிறந்தது; ஆனால், ஊரைவிட்டு ஓடவில்லை, உயிர் துறந்தார் ஊரிலேயே.

பகுத்தறிவுடைய கோராஸ் காலத்துக்கும் சாக்ரட்டீஸ் காலத்துக்கும் இடையே வலுவடைந்தது என்பது தான் பொருள். முதலில், பகுத்தறிவைப் பேச மட்டுமே ஆள் இருக்கக் கண்டனர். சாக்ரட்டீஸ் காலத்திலே, பகுத்தறிவுக்காகப் பேசமட்டுமல்ல, கஷ்ட நஷ்டம் ஏற்க, உயிரையே தர சித்தமாக இருக்கும் சிலரை உலகினர் கண்டனர்.

"அது தவறு இது தவறு என்று உளறுவர்; அடித்தால் அக்ரமக்காரர் அடங்குவர்" - இது, ஜனங்களின் பேச்சு முதலில், டையகோராஸ் காலத்தில். காரிநித்துக்கு ஓடினான் டையகோராஸ் என்ற உடனே களிப்புடன் அந்த மக்கள், "கண்டீரோ வேடிக்கையை! கண்டபடி பேசி, நமது கடவுளரை ஏசினானே அந்தக் கயவன், அவன் கால் பிடரியில் பட ஓடிவிட்டான், பிழைத்தால் போதும் என்ற பயம் பிடித்துக் கொண்டது அந்தப் பெருவாயனுக்கு" என்று பெருமையுடன் பேசிக்கொண்டிருப்பர். ஆனால் அதே மக்கள் சாக்ரட்டீஸ் காலத்திலே என்ன பேசி இருப்பர்? - "சாக்ரட்டீஸ் நமது கடவுள்களை நிந்திக்கிறானே, அவன் நாசமாய்ப் போக" என்று தூற்றியவர்கள் கூட, சாக்ரட்டீஸ் தான் கொண்ட கொள்கைக்காக உயிரைத் திரணமாகக் கருதி, சிறையில் கடுவிஷத்தைச் சிறிதும் சித்தம் கலங்காமல் குடித்து இறந்தான் என்ற செய்தியைக் கேள்விப்பட்டதும் திகைத்துப் போயிருப்பர். தங்களுடைய "விரோதி" ஒழிந்தான், இனி பயமில்லை, என்ற மனநிலை அல்ல; "உயிரைக்கூட இழக்கத் துணிந்தானே!" என்று பயந்திருப்பர்; பேசவும் நாவெழாத நிலை பிறந்திருக்கும். சாக்ரட்டீஸ், பிணமான அன்று தான், பகுத்தறிவுக்குப் புதியதோர் களை, சக்தி, மதிப்பு, பிறந்தது என்று கூறலாம். ஊரார் அல்லவா விரட்டினர் டையகோராஸை! சாக்ரட்டீஸ் நாட்களிலே, ஊரில் இரண்டு கட்சி! பகுத்தறிவு, தனக்கு ஓர் இடம் தேடிக்கொண்டது. பகுத்தறிவின் சார்பிலே பேச, ஆதரவு தர, ஊரிலே ஒரு பகுதி மக்கள் திரண்டுவிட்டனர். சாக்ரட்டீஸ், குற்றவாளியா அல்லவா என்பதை விவாதிக்கக்கூடிய நீதி சபையிலே 501 பேர் இருந்தனர். சாக்ரட்டீஸ் குற்றவாளி என்று தீர்ப்பு கூறினவர்கள் 281. சாக்ரட்டீஸ் குற்றவாளி அல்ல என்று கூறினவர்கள் 220. பகுத்தறிவு, பழைய கால அமுலுடன், ஏறக்குறைய சரிசமமாகப் பலம் சேர்த்துக் கொண்டுவிட்டது... 61 பேர் அதிகம் பழைமைப் படைக்கு! சாக்ரட்டீஸ் பிணமான பிறகு, படைபலத்தின் நிலை தலைகீழாக மாறிவிட்டது! அவர் இருந்தபோதுங்கூட, டையகோராஸ் பயந்து ஓடிவிட நேரிட்டது போன்ற நிலைமை இல்லை. 501 பேரில் 220 பேர் பகுத்தறிவுக்காகப் பரிந்து பேச முன்வந்தனர்! இதன்

பொருள் என்ன? முதலில் ஊரே பகைத்தது, பிறகு ஊரிலே பாதிப் பகுதியினர் பகுத்தறிவின் பக்கம் சேர்ந்தனர். யாருக்கு வெற்றி? பழமை திரட்டி வைத்திருந்த பட்டாளத்திலே ஒரு பகுதி, படைபலமின்றி - இருந்த பகுத்தறிவுக்குக் கிடைத்துவிட்டது.

டையகோராஸ் போலவே, சாக்ரட்டீசும் கிரேக்க மக்கள் கண்மூடித்தனமாகக் கும்பிட்டுக் கூத்தாடி வந்த கடவுட் கூத்தைத்தான் கண்டித்தார். சாக்ரட்டீஸ் மீது சாட்டப்பட்ட குற்றம், "கிரேக்கர்கள் தொழுதுவந்த தேவர்களைப் பொய்த் தெய்வங்களென்று சொல்லி வாலிபர்களைக் கெடுத்தார்" என்பது தான்.

"இதற்குமுன் எவ்வளவோ உத்தமர்களை ஊர் மக்கள் கோபத்தாலும் அறியாமையாலும் வதைத்துள்ளனர். நானும் பாமரரின் கோபத்துக்குப் பலியாகிறேன். எனக்குப் பிறகும், பலர் பலியாகித் தீருவார்கள்" என்று சாக்ரட்டீஸ் சொன்னார். அவர் இறந்தபோது, பகுத்தறிவு முன்பு இருந்ததைவிட அதிக வலுவடைந்தது. ஊராரின் உள்ளம் அடியோடு மாறிவிடவில்லை என்ற போதிலும், உயிர்போகுமே என்ற பயத்துக்காகப் பகுத்தறிவாளர்கள் தமது பணியை நிறுத்திக்கொள்ள மாட்டார்கள் என்ற எண்ணம் வேரூன்றிவிட்டது. தியாகிகளின் இரத்தமே, அதற்கு நீராகப் பாய்ச்சப்பட்டது. அறிவுத் துறைக்கு இந்த 'அபிஷேகம்' நடத்த நடத்த, ஆதிநாட்களிலே அமைக்கப்பட்டு, ஆலயங்களிலே கொலுவீற்றிருந்து, பூஜாரிகளைக் கொழுக்க வைத்துக்கொண்டிருந்த "சாமி"களுக்கு நடக்கும் "அபிஷேகம்" குறையத் தொடங்கிற்று. கடவுளின் லீலைகளைப் பற்றிய பேச்சிலே ஈடுபட்டிருந்த மக்கள், பகுத்தறிவாளர்கள் இரத்தம் சிந்திய வரலாறுகளைப் பேசத்தொடங்கினர். அந்தப் பேச்சு ஓங்க ஓங்க, தேவாலயப் பூஜாரிகள் தூங்க ஆரம்பித்தனர். அவர்கள் தங்கள் சாமிகள் சகலரையும் ஒரேயடியாகத் துணைக்கு அழைத்துப் போரிடவேண்டிய நிலைமையை ஏசு உண்டாக்கினார்; அவர்களைக் கொன்று அல்ல; தான் சிலுவையில் அறையப்பட்டு. ஏசுவைச் சிலுவையில் அறைந்தது, சாக்ரட்டீஸ் விஷம் குடித்து 500 வருஷங்களான பிறகு! சிலுவையில் அறையப்பட்டவர் ஏசு, ஆனால் உயிர் நீத்தது யார்? பழைய சாமிகள்! பல காலமாகப் பாமரரை ஆட்டிப்படைத்த "கடவுட் கூட்டம்".

சிற்பிகளின் சிருஷ்டிகளான கோயில்களிலே, கோலாகலமாக வீற்றிருந்த எண்ணற்ற குட்டித் தெய்வங்கள் மக்களால் மறக்கப்பட்டு மாஜிகளாயின.

பல காலமாகப் பெற்றுவந்த பூஜைகள், பலிகள் நின்றுபோயின, பரம்பரை பரம்பரையாக இருந்துவந்த பூஜாரிக் கூட்டம், வேலை இழக்க நேரிட்டது.

"எங்கள் சாமிகளையா இப்படி எல்லாம் தூற்றுகிறாய்? பாவி! எவ்வளவு அருமையான தெய்வங்களடா அவை! அவைகளின் சக்தி உனக்கென்னடா தெரியும், மூடா! அந்தச் சாமிகளைப்பற்றி எவ்வளவு அழகான பாசுரங்கள் உள்ளன தெரியுமா? கலைப் பொக்கிஷமல்லவா, கடவுள் சம்பந்தமான காவியங்கள்? சிற்பிகளின் சிருஷ்டி அல்லவா கோயில்கள்! இவைகளையா பழிப்பது? அதர்மக்காரா!" என்று தூற்றி, டையகோராஸை ஊரைவிட்டு ஓடும்படி செய்தது போலவும், சாக்ரட்டீசைச் சாகடித்தது போலவும், அறிவு பரப்பத் துணிந்தவர்களை அழித்தனர் அறிவுத் தெளிவு இல்லாததால் ஆத்திரம் கொண்ட மக்கள். ஆனால் பலன் என்ன? எந்தச் சாமிகளின் சார்பிலே, அந்த மக்கள், அறிஞர்களை அழிக்கத் துணிந்தனரோ, அந்தச் சாமிகள் இன்று இல்லை! அத்தனை கடவுள்களும் - பண்டைய நாட்களிலே பாபிலோன், கிரீஸ், ரோம், எகிப்து, சீனா போன்ற பல நாடுகளிலே, கோடிக்கணக்கான மக்களால் கும்பிடப்பட்டுவந்த கோலாகலமான கடவுள்களும் இன்று கும்பிடப்படுவதில்லை. கோயில் இல்லை, கொட்டு முழக்கில்லை, எந்தெந்தத் தெய்வங்கள் எந்தெந்த நாட்டிலே இருந்தனவோ அந்த நாடுகளிலே இன்று சென்று கேட்டால், அந்தக் கடவுளரைக் காட்ட முடியாது! சாக்ரட்டீசைச் சாகடித்த கிரேக்க நாட்டிலே இன்று சாக்ரட்டீசுக்காகப் பரிந்து பேசவும், வாழ்த்தவும் மக்கள் உள்ளனர். ஆனால், எந்தத் தெய்வங்களைச் சாக்ரட்டீஸ் நிந்தித்தார் என்று குற்றம் சாட்டி விஷம் கொடுத்து அவரைக் கொன்றனரோ அந்தக் கடவுளர்கள் இன்று அங்கே இல்லை. இப்படி எல்லாமா கடவுளர் இருந்தனர்? இவ்விதமாகவா நீங்கள் கூத்தாடினீர்கள்? இவ்வளவு ஆபாசமாகவோ கடவுளைப் பற்றிக் கதை இருந்தது என்று கேட்டால், வெட்கப்பட்டு, அறிவுத் தெளிவு இல்லாத நாளிலே, அஞ்ஞான இருள் இருந்த காலத்திலே, காட்டுமிராண்டிகளாக இருந்தபோது, பலகடவுள், கடவுளுக்குப் பல உருவம், கடவுளுக்குத் தாய் தகப்பன், பிள்ளை குட்டி, கூத்தி குடும்பம், என்றெல்லாம் கூறினோம், காவியம் எழுதினோம், கோயில்கள் கட்டினோம்; அறிவு பிறந்ததும், அத்தனை கடவுளரும் அர்த்தமற்ற கற்பனை என்பதை அறிந்தோம், என்று கூறுவர். சாக்ரட்டீஸ் குடித்த விஷம், பலப்பல சாமிகளைச் சாகடித்தது.

மக்களின் மதி துலங்கியதால், மாஜிகளான கடவுளரின் எண்ணிக்கை ஏராளம். ஒரு சில மாஜிகளை மட்டுமே கூறமுடியும். உருத்தெரியாமல் மட்டுமல்ல, பெயர் தெரியாமல் போய்விட்ட கடவுளரும் உண்டு. இன்று நம் நாட்டிலே உள்ளது போலத்தான், சாக்ரட்டீஸ் சாகுமுன்பு, பகுத்தறிவுக்காக இரத்தம் சிந்தும் உத்தமர் தோன்று முன்பு, கிரீசிலும் ரோமிலும், நார்வேயிலும் ஸ்வீடனிலும் சீனாவிலும் எகிப்திலும், எந்த நாட்டிலும், விதவிதமான கடவுள் கூட்டம் இருந்துவந்தன. புராண இதிகாசங்களும், லீலைகளும், திருவிளையாடல்களும், இன்று இங்கு நம் நாட்டில் இருப்பது போலவே, அங்கெல்லாம் இருந்தன. இன்று இங்குப் பகுத்தறிவு பேசப்பட்டால், பழமை கண்டிக்கப்பட்டால், கடவுள் பற்றி இப்படி எல்லாம் ஆபாசமான கதைகள் இருக்கலாமா ஆண்டவன் ஒருவன், அவன் உருவ மற்றவன் என்று கூறினால், மக்கள் கோபித்து, சந்தேகித்து, பகுத்தறிவு பேசுபவர்களை நாத்திகர் என்று நிந்தித்து வதைக்கிறார்களே, அதேபோலத்தான் அங்கெல்லாம் நடந்திருக்கிறது.

அந்நாடுகளுக்கும் இந்நாட்டுக்கும் உள்ள வித்தியாசம், அங்கெல்லாம் கடவுட் கொள்கை தெளிவடைந்து பல நூற்றாண்டுகளாகிவிட்டன. இங்கு, பழைய நாட்களில் இருந்து வந்த எண்ணம் இன்றும் குறையவில்லை. வெளி நாடுகளிலே, ஒரு காலத்தில் கோயில் கொண்டு எழுந்தருளி இருந்து, கோலாகலமான ஆட்சி செய்திருந்து, காவியர், ஓவியர், பூஜிதர் என்பவர்களால் போற்றப்பட்டு மகாசக்தி வாய்ந்த தெய்வங்கள் என்று புகழப்பட்டு, மணிமுடி தரித்த மன்னரையும், மத யானையை அடக்கும் மாவீரனையும் வணங்க வைத்து, அரசு செலுத்திய, எத்தனையோ 'சாமிகள்' இதுபோது, அந்த நாடுகளிலே மாஜி கடவுள்களாகிவிட்டன என்பதை நம் நாட்டு மக்கள் அறிய வேண்டும். கோடிக்கணக்கான மக்கள் கோடி கோடியாகப் பணம் செலவிட்டுக் கோயில் கட்டிக் கொலுவிருக்கச் செய்த கடவுளர் இன்று அங்கே மாஜிகளாயினர்!

அதனால், அந்த நாடுகளில், மக்கள் கெட்டுவிடவுமில்லை, மதி தடுமாறிவிடவுமில்லை, அழிந்து படவுமில்லை. அங்குக் கலையோ, காவியமோ, சிற்பமோ, ஓவியமோ அழிந்து போகவுமில்லை. மக்கள் நாஸ்திகர்களாகிவிடவுமில்லை, அஞ்ஞானம் தொலைந்து மெய்ஞ்ஞானம் பிறந்தது. ஆலயங்கள் ஆசாபாசத்தின் பீடமாய், பூஜாரிகளின் குகைகளாய் இருந்த கேடு நீங்கி கடவுள் தூய்மையின் இருப்பிடம், அவர் ஒருவர் உருவமற்றவர், உன்னதத்தின் பிறப்பிடம் என்ற உண்மைக் கடவுட் கொள்கையுடன் மக்கள் வாழுகிறார்கள். நமக்கு இன்றும் இருப்பது போன்ற மாரியும்

மன்மதனும், காட்டேரியும் காகவாகனனும், வாயுவும் வருணனும், அவர்களுக்கும் இருந்தன. நமக்கு இருக்கும் புராண இதிகாசங்கள் போல அவர்களிடமும் இருந்தன. நமது கடவுளர் கதைகளிலே காமலீலைகள் வர்ணிக்கப்படுவதுபோல அவர்களிடமும் இருந்தன. இன்று அவைகளை அஞ்ஞானிகளின் விளையாட்டு என்று அந்த நாட்டு மக்கள் ஒதுக்கி விட்டனர்; அவர்கள் வாழ்கிறார்கள்; நாமோ இன்னமும் அடிமைகளாய் வறுமையின் பிடியில் சிக்கி வதைகிறோம்; மாஜிகளான கடவுளரின் முழு விபரமும் தருவது - முடியாத காரியம் - தேவையுமில்லை. பல ராஜ்யங்களின் ரட்சகர்களென்று கருதப்பட்டு, காவிய கர்த்தாக்களால் புகழப்பட்ட, ஒரு சில மாஜிகளை மட்டுமே இங்குக் குறிப்பிடுகிறேன் உலகின் போக்கு உங்கட்குத் தெரியட்டும் என்ற எண்ணத்துடன். இதோ 'மாஜிகள்' பாருங்கள்:

அப்பாலோ (Apollo)

கிரேக்கர்களின் முக்கியத்துவம் வாய்ந்த கடவுள்களில் ஒருவர். இங்குச் சூரியபகவான் போல, அங்கு அப்பாலோ கருதப்பட்டு மக்கள் அவருக்குத் தொழுகை நடத்தி வந்தனர்.

அபாடான் (Aphadon)

நரக லோகக் காவலன், ஆண்டவனின் முத்திரை மோதிரத்தின் குறி, வருகிறவர்களின் முகத்திலே இருக்கிறதா என்று பார்ப்பான். இல்லை என்றால், அவர்களைப் படுபாதாளத்தில் தள்ளி இம்சைக்கு ஆளாக்குவான்.

இயோலஸ் (Aeolos)

கிரேக்க நாட்டவருக்கு இயோலஸ், வாயுபகவான் இவர் நல்ல காற்று, கெட்ட காற்று என்று பிரித்துத் தோல்பைகளில் அடைத்துத் தருவார். அதன்படி பலாபலன்கள் இருக்கும்.

அப்ரோடைட் (Aphrodite)

கிரேக்க நாட்டு அழகுத்தெய்வம். இந்தத் தெய்வத்தின் அருளால் அழகு வரும் என்பது கிரேக்கரின் நம்பிக்கை. அப்ரோடைட் க்யூபிட் என்னும் கடவுளுக்குத் தாய். க்யூபிட், கிரேக்க நாட்டு மன்மதன். காதற் கணைகளை ஏவும் தெய்வம். இந்த அப்ரோடைட் என்ற அழகுத் தெய்வத்திடம் காதல் கொண்டு சேஷ்டை செய்து, அவமான மடைந்த கடவுள் ஒன்று உண்டு. அந்தக் கடவுள் பெயர் ஆரிஸ்.

ஆரிஸ் (Aris)

கிரேக்கர்கள், யுத்த தேவதையாக ஆரிஸ் என்னும் கடவுளைக் கும்பிட்டு வந்தார்கள். இந்தக் கடவுளுக்குச் சண்டையிலே மிகுந்த பிரியம். ஆரிஸ் ஒரு சமயத்திலே அப்ரோடைட் என்ற அழகுத் தெய்வத்திடம் ஆசைகொண்டு சேஷ்டை செய்ய, அதனை மற்ற கடவுள்கள் கண்டுபிடித்துக் கேலி செய்து, ஆரிசை அவமானப் படுத்தி விட்டார்கள்.

ஆர்ட்டிமிஸ் (Artimes)

அப்பாலோ போலவே ஆர்ட்டிமிஸ் ஒரு முக்கியத்துவம் வாய்ந்த கடவுள், கிரேக்கருக்கு. ஆர்ட்டிமிஸ் கன்னி! கால்நடைகளின் ரட்சிப்பு வேலை ஆர்ட்டிமிசுக்கு,

பேகஸ் (Bacchus)

புலிகள் பூட்டப்பட்ட இரதத்திலேறிச் செல்லும் பேகஸ் என்ற கடவுள், குடிவகைகளுக்குத் தெய்வம். ஜூவஸ் என்ற கடவுளின் குமாரன்.

பால்டர் (Balder)

நார்வே நாட்டுச் சூரியபகவான்; அழகன்; விவேகி என்று பால்டரைப் புகழ்வர் அம்மக்கள். பால்டர் எனும் கடவுள், ஓடின், பிரிக் எனும் தேவனுக்கும் தேவிக்கும் பிறந்த குழந்தை. இந்த பால்டர் என்ற நார்வே நாட்டுச் சூரிய தேவனை, விஷமத்தனம் செய்யும் கடவுளான லோகி கொன்றுவிட்டதாகக் கதை கூறுவர்.

பெல்லோனா (Bellona)

ரோம் நாட்டவருக்கு, யுத்த தேவதை; மார்ஸ். பெல்லோனாவும் யுத்த தேவதையே. சிலர் பெல்லோனாவை மார்சுக்கு மனைவி என்பார்கள். சிலர் சகோதரியென்றும், வேறு சிலர், மகள் என்றும் கூறுவர். பெல்லோனா, கரத்திலே தீப்பந்தத்துடன் உலவிப் போர்க் காரியத்தைக் கவனிப்பதாகக் கூறுவர்.

பூடிஸ் (Bootes)

கிரேக்க நாட்டுக் கடவுளர் கூட்டத்திலே பூடிசும் ஒருவர். இந்தக்கடவுளே, கலப்பையைக் கண்டுபிடித்தவராம். ஆகவே பூடிஸ் விவசாயத்துக்குக் கடவுளாகக் கருதப்பட்டு வந்தார்.

போரியாஸ் (Borias)

வடதிசைக் காற்றுக்குக் கடவுள் என்று கருதி போரியாஸை மக்கள் வழிபட்டனர்.

பிராகி (Bragi)

நார்வே நாட்டில், கவிதைக்குக் கடவுள், பிராகி. ஒடினுக்கும் பிரிகாவிற்கும் பிறந்தவர். நீண்ட வெண்தாடியுள்ள கிழ உருவில் இக்கடவுள் இருந்துகொண்டு, போர்க் காலத்தில் உயிர்நீத்தவர்களை, சொர்க்கத்திலே வரவேற்கிறார் என்பது அந்நாட்டு மக்கள் கொண்ட நம்பிக்கை.

கிளைடை (Clydy)

அப்பாலோ என்ற கடவுளைக் காதலித்த கிளைடையும் ஒரு கடவுளே. அப்பாலோ, கைவிட்டுவிடவே, கிளைடை உருகிப்போனதுடன், கடைசியில் சூரியகாந்திப் பூவாக உருமாறி விட்டதாகக் கதை உண்டு.

லக் (Luck)

அயர்லாந்திலே, லக் என்ற கடவுளை மக்கள் வணங்கினர். லக் அந்த நாட்டுச் சூரியதேவன்.

க்யூபிட் (Cupid)

ரோம் நாட்டுக்கு மன்மதன் ,க்யூபிட். காதற் கணைகளைச் செலுத்துவது இந்தக் கடவுளின் வேலை. குழந்தை உருவில், கையில் வில் அம்புடன், கண்கள் துணியால் மூடிக் கட்டப்பட்டு இருக்கும் விதத்திலே க்யூபிட் எனும் கடவுளை ரோம் நாட்டவர் சித்தரித்தனர்.

சிபிலி (Cybele)

வட ஆசியாவிலே, சிபிலி என்றோர் கடவுளை, அமோகமான ஆடல் பாடல்களுடன், மக்கள் வழிபட்டு வந்தனர், கோலாகலமான பூஜை நடத்துவர், குடித்துக் கூத்தாடுவர், இந்தக் கடவுளை மகிழ்விக்க. சிபிலி, இயற்கை எழிலுக்குக் கடவுள் என்பது அந்த மக்கள் எண்ணம்.

டயானா (Diana)

ரோம் நாட்டவர், டயானா என்ற கடவுள் ஒளி தருபவன் என்று வணங்கினர். அதாவது சந்திரன் இங்கு ஆண், அங்குப் பெண் கடவுள். அதிலும் கன்னி. சதா சர்வகாலமும் தோழிகளுடன்

சேர்ந்துகொண்டு உல்லாசமாக வேட்டையாடுவது டயானாவுக்கு விருப்பம். எபீசஸ் என்ற இடத்திலே டயானாவுக்குக் கட்டப்பட்ட கோயில் உலக அதிசயங்களிலே ஒன்று.

டயனீஷியா (Dionysia)

பேகஸ் போலவே குடிவகைகளுக்குத் தெய்வமாக டயனீஷியா எனும் கடவுளைக் கிரேக்கர்கள் கொண்டாடி வந்தனர். பேகன், ரோம் நாட்டவருக்கு. டயனீஷியா, கிரேக்கருக்கு. இந்தக் கடவுள் பூஜை, வெறிக்கக் குடித்துவிட்டுக் கூத்தாடுவது தான். டயனீஷியாவின் பிறப்பு வேடிக்கையான ஒரு கதை. கர்ப்பமாக இருக்கும்போதே தாய் இறந்து போகவே, தாயின் கருப்பையிலிருந்து டயனீஷியா வெளியே எடுக்கப்பட்டு, பிறகு ஜூவஸ் எனும் கடவுள் தன் தொடையிலேயே வைத்திருந்து, வளர்த்தாராம்.

மூன்று சகோதரிகள் (Three Sisters)

விதியை, இங்கே பிரம்மா எழுதுகிறார் என்றல்லவா கதை. கிரேக்க நாட்டிலே, "விதி" நெய்து, துண்டுகளாக அறுத்து எடுக்கப்படுகிறது. இந்தக் காரியத்துக்கு மூன்று கடவுள்கள் மும்முரமாக வேலை செய்தவண்ணம் உள்ளனர். மூவரும் பெண்கள். *Clotho* க்ளோத்தோ, *Larchesis* லர்ச்சீசிஸ், *Atropos* அட்ரோபாஸ் என்பது அவர்கள் பெயர். ஒரு கடவுள் நூற்க, மற்றோர் கடவுள் நெய்ய, மூன்றாம் கடவுள், துண்டுகளாக வெட்டி எடுத்து வீச இவ்விதமாக, மக்களின் வாழ்வு மேலே நெய்து அனுப்பப்படுகிறது என்று கிரேக்கர்கள் நம்பி, அந்த மூன்று தேவதைகளையும் வணங்கி வந்தனர்.

பானஸ் (Paunus)

இங்கே சனிபகவான் இருப்பதுபோல், கிரேக்க நாட்டிலே சாட்டர்ன் என்றோர் கடவுள். அந்தக்கடவுளின் பேரப்பிள்ளை பானஸ். பானஸ் வயல்கள், ஆடு மாடுகள் இவற்றின் ரட்சகன், என்று கொண்டாடப்பட்டு, கடவுளாகக் கும்பிடப்பட்டார், லாட்டியம் தேசத்தில்.

பைடிஸ் (Fides)

சொன்ன சொல் தவறாத குணத்தைக் கடவுளாக்கி பைடிஸ் என்ற பெயரில் ரோம் நாட்டவர்கள் வணங்கினர். இந்தக் கடவுளுக்கெனத் தனிக்கோயில் கட்டித் திருவிழா நடத்தி வந்தனர்.

ப்ளோரா (Flora)

தோட்டங்களின் தேவி, மலர்களின் மாதா, ப்ளோரா. ரோம் நாட்டவர் இப்படி ஒரு கடவுளையும் வழிபட்டு வந்தனர்.

ப்ரியர் (Prear)

நார்வே ஸ்வீடன் காடுகளின் கடவுள், ப்ரியர், வெளிச்சம், மழை, முதலியவற்றைத் தந்து, சாந்தி சுபிட்சம் சகலமும், தரும் கடவுளாகப் ப்ரியரைக் கும்பிட்டனர்.

ப்ரிகா (Frigga)

நார்வே நாட்டுக் கடவுள். பூமாதேவி, என்று இங்குப் புராணத்தில் கூறப்படும் கடவுள் போல, அந்த நாட்டுக்குப் ப்ரிகா. இந்தக் கடவுளை ஒடின் (Odin) என்ற கடவுள் கலியாணம் செய்துகொண்டார்.

காத் (Gad)

அதிர்ஷ்ட தேவதை என்று பாபிலோனிய மக்கள் காத் என்ற ஒரு கடவுளை, வணங்கி வந்தனர்.

டிமிடர் (Dameter)

பூலோகத்திலும், மேல் உலகிலும் உள்ள சகல ஜீவராசிகளுக்கும், மாதாவாக, டிமிடர் என்ற ஒரு கடவுளைக் கிரேக்கர்கள் கொண்டாடி வணங்கி வந்தனர்.

கனிமீடிஸ் (Ganymedes)

கிரேக்கக் கடவுளான ஜூவஸ், பூலோகவாசியான கனிமீடிஸ் என்ற அழகான வாலிபனைக்கண்டு, அவனிடம் மையல் கொண்டு அவனைக் கடவுளாக்கி தன் பக்கத்திலேயே இருக்கும்படிச் செய்துவிட, கனிமீடிஸ் கடவுளாகி, ஜூவஸ் எனற கடவுளுக்குப் பானம் ஊற்றித் தரும் பணியை மேற்கொண்டு வரலானான்.

ஹாதார் (Hathar)

தேவலோக ராணியாக ஹாதார் என்ற கடவுளை ஈஜிப்ட் நாட்டவர் வழிபட்டு வந்தனர்.

ஹிபி (Hepe)

கிரேக்கக் கடவுள் ஜூவசுக்கு மகள் ஹிபி, அழகி. ஹிபியும் ஒரு கடவுளாகவே வணங்கப்பட்டு வந்தாள், கிரேக்க வீரன்

ஹெர்முலின் இறந்து மோட்சலோகம் வந்ததும் ஹிபியை மணம் செய்துகொண்டான்.

ஹிகேட் (Hecate)

பூலோகம், தேவலோகம், நரகலோகம் ஆகிய மூன்று இடங்களிலும் அதிகாரம் செலுத்தி, எண்ணற்ற பிசாசுகளை ஏவலராகப் பெற்று, மூன்று தலைகளுடன் விளங்கிய, பராக்கிரமக் கடவுளாக, கிரேக்கர்கள் ஹிகேட் என்னும் தெய்வத்தைத் தொழுது வந்தனர்.

ஹெயிம்ட்லர் (Heimdler)

நார்வே நாட்டுக் கடவுளரில் ஒருவர். தேவலோக வாசற்காவல் இக்கடவுளின் வேலை. அங்கு வானவில் தான் பாலமாக அமைந்திருக்கிறது. ஹெயிம்ட்லர் ஒளிதரும் கடவுள். புல் முளைக்கும் போது உண்டாகும் சத்தம் கூட இந்தக் கடவுளின் காதிலே விழுமாம். ஹெயிட்லர் எனும் கடவுளுக்கும், லோகி என்னும் கேடுசெய்யும் கடவுளுக்கும் அடிக்கடி போர் நடக்குமாம். கடைசியில், ஒருவரை ஒருவர் கொன்று கொண்டனர். இரண்டு கடவுள்களும் இறந்தனர்.

ஹெல் (Hel)

நார்வே நாட்டுத்தேவதை. கேடுசெய்யும் லோகி என்னும் கடவுளின் குமாரியான ஹெல், மரணத்துக்கு அதிபதி.

ஹீரா (Hera)

கிரேக்கக் கடவுளான ஜூவசுக்கு, ஹீரா தங்கை. தங்கையையே ஜூவஸ் கல்யாணம் செய்து கொண்டார். ஜூவசுக்கு மானிடர்மீது இருந்து வந்த அன்பு, ஹீராவுக்குப் பொறாமையையும் கோபத்தையும் ஊட்டவே, ஜூவசின் குழந்தைகளை ஹீரா, கொடுமை செய்தாள்.

ஹெர்மீஸ் (Hermes)

நம்நாட்டு நாரதர் போலக் கிரேக்கர்களுக்கு, ஹெர்மீஸ். ஜூவஸ் என்ற கடவுளுக்கு மாயா என்ற தேவதை மூலம் பிறந்த ஹெர்மீஸ் என்ற கடவுள், தேவர்களுக்குத் தூதனாகவும், தந்திரமிக்கக் கடவுளாகவும் இருந்து வந்தான், என்று கிரேக்கக் கதை இருக்கிறது. இறக்கை கொண்ட தலையணியும் செருப்பும் தரித்துக்கொண்டிருப்பதாகக் கூறுவர்.

ஹெஸ்ப்ரிடஸ் (Hesperides)

ஹீரா, ஜூவசைக் கல்யாணம் செய்துகொண்டபோது, சீதனமாகத் தரப்பட்ட பொன் ஆப்பிள் பழங்களைப் பாதுகாக்க ஏற்பட்ட தேவகன்னியர்கள் ஹெஸ்ப்ரிடிஸ் என்பவர்கள். இவர்களையும் கிரேக்கர்கள் - தொழுது வந்தனர்.

ஹைஜியா (Hygea)

கிரேக்கர்கள் ஆரோக்கிய தேவதையாக, ஹைஜியாவை வழிபட்டு வந்தனர். இந்தக் கடவுள், கன்னி. கையில் ஒரு கோப்பையுடன் இருப்பதாகவும், அந்தக் கோப்பையிலிருப்பதை ஒரு பாம்பு பருகுவதாகவும் சித்தரித்துள்ளனர்.

ஹைமன் (Hymen)

கலியாணக் கடவுள், கிரேக்கருக்கு, இந்த ஹைமன். இந்தக் கடவுள் அப்பாலோ, கடவுளின் மகன்.

இஸ்காஸ்பியஸ் (Aescualpius)

அப்பாலோ கடவுளின் குமாரன், மருந்துக்குக் கடவுள். பாம்பு சுற்றிக்கொண்டிருக்கும் தடியைக் கையிலே, வைத்திருப்பான்.

போமோனா (Pomona)

ரோம் நாட்டவர் தங்கள் தோட்டங்களில் பழ வகைகள் செழிப்பாகக் கிடைப்பதற்காக, போமோனா என்ற தேவதையைப் பூஜித்து வந்தனர்.

ப்ரோடியஸ் (Proteus)

கிரேக்க நாட்டுக் கடல் தேவன், இந்த ப்ரோடியஸ். எதிர்காலத்தில் நடக்க இருப்பதைக் கூறும் சக்தி இக் கடவுளுக்கு. ஆனால், திடீர் திடீரென்று உருமாறும். அப்போது ஆரூடம் பலிக்காது. இயற்கையான உருவிலிருக்கும்போது சொன்னால் தான் ஆரூடம் பலிக்கும்.

ரா (Ra)

ஈஜிப்ட் நாட்டவரின் முக்கியத்துவம் வாய்ந்த கடவுள். அந்நாட்டுச் சூரிய பகவான்.

ரீயா (Rhea)

கிரேக்கக் கடவுள்களான ஜூவஸ், ப்ளூடோ, ஹீரா முதலியவர்களின் தாயார்.

வீனஸ் (Venus)

காதல் தெய்வமாக, ரோம் நாட்டவர் வீனசை வணங்கினர்.

வெஸ்ட்டா (Vesta)

ரோம் நாட்டிலே குடும்பத் தேவதையாக வெஸ்ட்டாவை வணங்கி வந்தனர். ஒவ்வொரு வீட்டிலும் வெஸ்ட்டாவுக்குப் பூஜை அறை உண்டு.

வல்கன் (Vulcan)

ரோம் நாட்டுக்கு வல்கன், அக்னி தேவனாக விளங்கினான். ஜூபிடர் கடவுளுக்கு வல்கன், இடிமின்னல் எனும் ஆயுதம் தயாரித்துக் கொடுப்பான்.

கிரீட் தேவி (Crete Devi)

கிரீட் நாட்டு நாக கன்னிகையாக ஒரு தெய்வம் இருந்தது.

ஜூவஸ் (Zeus)

கிரேக்கரின் மூலக் கடவுள் ஜூவஸ். தேவலோகத்தில், கையில் (மழுவாயுதம் போல்) இடிமின்னல் ஆயுதம் தாங்கிக் கொலு வீற்றிருக்கிறார். தேவதேவனாகப் போற்றப்பட்ட ஜூவஸ், க்ரோனாசுக்கும் ரியாவுக்கும் தோன்றி தன் சகோதர சகோதரிகளின் துணையுடன், தகப்பனுக்கு எதிரிடையாகப் புரட்சி நடத்தி, அதிகாரத்தைக் கைப்பற்றி, சகோதரர்களுக்குச் சில லோகங்களையும் அதிகாரங்களையும் பங்கிட்டுக் கொடுத்து, தன் தங்கையைத் தானே மணம் செய்து கொண்டு உலகை ரட்சித்து வருகிறார் என்பது கிரேக்கரின் கடவுட் கொள்கை.

இன்னும் எண்ணற்ற கடவுள்கள், கோயில் கொண்டு எழுந்தருளியிருந்த நாடுகளிலே, இன்று நிலைமை அடியோடு மாறிவிட்டது. காளிதாசன், கம்பன், போன்ற கவிவாணர்களால் போற்றிப் புகழப்பட்ட அந்தக் கடவுள்களெல்லாம், இன்று மாஜிகள்! இன்றும் நம் நாட்டிலே நம்மவர்கள் நம்புகிறார்களே அதுபோலவே அந்தக்காலத்திலே அந்த நாடுகளிலெல்லாம் இன்று மாஜிகளாகிவிட்ட கடவுள்களிடம், பலவகையான அஸ்திரங்கள் உண்டு என்றும், அற்புதம் புரிவதிலே அபாரமான திறமை உண்டென்றும் மக்கள் நம்பினர், அந்த நம்பிக்கையை நாட்டிலே பரப்பவும் பலப்படுத்தவும் பல புராணங்கள் இருந்தன. அந்தப் புராணங்கள் புண்ய கதைகளென்று போற்றப்பட்டு வந்தன. அவ்வளவும் இன்று அங்குப் பழங்கதைகளாகிவிட்டன. மதம் வேறு

மக்களின் மனதிலே மாசு படிந்திருந்தபோது கட்டிவிடப்பட்ட இந்தக் கதைகள் வேறு என்பதை மதிவாணர்கள் தைரியமாக எடுத்துக்கூறினர். மருண்ட மக்கள் செய்த கொடுமைகளைச் சகித்துக்கொண்டனர். புராணீகன் தேவ அம்சம் பெற்றவன், புராணப் புலவன் அருட்கவி, பூஜாரி தேவதூதன் அவர்களைக் குறை கூறுவது கொடிய பாவம் என்று தான், அங்கெல்லாம் மக்கள் முன்பு நம்பினர். யாராவது தைரியமாக இவைகளைக் கண்டிக்க முன்வந்தால், ஆத்திரம் கொண்டு அவர்களை அடித்தனர், இம்சித்தனர். கொளுத்தினர், சித்திரவதை செய்தனர். இவ்வளவு கொடுமைகளையும் சகித்துக் கொண்டவர்களின் தொண்டின் பயனாகவே அங்கு அறிவாலயங்கள் ஆயிரமாயிரமாகி, மக்கள் முன்னேற முடிந்தது. ஒருகாலத்திலே, ஓங்கார சொரூபங்களாக விளங்கிய ஆயிரக்கணக்கான கடவுள்கள் இன்று மாஜிகளாயினர்.

பலகாலமாக மக்கள், பயபக்தியோடு தொழுது வரும் தெய்வங்களைப் பேய் என்று கூறுவது சுலபமான வேலை அல்ல, எல்லோரும் செய்யக்கூடிய வேலையுமல்ல, அதற்கு இருக்கவேண்டிய நெஞ்சு உரமே வேறுவிதமானது. அறியாமை என்னும் முரட்டுக் குதிரை மீது ஏறிக்கொண்டு, கொடுமை எனும் வேல் பிடித்துக்கொண்டு, கூட்டம் கூட்டமாக, மக்கள் பாய்ந்து வருவர். கடவுளை நிந்திக்கிறான் கயவன், இவனைக் கொன்று, உடலைக் காக்கை கழுகுக்கு இரையாக்குகிறோம் என்று கூவுவர், இந்தப் பயங்கரமான சூழ்நிலையிலே இருந்து கொண்டு எதுவரினும் வருக என்ற நிலையில் பாடுபட்டனர் சில புரட்சி வீரர்கள். ஒரு பிரபுவின் ஆதிக்கத்தை, ஒரு அரசனின் ஆதிக்கத்தை எதிர்த்துப் புரட்சி நடத்துவது என்றாலே உயிர்போகும் மக்கள் மனதிலே நெடுநாட்களாகக் குடிகொண்டுள்ள எண்ணற்ற தெய்வங்களை, அவைகளைப் பற்றிக் கட்டிவிடப்பட்ட கதைகளை, அந்தக் கதைகளுக்கேற்றபடி நடைபெற்று வரும் திருவிழாக்களை, சடங்குகளை, அவைகளால் பிழைத்துவரும் பூஜாரிக் கூட்டத்தை எதிர்த்துப் பணி புரிவதென்றால், சாமான்யமான காரியமல்ல. வாழ்விலே பற்று அற்றால் மட்டுமே அந்தப் பணிபுரிய முடியும்.

புத்தறிவு பரப்புவதற்கு நடத்தப்படவேண்டிய போர், பலம் பொருந்தியதோர் கோட்டைக்குள் இருக்கும், மாயாவாதியை வெளியே, வெட்ட வெளியில் நின்றுகொண்டு, எதிர்க்கும் ஆபத்தான காரியம் போன்றது. கோட்டைக்குள்ளே காவல் இருக்கும், ஆட்பலத்துடன் ஆயுத பலமும் ஏராளமாக இருக்கும், சுற்றுச் சுவர் பாதுகாப்பு அளிக்கும், சூழ்ந்திருக்கும் அகழியும் பாதுகாப்பு அளிக்கும், இத்தகைய பலமான கோட்டைக்குள்

இருக்கும் எதிரியின் ஆதிக்கத்தை, தன்னந்தனியனாய் வெட்டவெளியில் நின்று எதிர்ப்பது மிகக் கஷ்டமான காரியம். ஆனால் ஒரு சிலராவது முன் வந்து அந்தக் கஷ்டமான காரியத்தில் ஈடுபட்டதால் மட்டுமே தட்டை உலகம் உருண்டையாகி விட்டது. தலை பல கொண்ட தேவன், பலி பல கேட்கும் பகவான், தேவியருடன் திருவிளையாடல் செய்யும் கடவுட் கூட்டம். என்ற எண்ணங்கள் மாறி ஆண்டவன் ஒருவன் அவன் உருவமற்றவன் என்ற உண்மை துலங்கலாயிற்று.

தந்தையைப் போரில் வென்ற ஜூவஸ், தந்தையின் அரியாசனத்தில் அமர்ந்து தாரன் மந்திராலோசனைப்படி ஆட்சி புரியலானான். தந்தை குரோனாஸ் விழுங்கிய குழந்தைகளை எல்லாம், மீண்டும் அவன் உள்ளிருந்து வெளியே, உயிருடன் கொண்டுவருவதற்காகக் கடும் விஷமொன்றைத் தயாரித்து குரோனசைப் பருகச் செய்தான். உடனே உள்ளே இருந்த பாசியடன், ப்ளுட்டோ, ஹெஸ்ட்டியா, டெமீடா, ஹூரா எனும் குழந்தைகள் யாவும் வெளியே வந்தன, உயிருடன். இவை மட்டுமா, குழந்தையென நம்பி விழுங்கிவிட்டானே, கல், அதுவுங்கூட வெளியே வந்துவிட்டதாம். உடன்பிறந்தவர்களைத் தந்தையின் வயிறாகிய சவக்குழியிலிருந்து மீட்டான்.

2. ஜூவஸ்

தலைப்பைக் கண்டே சீறிச் சபித்திட வேண்டும் என்ற எண்ணம் பிறக்கும். ஆத்தீகத்தின் பாதுகாவலர் தாமே என்ற எண்ணம் கொண்டுள்ளவர்களுக்கு.

“ஆதி அந்தமில்லாத கடவுளையா ‘மாஜி’ என்று கூறுகிறாய்; மதியீனனே! மந்திரியா, ராஜதந்திரியா, மன்னனா சீமானா, மகேசனாயிற்றே! மன்னன் மாஜியாவதுண்டு, மந்திரி மாஜியாவதுண்டு, கடவுளை ‘மாஜி’ என்கிறாயே மமதையாளனே! இந்தப் பாபம் உன்னைச் சும்மா விடுமா” என்று சுடுசொல் பல கூற எண்ணுவர், நாம் ஏதோ நாத்தீகம் பேசுகிறோம் என்ற எண்ணம் கொண்டு.

தலைப்பை மீண்டும் பார்க்கும்படி, கருத்துடன் கவனித்துப் பார்க்கும்படி அவர்களைக் கேட்டுக் கொள்கிறோம்.

‘மாஜி கடவுள்’ அல்ல, தலைப்பு; மாஜி கடவுள்கள்!!! என்பது தலைப்பு; புரிகிறதா உண்மை?

பல கடவுள்களை பூஜித்துக்கொண்டிருந்த காலம் ஒன்றிருந்தது, எல்லா இடத்திலும்.

தந்தைச்சாமி, தாய்ச்சாமி, தாய்ச்சாமிக்கு ஒரு சக்களத்திச்சாமி, பிள்ளைச்சாமி, பெண்சாமி, என இவ்வண்ணம் பல தெய்வ வழிபாடு இருந்து வந்தது - அறிவுத் தெளிவு இல்லாதிருந்தபோது - உலகில் பல நாடுகளில்.

ஒருவனே தேவன்!- என்ற அடிப்படை உண்மையும், ஒழுக்கமே மதம் என்ற உன்னதக் கோட்பாடும், அறிவுத் துறையிலே. அரியாசனம் ஏறுவதற்கு முன்பு பல தெய்வ வழிபாடு தான் அங்கெல்லாம் இருந்து வந்தது.

பகலுக்கு ஒரு தெய்வம், இரவுக்கு இன்னொன்று! பஞ்சம் தரும் தேவதை ஒன்று, அதைப்போக்கும் தெய்வம் மற்றொன்று; படைகலக்கும் தெய்வமொன்று, இடிமுழக்கும் தெய்வம் ஒன்று, என்ற விதமாக எண்ணற்ற கடவுட் கூட்டத்தை மக்கள் கும்பிட்டு வந்தனர் - பல்வேறு நாடுகளில்.

மனமாசு நீக்கக்கூடிய பகுத்தறிவுக் கதிர் தோன்றிய பிறகு, பல தெய்வ வழிபாடு என்பது உண்மையான ஆத்தீகமாகாது - மதமாகாது - அருள் பெறும் வழியாகாது - மனமருள் கொண்ட மக்களை, சூது மதிமிகுந்த பூஜாரிக் கூட்டம் பிடித்தாட்டவே, கட்டிவிடப்பட்ட கற்பனை இது என்ற எண்ணம் வெற்றி பெற்றது; அந்த வெற்றியின் காரணமாக, பல கடவுள்கள் மாஜிகளாயினர்!

அந்த மாஜி கடவுள்களையே, நாம் மதத்தின் மாசு போக்கும் செயலைக்கூட நாத்தீகமோ, என்று மருட்சியுடன் எண்ணும் மக்களுக்கு அறிமுகப்படுத்தி வைக்கிறோம்.

இந்த மாஜி கடவுள்கள் ஒரு காலத்தில், விண்ணை முட்டும் கோபுரங்கள் கொண்ட கோயில்களிலே கொலு வீற்றிருந்தனர் - பூஜாரி கூட்டம் புடை சூழ, பக்தர் குழாம் பாதம் தொழ, பாவலரும் நாவலரும் பக்திப் பாசுரங்கள் பலப்பல கூறிட, நாடாள்வோன் நவநிதியும் காணிக்கையாகத் தர கோலோச்சி வந்ததுண்டு.

இந்த மாஜி கடவுள்களின் அருமை பெருமை, அருள் தரும் திறமை, ஆற்றல் ஆகியவை பற்றிப் பெரிய புராணங்களைத் தீட்டித் தந்தனர், அருட்கவிகள் என்று பாமரரால் புகழப்பட்ட கவிவாணர்கள்.

எனினும், இன்று அவை எலாம் மாஜி கடவுள்களே!!

கொட்டு முழக்கு கேட்கும் கோயிலிலே, அல்ல, இந்த மாஜி கடவுள்கள் இன்று இருப்பது - கண்காட்சிச் சாலைகளிலே!

பூஜாரிகள் மந்திர உச்சாடனம் செய்ய, பூமான்கள் காணிக்கை கொட்ட, பக்திமான்கள் பரவசப்பட, அல்ல, இந்த உருவங்கள் இன்று இருப்பது.

ஆராய்ச்சியாளர்கள் படம் பிடிக்க, சரித்திரக்காரர்கள் சம்பவங்களைத் தொகுக்க, மாணவர்கள் காலத்தையும் கருத்தையும் ஒப்பிட்டுப் படிக்க உதவும் உருவங்களாகிவிட்டன.

எந்தெந்த நாடுகளிலே, ஏத்தி ஏத்தித் தொழப்பட்டு வந்தனவோ, அங்கெல்லாம் இன்று ஏக தெய்வக் கொள்கை அரசு செலுத்துவதால், இந்த மாஜி கடவுள்கள் ஒருகாலத்துக் கற்பனைகள், பழங்காலத்து நினைவுகள், பூஜாரியின் கருவிகள் என்றாகிவிட்டன. பகுத்தறிவாளர்களாலும் ஆராய்ச்சியாளர்களாலும், பாமரர்களுக்கும் தெளிவு பிறக்கும் வண்ணம், நல்லறிவு அந்த நாடெல்லாம், பரப்பப்பட்டு விட்டது. நானாவிதமான உருவங்களுடன், நாட்டு மக்களையும் நாடாள்வோரையும், மருட்டிக் கொண்டிருந்த உருவங்கள் இன்று மாஜி கடவுள்களாகி விட்டன.

அந்த மாஜி கடவுள்களிலே, ஒருவர் ஜூவஸ் - பெருந் தெய்வம் - மூலத் தெய்வம்!

இந்த மாஜி கடவுளின் சக்தியைப் பற்றிய கதைகளை, இன்று அறிவுள்ளோர் அனைவரும், பூஜாரியும் புலவனும் சேர்த்துத் தயாரித்த சரடுகள் என்று கூறுகின்றனர் - ஆனால், மாஜியாகா முன்பு, ஜூவசுக்கு இருந்துவந்த மதிப்பும் செல்வாக்கும், அளவிட முடியாது! புராணங்கள் பலப் பல, பூஜைகள் பலவிதம்!

ஜூவஸ், கிரேக்கர்கள், பூஜித்து வந்த பெருந்தேவன் - தேவர்க்கரசன் - தேஜோன்மயமானவன்.

ரோம் நாட்டவர் இதே கடவுளை, ஜூபிட்டர் என்ற பெயரால் பூஜித்தனர்.

ஜூவசின் 'திருக்கல்யாண குணத்தைக் கொண்டாடிப் பாமாலை சூட்ட, அந்த நாட்டில் கம்பன்' இல்லாமல் இல்லை!

கருத்தெலாம் அறியும் கண்ணன்
பாரெலாம் பார்த்திருந்தான்!
பத்தரை மாற்றுத் தங்கம்,
பகவான் வீற்றிருந்த பீடம்.
என்னகாண் அவன் தன் ஆற்றல்
என்றுள இடியோன் அவனே.
தேவர் தம் உலகைத்தானே
தன் திருப்பாதம் தாங்கும்,
ஆசனமாகக் கொண்டான்
அருந்திறன் உடையோன், கண்டாய்.
அவனுரை கேட்ட அண்டம்
அதிர்ந்திடும் அச்சம்கொண்டே

அவன் சிரம் அசையக்கண்டு
தேவரும் பெருவர் திட்டம்.
விதி எனும் கோலும் ஆடும்
வினை எலாம் ஓடும் அவன் முன்
ஆண்டவன் அவன் முன் அண்டம்
அதிர்ந்திடும் அச்சம் கொண்டே!

இக்கருத்துப்பட, திருப்புகழ் பாடினவர், சாமான்யக் கவிராயர் அல்ல - *Homer* - உலக மகாகவிகளில் ஒருவர் என்று, எவரும் வியந்து கூறும் ஹோமர்!

இந்தத் திருப்புகழ், இன்று, கவியின் கற்பனைத்திறத்துக்கும், கவிதையின் சிறப்புக்கும், எடுத்துக்காட்டாக இருக்கிறதேயன்றி, ஜூவசின் பால், பக்தி செலுத்தும்படி மக்களைத் தூண்டும் சக்தி பெறவில்லை!

மனக்கண் முன் சித்தரித்துப் பாருங்கள்!

பிரம்மாண்டமான ஆலயம்! ஆஜானுபாகுவான உருவமாக, ஜூவஸ் தேவன் சிலை உருவில் இருக்கிறார். மணி மாடங்கள்! மண்டபங்கள்! திருக்குளங்கள்! பூம்பொழில்கள்! மதில்கள்! பிரகாரங்கள்! மடைப்பள்ளிகள்! எல்லாம் செல்வத்தின் சிறப்பை விளக்குவன போல் உள்ளன. பட்டத்தரசன், அவன் மனதைத் தொட்டுவென்ற அழகி, படைத்தலைவன், பொருள் காப்போன், வணிகவேந்தன், கலைவாணன் எனும் பலரும், தொழுது நிற்கிறார்கள், ஜூவஸ் முன்பு.

எதிரே, நெரித்த புருவமும், மேல் நோக்கிய கண்களுடனும், நின்று கொண்டிருக்கிறான் பூஜாரி. அவன் முன், காணிக்கைப் பொருள்கள் குவிந்திருக்கின்றன!

இங்கு இன்றும், கேட்கப்படும் சஹஸ்ரநாமம் - அர்ச்சனை - கிடையாது போலும் என்று எண்ண வேண்டாம்! ஜூவசின் திருவிளையாடல் புராணத்தைப் பார்த்தால், யூகித்துக் கொள்ளலாம், அன்று அந்தப் பூஜாரிகள், என்னவென்ன கூறி அர்ச்சித்திருப்பார்கள் என்பதை.

உற்றுக்கேளுங்கள், அவன் அர்ச்சிப்பதும் கேட்கும். அதுகேட்டு, பக்தர் குழாம் நெஞ்சு நெகிழ நிற்பதும் தெரியும் மனக்கண்ணுக்கு.

ஜெகமதைப் படைத்தாய் போற்றி!
தேவனே! ஜூவஸ்! போற்றி!

அமரர்தம் முதல்வா போற்றி!
அவுணரை அழித்தாய் போற்றி!
தீரனே, போற்றி, போற்றி!
திரு அருள் தாராய், போற்றி!
இடிப்படை கொண்டாய் போற்றி!
இகபர அரசே போற்றி!
மழைதனைப் பொழிவாய் போற்றி!
மாபுயல் விடுவாய் போற்றி!
மேக சம்ஹாரா போற்றி!
மேதினி காப்போய் போற்றி.

அர்ச்சனை இதுபோன்றுதான் இருந்திருக்க வேண்டும் - ஏனெனில் இப்படிப்பட்ட வல்லமைகள் கொண்ட கடவுளாகவே ஜூவஸ் சித்தரிக்கப்பட்டு, அக்கால மக்களால், பக்தி விசுவாசத்துடன் ஒப்புக் கொள்ளப்பட்டு வந்தார். இது மட்டுமா அர்ச்சனை? விபரீதமான, கடவுட் தன்மைக்கு மட்டுமல்ல, சாமான்யமான மனிதத் தன்மைக்கே கூட முரண்பட்டதான, கேடுபயப்பதான செயல்களையே, சிறப்புகளாக்கிக்காட்டும் அர்ச்சனைகளும் உண்டு.

தந்தையை வென்றாய் போற்றி!
தங்கை மணாளா போற்றி!!

என்று பூஜாரி அர்ச்சித்திருப்பார்! ஏனெனில் ஜூவசின் திருவிளையாடற் புராணத்திலே, அவர் தன் தந்தையுடன் போரிட்டு வென்றதும், தங்கையைத் தாரமாக்கிக் கொண்டதும் சிறப்பாக விளக்கப்பட்டிருக்கிறது! எனவேதான், இன்று முருகனை வழிபடுபவர்கள் துதிக்கவில்லையா, தந்தைக்குபதேசம் செய்தவர் போற்றி போற்றி, தத்தை மொழி குறமகளை மணந்தவா போற்றி, போற்றி, என்று அதுபோல, அன்று ஜூவசை, அந்நாட்டுப் பூஜாரிகள் அர்ச்சித்திருக்க வேண்டும் என்று கூறுகிறோம்.

அந்த அர்ச்சனைகள் எல்லாம் இன்று, ஆடிடும் சிறாரும் கேட்டு ஆம் என்று ஏற்க முடியாத கேலியுரைகளாகிவிட்டன.

அந்த அர்ச்சனைகளில் வல்லவர்களான பூஜாரிகள், யாரும் இன்று கிடையாது கிரீசில்!

அந்த ஆலயங்களே இன்று அங்கு கிடையாது!!

ஆலயங்களென்ன, அந்த ஆண்டவனே இன்று அங்குக் கிடையாது! ஜூவஸ் ஒரு மாஜி கடவுள்.

வெள்ளை நிறப் புரவிகள் நான்கு, தேரில் பூட்டப்பட்டிருக்கும். செயல் திறம் கொண்ட உருவும் அமைந்தவராக இருப்பார்.

வெண்ணிறத் தலையணி பூண்ட பூஜாரிகள் அவர் சேவைக்கு இருப்பர்.

வெண்ணிற மிருகங்களையே அவருக்குப் பலி தருவார்கள். ஜூபிடர் என்ற பெயருடன், ரோம் நாட்டவர், இதே தேவனைப் பூஜித்து வந்தனர்! அங்கும், இன்று ஜூபிடர் ஒரு மாஜி கடவுள் தான்!

பூமாலையோ பாமாலையோ சூட்டிடுவார் யாரும் இல்லை - கோயில் இல்லை - கோலாகல உற்சவம் இல்லை - ஜூபிடரும் ஜூவஸ் போலவே மறைந்து போனார். மக்கள் மனதிலிருந்து, மார்க்கத் துறையிலிருந்து, மாஜிகளாயினர் மக்களின் மதி துலங்கிய பிறகு!

மான் மழுவேந்தி. புலித்தோலாடை பூண்டு, இமயத்தில் வீற்றிருக்கும். முக்கண்ணனைத் தொழுது மகிழும் “பேறு” பெற்ற புராணீக மதத்தவர், நம்மிடை அநேகர் உண்டு.

ஜூவசின் சிறப்பும் அதுபோலவே போற்றப்பட்டு வந்தது, கிரேக்கர்களால்.

ஒலிம்பஸ் எனும் உயரமானதோர் மலைமீது தான் ஜூவஸ் கொலுவீற்றிருந்ததாகக் கதை. கரத்திலே, வெற்றி தரும் படைக்கருவி. கெம்பீரமான தோற்றம்! நீண்டு சுருண்டு வளைந்த கேசம்! ஆட்டுத்தோலாடை அணிவார் சிலசமயம்! சில வேளைகளில், பட்டாடை மேனியை அழகு செய்து கீழேயும் புரளும். சிவனாருக் கருகே, ரிஷபம், நந்தி, இருக்குமாமே! ஜூவசின் அருகே எப்போதும் கழுகு இருக்குமாம்!

கோலம் இதுபோல் - குணாதிசயத்தை விளக்கும் செயல்கள் பல உண்டு. அவைகளை நம்புவது தான் ஆத்திகம், சந்தேகிப்பது நாத்திகம், என்றுதான் பொது விதி இருந்தது; அந்நாளில், அங்கு!

இப்படி எல்லாமா நடந்திருக்கும்? என்று கேட்பவன் பாபி! இப்படி எல்லாம் செய்வதா கடவுட் தன்மைக்கு அழகு? என்று கேட்பவன் நாத்திகன்! அவன் சித்திரவதைக்கு ஆளாக்கப்படுவான்! அவனை இம்சிப்பது “தேவப்பிரீதியான காரியம்.”

ஆதி அந்தமற்ற தன்மை தானே இன்றைய ஆத்திகம். அன்றைய ஆத்திகம் அவ்விதம் இல்லை. ஜூவஸ் தேவனுக்கு, தகப்பனார் தாயார் உண்டு. பாட்டன் பாட்டியும் உண்டு; அவர்களுக்குள்,

பகை, போர், மூண்டதுமுண்டு. கடவுள்களா இப்படிச் செய்திருக்க முடியும். காட்டுமிராண்டி ஜாதியிலே நடைபெறும் செயல் போலிருக்கின்றதே என்று கூறத்தோன்றும். ஆனால் அந்தக் காலத்திலே கூறியிருந்தால் கூறினவன் நா அறுக்கப்பட்டிருக்கும் - அந்த நாள் ஆத்திகம் அந்தக் கதைகளை நம்பும்படி வலியுறுத்திற்று.

கேளுங்கள், ஜூவஸ் தேவனின் பிறப்பு வளர்ப்பை, கடவுள் பிறக்கிறார். அது ஆத்திகம்!

உலகம் தோன்றா முன்பு, எல்லாம் இருள்மயமாக இருந்தபோது, குழப்பம் எனும் தேவனும் இருளி எனும் தேவியும் மட்டும் இருந்தனர். தெளிவான உருவுடன் அல்ல.

அப்படியானால், எப்படி அவர்கள் தெரிந்திருக்க முடியும்? என்ற கேள்வி கிளம்பும் உடனே. கேட்பது நாத்திகம்!

குழப்பமெனும் தேவனும் இருளி எனும் தேவியும் இருந்தபோது, விண்ணோ மண்ணோ கடலோ, கிடையாது என்று கூறுகிறாயே; அது உண்மையானால், அவர்களைக் காண யார் இருந்தனர் என்று கேட்கத் தோன்றும், ஆனால், கேட்கக்கூடாது. அந்நாளில் கேட்பது நாத்திகம்!

இப்படியும் ஒரு பைத்தியம் இருந்ததா என்று கேட்பீர்கள், இதில் என்ன அதிசயம்? விமானம் பறக்கும் இந்த விஞ்ஞான காலத்திலேயும் நமது நாட்டிலே, ஆயிரம் தலை படைத்த ஆதிசேஷனைக் கண்டது யார், தலைகளை எண்ணிக் கணக்கெடுத்தது யார், ஆதிசேஷன் தான், அண்டத்தைத் தாங்கிக்கொண்டு, கீழே இருப்பதாகக் கூறுகிறாயே, அண்டத்திலே இருப்பவர்கள் அதை எப்படிப் பார்த்திட முடியும், என்று கேட்டுப் பாருங்களேன், மதவாதிகளை, ஆத்திகர்களை, என்ன கோபம் வருகிறது பாருங்கள் - நாத்திகன் என்று எவ்வளவு ஆத்திரத்துடன் கூறுகிறார்கள், பாருங்கள்.

இன்று இங்கு நிலைமை இவ்விதம் இருக்கும் போது அந்த நாட்களில், கிரேக்க நாட்டு ஆத்திகர்கள், அவ்விதம் இருந்ததிலே ஆச்சரியமா கொள்கிறீர்கள். அதைப் பித்தம் என்று கூறினால், இன்னும் இங்குள்ள விசித்திர சித்தர்களின் போக்கை என்னவென்று சொல்வீர்கள்.

மனிதர்கள் கதை கிடக்கட்டும் - கடவுள்களின் கதையைக் கவனிப்போம்.

குழப்பதேவனும் இருளித்தேவியும், நீண்ட காலத்துக்குப் பிறகு, சலிப்பேற்பட்டு, தங்கள் அலுவலுக்கு உதவியாக எரியஸ் எனும் மகனை அழைத்தார்கள்.

மகன் செய்த மகத்தான முதற்காரியம் என்ன தெரியுமோ? தந்தையை ஆட்சிப்பீடத்திலிருந்து விரட்டியது தான்! விபரீதமாக இருக்கிறதே என்பீர்கள் - இதற்கே பதறாதீர்கள் - மேலும் உண்டு விபரீதம். தந்தையை விரட்டிய எரியஸ், தனிமையை விரும்பவில்லை! தாரம் தேவைப்பட்டது. என்ன செய்தான்? தாயையே தாரமாக்கிக் கொண்டான்.

மகனை மணாளனாகப் பெற்ற மாதாவும், அவன் மனம் கோணாமல் நடந்துகொண்டதுடன், ஈதர், எமிரா எனும் இரு குழந்தைகளைப் பெற்றெடுத்தாள்.

இந்த இரு மக்களும், தம் பெற்றோரை விரட்டிவிட்டு, ஆட்சிப்பீட மேறினர். எராஸ் எனும் மகவு பிறந்தது. மூவருமாகச் சேர்ந்து, கடல், பூமி, இரண்டையும் படைத்தனர்.

பூமி பசுமையற்று, ஜீவனற்று இருந்தது. ஆதியில், எராஸ், தன் அதிசய அம்பை எய்தான்! செடியும் கொடியும் முளைத்தன! பட்சி வகைகள் பறந்தன! மீன்கள், குளங்களில் உலவின. மிருகங்கள், கானகங்களிலே உலவின; எங்கும் மகிழ்ச்சி - மலர்ச்சி!

பூமி - ஒரு தேவி! இந்த அம்புவிட்டு அற்புதம் நிகழ்த்திப் பிறகு, அந்த அணங்கு துயிலெழுந்து, தன்னைச் சுற்றிலுமுள்ள சோபிதம் கண்டு, ரசித்து, காதலுள்ளம் கொண்டு, யுரானஸ் எனும் தேவனைச் சிருஷ்டித்தாள் - மணம் முடிந்தது - இருவருக்கும்.

பூமாதேவிக்கு, கியா எனப் பெயர் - மணாளன் பெயர் யுரானஸ்! கியா பூமி; யுரானஸ், விண்ணுலகு! விண்ணுக்கும் மண்ணுக்கும் திருமணம்!

இந்தத் தம்பதிகளுக்குப் பலசாலிகளான 12 மக்கள் பிறந்தனர் - இவர்களுடைய ஆற்றலைக்கண்டு, யுரானஸ் அஞ்சினான். இந்தப் பிள்ளைகள் வளர்ந்தால், தமது ஆற்றலால் தன்னை அழித்துவிடுவர், என்ற அச்சங் கொண்டு, பன்னிருவரையும் பிடித்து பாதாளத்திலே கொண்டு போய், இரும்புச் சங்கிலிகள் கொண்டு கட்டிவிட்டான்.

இந்தப் பன்னிருவரில், ஆறுபேர் ஆடவர், அறுவர் பெண்டிர். பாதாளச் சிறையிலிருந்து இந்தப் பிரம்மாண்டமான மக்கள் வெளிவர முடியாது, எனவே தனக்கு அழிவு கிடையாது என்று அகமகிழ்ந்து யுரானஸ் இருந்தான்; மக்களைப் பெற்ற மாதாவுக்கோ,

தாங்கொணாத் துயரம்; கணவனுடன் வாதாடிப் பார்த்தாள்; பலன் இல்லை - எனவே அவளும், பாதாளலோகம் சென்று விட்டாள்; தன்மக்களைத் தூண்டினாள், தகப்பனைத் தாக்கச் சொல்லி.

பன்னிருவரில், கடைக்கோட்டி. குரோனஸ் - அவன் தான் ஆரத்தெழுந்தான் அன்னை உரைகேட்டு - கோடரி தந்தாள் அன்னை - கொண்டு சென்றான், தந்தையைத் தோற்கடித்து சிம்மாசனம் ஏறினான் - தந்தை, மகனைச் சபித்தான், நீயும் உன் மகனாலேயே, மாளக்கடவாய் என்று.

குரோனஸ், தன் உடன் பிறந்தாரைப் பாதாளச் சிறையிலிருந்து மீட்டான் - தன் தங்கை, ரியா என்பாளை மணம் புரிந்து கொண்டான். ஒலிம்பஸ் எனும் உயர்மலை மீது, வெற்றிகண்ட குரோனஸ் வீற்றிருந்தான்.

ஒரு நன்னாள், மகனொருவன் பிறந்த சேதி கேட்டான் குரோனஸ், உடனே தந்தையிட்ட சாபம் கவனத்திற்கு வந்தது - பதறினான் - தாரமான தங்கையிடம் சென்றான். தருக மகவை! என்று கேட்டான். அவளும் அகமகிழ்ச்சியுடன் தர, வாங்கினவன், அவள் கண்டு பதறும்படி அதனைத் தன் வாயில் போட்டு விழுங்கிவிட்டான்.

இப்படிப் பல குழந்தைகளை அவன் விழுங்கிக் கொண்டு இருந்தான் - சாவை தடுத்துக்கொள்ள, மாதாவின் மனம் பற்றி எறிந்தது. ஒரு மகவையாவது காப்பாற்றியே தீருவது என்று தீர்மானித்தாள். ஜூவஸ் பிறந்தான். பிறந்ததும், குழந்தையைச் சில தேவகன்னியரிடம் கொடுத்து, இடா மலையில் எவருக்கும் தெரியாவண்ணம், வளர்த்துவர ஏற்பாடு செய்தாள். கொடு குழந்தையை எனக் கொடியோன் கேட்டான். மன்றாடினாள் - அவன் பிடிவாதம் செய்தான் - எனவே, தந்திரமிக்க அவள், ஒரு பெருங்கல்லை, ஆடை போர்த்து, அவனிடம் தந்தாள் ஆத்திரக்காரனுக்குப் புத்தி மட்டு தானே! அப்படியே விழுங்கினான், தன்னைக் கொல்லப்பிறந்த குழந்தையை விழுங்கியதாகவே எண்ணி எக்களிப்புக் கொண்டான். குழந்தையோ, தேவகுமாரிகள் சீராட்டிப் பாராட்டி வளர்க்க, நாளொரு மேனியும் பொழுதொருவண்ணமுமாக வளர்ந்து வந்தது.

இடாமலையில் ஒரு குகையில் இங்ஙனம் வளர்ந்து வந்த ஜூவசுக்குப் பால் தரும் பணியினை ஏற்றுக்கொண்டிருந்ததாம் ஒரு ஆடு - அதற்குப் பெயர், அமால்தியா என்பதாகும்...

ஆண்டவனுக்குப் பாலூட்டியதற்காக அந்த ஆட்டுக்குப் பரமபதம் பிறகு கிட்டிற்றாம்.

கரி, நரி, பரி, கருங்குருவி, ஓணான் முதலியவற்றுக்கெல்லாம், பரமபதம் கிடைத்ததாக நம்மிடம் புராணம் உண்டல்லவா? கிரேக்கப் புராணீகன் ஆட்டுக்கும் பரம பதம் அளித்தான். இன்று, ஆடு அமரர் உலகு அடைந்த கதையைக் கூறினால், கிரேக்க நாட்டிலும், அறிவு முன்னேறியுள்ள எந்த நாட்டிலும் கைகொட்டித்தான் சிரிப்பார்கள். இங்கோ, ஓணான் முக்திபெற்ற கதையைக் கேலியாக யாரேனும் பேசினால், ஓம் சாந்தி என்ற மந்திரத்தை உச்சாடனம் செய்யும் நல்லவருங்கூட, பாவீ! நாத்திகா! என்று கோபிப்பர்! அறிவு இங்கு அந்த அளவுக்கு ஒத்துழையாமை செய்கிறது.

ஜூவசின் பாலபருவம் இப்படி இருந்தது - தந்தை அப்படி ஒரு குழந்தை இருப்பதாகவே, அறியாமலும், தாயின் பாசத்தைப் பெற முடியாமலும், தாதிமார் தயவால் வாழும் நிலை. ஓரளவுக்கு நமது புராணங்களில், முருகன் வளர்ப்புக்குக் கார்த்திகைப் பெண்களைக் குறிப்பிடுவதுபோல!!

குழந்தை அழுது, அந்தச் சத்தம், தந்தையின் காதிலே விழுந்தால் என்ன செய்வது என்பதற்காக, தந்திரமான ஓர் ஏற்பாடும் இருந்ததாம். பூஜாரிகள் பலர் கூவுவதும் கொக்கரிப்பதும், கூத்தாடுவதும், ஆயுதங்களைக் கொண்டு பேரொலி கிளப்புவதுமாக இருப்பராம். இந்த அமளிச் சத்தத்திலே அமிழ்ந்து போகுமாம் ஜூவசின் அழுகைச் சத்தம்.

குரோனஸ், குதூகலமாக வாழ்ந்து வருகையில், குழந்தை ஜூவஸ் வளர்ந்து வரும் செய்தி எட்டிற்று. அச்சமும் ஆத்திரமும் கொண்டான்; ஜூவசைக் கொல்லத் தீர்மானித்தான். ஆனால் தந்தை போர்க்கோலம் பூணுமுன், தனயன் கிளம்பித் தாக்கினான். தகப்பன் தோற்கடிக்கப்பட்டான். வெற்றி பெற்ற ஜூவஸ், தந்தையின் அரியாசனத்தில் அமர்ந்து தாயின் மந்திராலோனைப்படி ஆட்சி புரியலானான். குரோனஸ் விழுங்கிய குழந்தைகளை எல்லாம், மீண்டும் அவன் உள்ளிருந்து வெளியே, உயிருடன் கொண்டு வருவதற்காக, கடும் விஷமொன்றைத் தயாரித்து, குரோனசை பருகச் செய்தான் - உடனே, உள்ளே இருந்த பாசிடன், ப்ளூட்டோ, ஹெஸ்ட் டியா, டெமீடர், ஹீரா எனும், குழந்தைகள் யாவும் வெளியே வந்தன, உயிருடன். இவை மட்டுமா, குழந்தையென நம்பி விழுங்கிவிட்டானே, கல், அதுவுங்கூட வெளியே வந்துவிட்டதாம். உடன் பிறந்தார்களை, தந்தையின் வயிறாகிய சவக்குழியிலிருந்து மீட்டான்.

இப்படிப்பட்ட ஆற்றலைக் காட்டிய ஜூவஸ் ஆண்டவனானான். அதற்குப் பிறகும், ஜூவஸ், அசுரர்களுடன் போர் புரியவும், தன் ஆதிக்கத்தை எதிர்த்த தேவர்களுடன் போர் புரியவும் நேரிட்டது. எல்லாவற்றிலும், ஜூவஸ் வெற்றி பெற்றான். எனவே, அவன் ஆதிக்கத்துக்கு அண்டம் அடங்கிற்று.

இத்தகு கதைகளை, புண்ய கதைகளாகக் கொண்டு, நெடுங்காலம் வரையில், கிரேக்க மக்கள் ஜூவசைப் பூஜித்து வந்தனர்.

கடவுள் எனத் தொழுகிறோமே, தாய் தந்தை, பாட்டன் பாட்டி, என்று குடும்பம் கற்பிக்கிறோமே, வம்சாவளிக்குக் கதை கூறுகிறோமே, சரியா, என்று புராணீகனும் எண்ணவில்லை. மக்களும் எண்ணவில்லை. அவ்விதமான எண்ணமே நாத்தீகமாகக் கருதப்பட்டது.

ஒலிம்பஸ் மலையையும் அதன் மீதமர்ந்து அண்டத்தைப் பரிபாலிக்கும் தேவனையும் குறித்து, சந்தேகப்படுபவன், சண்டாளனாகக் கருதப்பட்டான். காவியங்கள் புனைந்தனர், ஜூவசின் அருமை பெருமை பற்றி! பூசைகள் ஏராளம்! மலைமலையாகக் காணிக்கைகள்! மந்தை மந்தையாக மெய்யன்பர்கள்! கோயில்கள் பிரம்மாண்டமான அளவில்! இவ்விதமான கோலாகலத்துடன் கிரேக்க மக்களின் கருத்தில் ஆதிக்கம் செலுத்தி வந்த ஜூவசுக்கு, இன்று என்ன மதிப்பு தருகின்றனர், கிரேக்க மக்கள்! கடவுள், என்ற நிலையே இல்லை. கடவுள், இப்படிப்பட்ட குணமும் செயலும் கொண்டவராக இருக்க முடியாது. குடும்பக் கலகமும் கொடிய ஆயுதம் கொண்டு கொல்வதும், ராஜ்யத்தைப் பிடிப்பதும், ரணகளத்தில் உழல்வதுமாக இருப்பது, ஆண்டவனுக்குரிய இலட்சணமல்ல, மக்களின் மதியில் மூடுபனி மிகுந்திருந்தபோது மூண்டெழுந்த அச்சமும் ஆவலுமே, இவ்விதமான கற்பனைகள் முளைக்க இடமளித்தது. இயற்கையின் கோலாகலத்துக்கு விளக்கம் கிடைக்காதபோது, பிரபஞ்ச உற்பத்திக்குக் காரணம் விளங்காதபோது பாமரர் பலவிதமான, கற்பனைகளைக் காரணமாகக் கொள்ளத்தொடங்கினர். ஒலியும் ஒளியும் அவர்களுக்கு பயத்தை மூட்டிற்று! புயலும் மழையும் அவர்களுக்குப் பீதியைத் தந்தன! உயரமான மலைகளும், விரிந்து பரந்து கிடந்த கடலும் அவர்களுக்கு ஆச்சரியமூட்டின. இந்த அற்புதங்களை நிகழ்த்திக்கொண்டு, பல கடவுள்கள், விண்ணில் இருந்து தீரவேண்டும் என்ற எண்ணம் உதித்தது - பயம் பிறந்தது - பக்தி உதித்தது - கடவுள்களைச் சாந்தப்படுத்த வேண்டும், சந்தோஷப்படுத்த வேண்டும், உதவி பெறவேண்டும் என்ற

எண்ணம் ஏற்பட்டது. பூஜாரிகளாயினர் தந்திரமிக்கோர், மக்களின் அச்சத்தையும் ஆவலையும் அடிப்படையாகக் கொண்டு, கற்பனைக் கதைகளைக் கோத்தனர், புலவர்கள்; பூஜாரிகள், இவைகளைப் புண்ய கதைகளாக்கினர்; கோயில்கள் கட்டப்பட்டன; கூட்டம் கூட்டமாகக் கடவுள்கள் அமைக்கப்பட்டனர்.

இந்த அஞ்ஞானம் தொலையவும் மெய்ஞானம் பிறக்கவும், பகுத்தறிவாளர்கள் பட்டபாடு கொஞ்சமல்ல.

இப்படி எல்லாம் இருக்க முடியுமா, என்ற எண்ணம் தோன்றிய போதே, பயத்தால் நடுங்கிப் போனவர்கள், எவ்வளவு பேரோ! மெல்லிய குரலில் மெத்த வேண்டியவர்கள் என்று நம்பிக்கொண்டு, சிலரிடம் கூறி, அவர்களாலேயே, பித்தன் என்றும் பேய்ச்சித்தன் என்றும் பழிக்கப்பட்டவர்கள் எவ்வளவு பேர்களோ! காட்டிக் கொடுக்கப்பட்டவர்கள், எத்தனை பேர்களோ! துணிந்து, பலாறியத் தமது சந்தேகத்தைக் கூறி, எதிர்ப்புணர்ச்சியைக் காட்டி, அதனால், சித்ரவதைக்கு ஆளானவர்கள் எவ்வளவு பேரோ!

பலிபீடத்தில் ஏராளமான இரத்தம் சிந்தப்பட்ட பிறகே, பகுத்தறிவாளரின் குரல், மக்கள் செவியில் விழவும், பாமரரின் சிந்தனையில் தெளிவு பிறக்கவும் முடிந்தது. கடவுள்கள் என்ற நிலைபெற்ற கற்பனையுடன் அறிவு, மோதுதல் செய்யவேண்டி நேரிட்டபோது, பாமரமக்கள் கற்பனையின் பக்கம் தானே திரண்டு நிற்பர்! பாமரரின் பகையினால், வீழந்தவர் போக, மிச்சமிருந்த பகுத்தறிவாளர்கள், தூக்குமேடைக்கும் அஞ்சாது, உண்மையை உரைத்தனர் - உழைத்தனர் - வாதிட்டனர் - போரிட்டனர் - வென்றனர். ஜூவஸ், மாஜி கடவுளானார்! அறிவு வென்றது! அஞ்ஞானம் தொலைந்தது!!

ஹுரா, ஜூவசுக்குத் தங்கை; தங்க நிறமும் ஆவலைத் தூண்டும் பேரழகும், கண்டோர் கை கூப்பி நிற்கும் எண்ணம் கொள்ளத்தக்க கெம்பீரமும், கொண்ட அம்மை! பெருங்கவியாம் ஹோமர் (Homer) 'காளைக்கண்ணழகி' என்று வர்ணித்திருக்கிறார். ஹுரா, ஜூவசின் தங்கையாகப் பிறந்து வளர்ந்தார் – ஆனால் ஜூவஸ், ஹுராவைத் தாரமாக்கிக் கொண்டார். தேவன், தேவி என்ற முறையில் அரசோச்சலாயினர்.

3. ஹீராதேவி

ஹீரா ஜூவசுக்குத் தங்கை; தங்க நிறமும் ஆவலைத் தூண்டும் பேரழகும், கண்டோர் கைகூப்பி நிற்கும் எண்ணம் கொள்ளத்தக்க கெம்பீரமும் கொண்ட அம்மை! பெருங்கவியாம் ஹோமர், *(Homer)* "காளைக்கண்ணழகி" என்று வர்ணித்திருக்கிறார்! நமது நாட்டுக் கவிவாணர்கள் 'கமலக்கண்' என்பார்கள், ஏனோ தெரியவில்லை, அவர், அம்மையைக் 'காளைக்கண்ணழகி' என்றுரைத்தார்; கணவனின் காமாந்தகாரத்தைக் கண்டிப்பதிலும் அவனுடைய காமக்கூத்துக்கு இணங்குபவர்களை வாட்டி வதைப்பதிலும், ஹீரா, திறமைசாலி; கண், காளைக்கு இருப்பது போல இருந்தது போலும்!

ஹீரா, ஜூவசின் தங்கையாகப் பிறந்து வளர்ந்து வந்தாள் - ஆனால் ஜூவஸ், ஹீராவைத் தாரமாக்கிக்கொண்டார்; தேவன், தேவி என்ற முறையில், அரசோச்சலாயினர்.

ஹீரா தேவியாருக்கு, ஸ்வர்ண சிம்மாசனம்! பசு, மயில் குயில், இவை மூன்றும், தேவியினால் உத்தமமானவைகளாகக் கருதப்பட்டன.

ஜூவஸ், ஹீரா, திருமணம், மிக மிக விமரிசையாகக் கொண்டாடப்பட்டது. கலியாணத் தோட்டத்திலே, கடவுட் கூட்டம், களிநடமாடித் தம்பதிகளைப் புகழ்ந்து பாராட்டினர்! பூமியும் பூரித்தது இத் திருமணச் 'சேதி' கேட்டு; பொன் ஆப்பிள்கள் காய்த்துக் குலுங்கும் ஒரு அற்புதமான மரம், பூமியிலிருந்து திடீரென முளைத்ததாம்.

தங்கை தாரமானாள்! தயாபரனின் திருவிளையாடல்! பகுத்தறிவுத் துறையினர், ஆராய்ச்சியாளர் என்போர் மட்டுமல்ல, சாதாரண மக்கள் கூட இன்று, இச்செய்தியைக் கேள்விப்பட்டால்,

பதைப்பர், அருவருப்படைவர்; "இது என்ன கடவுளய்யா!" என்று கடிந்துரைப்பர். எவனோ கருத்துக் குழப்பமுடையோன், கட்டிவிட்ட கதை இது, கடவுளின் குணமும் இலட்சணமும் அறியாதவன் எவனோ தீட்டிவைத்த தீய ஏடு என்று தீர்ப்பளிப்பர். ஆனால் அன்று! ஆத்திகத்தின் அடையாளமே, அந்தத் தேவமாக் கதையைப் பக்தியுடன் ஏற்றுக்கொண்டு, பாராயணம் செய்வது தான். ஜூவசைத் தொழுவது போலவே ஹீராவையும் பூஜிக்க வேண்டும்; இருவருக்கும் திருமணம் நடைபெற்றதே, கேட்பதற்கே கர்ண கடூரமாக இருக்கிறதே என்று எண்ணுபவன் பாவி; சொல்லத் துணிபவன் சொல்லொணாச் சித்ரவதைக்கு ஆளாக்கப்படுவான், பக்தர்களால்! பூஜாரி பூபதியிடம் புகார் கூறுவான், "மன்னவா! மாபாவி ஒருவன்; ஹீரா மாதாவைப் பழித்துப் பேசுகிறானாம்! இம்மண்டலம் அழிந்துபடும், மாதா கோபங்கொண்டால். தேவியாரின் திரு அருளால் தான் நீ மன்னனானாய்! மண்டலம் செழிப்புடன் இருக்கிறது. மாபாவியை, இன்றே கொன்றுவிடு, மாதாவின் கோபம் கிளம்பாமுன்; நாத்திகம் பரவாமுன்; நாசம் உன்னையும் உன் நாட்டையும் தொடா முன்பு!" பூபதியும், "அந்தப் புத்தியற்றவனை இழுத்து வா!" - என்று உத்தரவிடுவான்; சந்தேகம் பேசியவன் தலை உருளும் கீழே! அது அந்த நாள் நிலை - ஆத்திகம்.

ஹீரா தேவியார், அண்ணனை நாயகனாகக் கொண்டு அண்டத்தை ஆளும் நிலையைப் பெற்று இருந்தபோதிலும், அவர்களுக்கு அடிக்கடி தொல்லையும் துயரமும், வந்தபடியே இருந்தன. ஏன்! கணவனின் குணம், ஒரு மாதிரி! கட்டழகி எங்கு இருந்தாலும் - தேவலோகமானாலும் பூலோகமானாலும், ஜூவஸ் தேவனுக்கு, காதல் பிறந்துவிடும். முறையா? சரியா? தன் உயர்நிலைக்கு ஏற்றதாகுமா என்பது பற்றிச் சிந்தித்துக்கொண்டிருக்கமாட்டார் - சாமான்ய மக்களல்லவா, இவைகளைப் பற்றி யோசிக்க வேண்டியவர்கள்! மூல தேவனுக்குமா, இது! செச்சே! அவர், கடவுள் - எனவே, கட்டுத் திட்டம் - நீதி நேர்மை இவை பற்றிக் கவனிக்க வேண்டியவரல்ல - கண்ணைக் கவர்ந்தாள் ஒரு காரிகை என்றால், அவள் கடவுளுக்கு அர்ப்பணம் தான்! விடமாட்டார் ஜூவஸ்! அவருடைய இந்தக் காதல் விநோதம் பல விபரீதங்களுக்கு இடமளித்தது.

ஹீரா தேவியாருக்குக் கோபமும், பொறாமையும் ஆத்திரமும், வராமலிருக்குமா! பேரழகி நானிருக்க, இவர் வேறோர் மங்கையை நாடுவதா! அவள் தான், என்ன எண்ணுவாள் என்னைப்பற்றி! அவனிதான், என்ன எண்ணும் ஜூவஸ், ஹீரா இருக்க, வேறோர் பெண்ணைத் தேடி அலைகிறார் - ஆகவே, ஹீரா, ஒரு சமயம்

அவலட்சணமோ! - என்றுகூடப் பேதைகள் பேசக்கூடுமே. ஜூவசின் காதலைப் பெறும் காரிகை, கர்வமும் அடையக்கூடுமே - ஹீரா தேவியைவிட நான் அழகு வாய்ந்தவளாக இருப்பதால் தான், ஆண்டவன், நம்மை நாட நேரிட்டது - என்றல்லவா எண்ணி ஆணவம் கொள்வாள் எப்படி இதைச் சகித்துக் கொள்வது! ஏன் சகித்துக்கொள்ள வேண்டும்? என் உரிமையை ஏன் இழக்கவேண்டும்? என்றெல்லாம் எண்ணி, ஹீரா தேவியார், ஜூவஸ் தேவனின், காமக்களியாட்டத்துக்குத் தன்னால் முடிந்த அளவும் முட்டுக்கட்டை போட்டபடி இருப்பார்களாம். அம்மை இது செய்யாதிருந்தால், ஐயனின் லீலாவிநோதம் இன்னும் எவ்வளவு வளர்ந்திருக்குமோ - புராணிகனுக்கு இன்னும் எத்துணை புனிதப் புளுகுகள் கிடைத்திருக்குமோ, யார் கண்டார்கள்.

கணவனின் நடவடிக்கைகளைச் சதா கண்காணித்து வந்த, ஹீராவுக்கு, ஒரு சமயத்தில் ஜூவஸ், ஒரு புதுப் பாத்திரத்தின் மீது மோகம் கொண்டிருக்கிறார் என்ற தகவல் கிடைத்தது; கோபம் மூண்டது.

ஜூவசின் கருத்தைக் கவர்ந்த அந்தக் கட்டழகி, ஆற்றுத் தேவன் இனகஸ் என்பானின், குமரி, அழகி, பெயர், அயோ. அவளை அணுகினார். ஜூவஸ் கடவுளின் காதலை அந்தக் கட்டழகி ஏற்றுக்கொண்டாள். இந்தச் சேதி தான், எட்டிவிட்டது ஹீராவுக்கு; விட்டேனா பார், அவளை! - என்று கூறியபடி விண்ணிலிருந்து கீழே தாவினாள் தேவி! தேவன் இதை அறிந்தான் - காதலியை, மனைவியின் கோபத்திலிருந்து காப்பாற்ற வேண்டி, கருமேகங்களை அவசர அவசரமாகப் படைத்து வானத்தில் உலவவிட்டான்; அவைகள், திரைபோலாகி விட்டன. தேவி அவைகளை ஊடுருவிக்கொண்டு வந்து சேருவதற்குள், அழகி அயோவை, ஒரு பசுங் கன்றாக உருமாற்றிவிட்டு, ஜூவஸ் தேவன், ஏதுமறியாதவர் போலிருந்து வந்தார். ஹீரா, கோபத்துடன் வந்திறங்கி, கொடியவளைக் காணாமல், பசு இருக்கக்கண்டு, பதியை நோக்கி, "இது என்ன?" என்று கேட்க, பரமன் "ப்ரியே! பார் இதனை! இப்போது தான் இதனை நான் படைத்தேன்" என்று பசப்ப, தேவி, இதிலேதோ சூது இருக்கிறது என்று எண்ணி, "ஆம்! ஆருயிரே! அழகின் வடிவமான இப்பொருளை, தங்கள் அருந்திறமையால் படைக்கப்பட்ட இதனை, அடியாளுக்குத் தரவேண்டுகிறேன்" என்று கெஞ்சலானாள். என்ன செய்வார் ஜூவஸ்! சரி, என்றார். இழுத்துச் சென்றார் தேவியார், இன்பவல்லியாக இருந்து இறைவனால் பசுவாக்கப்பட்ட, ஆற்றுத் தேவனின் அழகு மகளாம் அயோவை.

யோசுவாக உருமாற்றப்பட்ட பாவையை, ஒரு ஆற்றோரத்தில் மேயவிட்டு, பத்திரமாகப் பாதுகாத்து வரும்படி, ஹீரா தேவியார் ஆர்கஸ் என்ற தன் ஏவலாளை அமர்த்தினாள்.

இந்த ஆர்கஸ், ஒரு அற்புதப் பேர்வழி! நமது புராணிகன், இந்திரனுக்கு ஏதோ ஓர் இக்கட்டின் காரணமாக, ஆயிரம் கண் ஏற்பட்டதாகக் கதை திரித்தான். கிரேக்கப் புராணிகன், இந்த ஆர்கஸ் எனும் குட்டிக் கடவுளுக்கு, உடலெல்லாம் கண் உண்டு, என்று கயிறு திரித்து வைத்தான். எந்தச் சமயத்திலும், ஆர்கஸ், ஏதாவது இரண்டு கண்களைத்தான் மூடிக்கொள்வானாம் - தூங்க! கண்கள் தான் எண்ணற்றன! எனவே, தூங்கினாலும், விழித்துக்கொண்டிருப்பது போலத்தான்! இரு கண் மூடிக்கிடக்கும்! மற்ற கண்கள் திறந்து இருக்கும்; எனவே இந்தப் பலகண் தேவன், எதையும் பார்த்துக் கொண்டே இருப்பான்! அயோ, தப்ப முடியவில்லை - ஜூவஸ், நெருங்க முடியவில்லை! ஹீராவின் திட்டம் வெற்றி தந்தது! தேவன், வேதனையுற்றான்! கடவுள் தான். எனினும் காதல் பாருங்கள்! இலேசானதா அந்தச் சக்தி!

அருமை மகள் அயோவை இழந்த இனாகஸ், தவியாய்த் தவித்தான் - எங்கெங்கு தேடியும் அவள் கிடைக்காததால், ஏக்கமுற்றான். அலைந்தான், மகளைத்தேடி! பசுவாகி, அவள் மேய்ந்து கொண்டிருந்த இடம் வந்தான் - மகளைக் காணோமே என்று பதைத்தபடி பசுவைப் பார்த்தான் - பார்த்து? அவன் மகளை அல்லவா தேடுகிறான்! மகள் தான் அந்தப் பசு என்பதை அவன் கண்டானா! அயோவுக்குத் தெரிந்துவிட்டது, தன் தகப்பன் வந்திருப்பது. “அப்பா! இதோ நான் இருக்கிறேன்” என்று கூறமுடியவில்லை - எனவே, கால் குளம்பினால், தரையிலே, அயோ என்று கீறிக் காட்டிற்றாம் பசு!

“என்ன அண்டப்புளுகய்யா இது - பசுவாக மாறிடுவதாம் - அதேபோது வந்திருப்பது தகப்பன் என்று தெரிவதாம் - அவ்வளவு அற்புத சக்தி இருந்தும், பேச மட்டும் முடியாதாம் - ஆனால் எழுதத் தெரிகிறதாம் இதெல்லாம் என்ன புளுகுமூட்டை! இப்படிப்பட்ட புளுகுகளையா, புனிதனைப்பற்றி மக்கள் பூஜிப்பதற்காக என்றுகூறிப் புனைவது!” என்று இன்று, நம் நாட்டவர் கூடக் கூறுவர் - நல்லறிவு அந்த அளவுக்குப் பரவி விட்டது. ஆனால், அன்று, இதுபோல கிரேக்க நாட்டிலே, எவனாவது பேசினால், அவன் நாத்திகனாக்கப்படுவான்! அன்று அங்கு! இன்று! இங்கு என்ன நிலை?

இதுபோன்ற, அர்த்தமற்ற ஆபாசம் நிரம்பிய கதைகள் கடவுட் கதைகளாக உள்ளன, பாராயணத்துக்கு உரியன! பக்தர்களுக்குப் பரவசம் தருவன! பகுத்தறிவாளன், அவற்றினைக் கண்டித்தால் போதும் பாய்வர் அவன்மீது! பாபீ! நாத்திகா! என்று சீறுவர். முருகன், கடவுள் என்கிறீர்! அவர், வேங்கை மரமாக மாறினார் என்கிறீர்! அதுவும், கள்ளத்தனமாக ஒரு பெண்ணைக் காதலிக்க, என்று கூறுகிறீர்- கடவுளுக்கு இந்த வேலை தேவையா?

“காயாத கானகத்தில் நின்றுலாவும் நற்காரிகையை” அடைய, முருகன், இவ்வளவு செய்யத்தான் வேண்டுமா? வள்ளியோ, மானிடமகள்! முருகனோ கடவுள்! எம்மாத்திரம், அவர் மனது வைத்தால்! நாரதர் போதாதா, தூதுபோக! நம்பிராஜன் மறுத்தா விடுவான்! வேடனாவானேன், வேங்கையாவானேன், கிழவனாவானேன், வேழத்தை அழைப்பானேன், இதெல்லாம் யார் நம்புவது!” என்று கூறிப்பாருங்கள், திருப்புகழ் படிக்குமவர் சீற்றமதனாலே, “சிறுமதியாளனே! பெருநெறி அறியாய்! சிவனாரின் மகனின் சேதியும் தெரியாய்! உருத்தெரியாமல் ஒழிப்பான் உனையே!” என்றெல்லாம் ஏசுவர். இன்றும், இதுபோன்ற நிலை இங்கு.

பாவை பசுவானது, குளம்பினால் பெயர் தீட்டிக் காட்டியது போன்ற, புராணங்களை இன்று, கிரேக்க நாட்டிலும், அறிவு பரவியுள்ள எந்த நாட்டிலும், பித்தர் பட்டியில் உள்ளோரும் நம்பார்! ஒரு காலத்து ஆத்திகம், இன்று அறிவுச்சூன்யம், என்று அங்கு ஆக்கப்பட்டு விட்டது.

மகளே இந்தப் பசு என்று கண்டு ஆற்றுத்தேவன் மனம் பதறினான்! இக்காட்சியைக் கண்டான் பலகண் தேவன், ஆர்கஸ் விரட்டியடித்தான், விம்மும் தந்தையை. மற்றோர் வெற்றி, ஹீரா தேவியாருக்கு; மனவேதனை, ஜூவஸ் தேவனுக்கு.

இந்தப் பல கண்ணனை ஒழித்தால்தான், பசுவை மீண்டும் பாவையாக்கி மகிழமுடியும் என்ற தீர்மானத்துக்கு வந்தான் ஜூவஸ். ஹெர்மிஸ் என்ற குட்டிக் கடவுளை ஏவினான், எப்படியாவது ஆர்கசை, அழித்துவிட்டு வரச்சொல்லி. அவன், ஒரு அற்புதமான குழலெடுத்து ஊதினான் - கேட்போர் மயங்கும் விதமாக! நமது புராணீகன் கண்ணனின் குழலைப்பற்றிக் கதை கட்டினானல்லவா. அதுபோல் பசுவும் கன்றும், பாவையரும் பாம்பும், கண்ணனின் குழல் கேட்டு மயங்குவர் என்று துவக்கிய புராணீகன், பாரதப் பெரும்போரே நேரிடாதபடி, குழலை ஊதினான் கண்ணன், துரியன் சபையில், துரியன் பாண்டவர் மீதிருந்த பகை

நீங்கப்பெற்று, தூயமனத்தினனாகி, அவரடி தொழுது, தர்மனைத் தழுவி, தூய துரியனானான் என்று முடிக்கவில்லையல்லவா! குழல், ஒரு அளவுக்குத்தான் பயன்பட்டது. அங்கும் அவ்விதம் தான்! எல்லோரையும் மயக்கிய அந்தக் குழல் பல கண்ணனை மயக்கவில்லையாம்! அவன் வழக்கம்போல்; இருகண் மூடியாகவே இருக்கக்கண்டான் ஹெர்மிஸ். எனவே, வேறோர் தந்திரம் செய்தர்னாம்! சுவையான கதை ஒன்று கூறினானாம், அதைக் கேட்டுக்கொண்டே, ஆர்கஸ் தூங்கிவிட்டானாம் - எல்லாக் கண்களையும் மூடிக்கொண்டு. இதுதான் சமயமெனக் கண்ட ஹெர்மிஸ், அவனைக் கொன்று, அயோவைச் சிறைமீட்டானாம்! எனினும், பசுவைப் பாவையாக்க முடியவில்லை குட்டிக் கடவுளால். ஹீரா தேவியாருக்கு, விஷயம் தெரிந்தது - கோபம் மூண்டது, இறந்துபட்ட ஆர்கசின், பல கண்களை எடுத்து, தன் பிரியத்துக்குரிய மயிலின் தோகைக்குக் கண்களாக அமைத்துவிட்டு - ஒரு விஷவண்டைச் சிருஷ்டித்து அயோமீது ஏவினாள். அது கொட்ட, பசு, துடிதுடித்து, வலி தாங்கமாட்டாமல் கடலிலே வீழ்ந்து, நெடுந்தூரம் - சென்று கடைசியாக, ஈஜிப்ட் சென்றதாம். ஜூவஸ், தேவியுடன் போட்டியிட்டுப் பயனில்லை என்று கண்டு, கெஞ்சிட, தேவி போனால் போகிறது என்று பசுவை மீண்டும் பாவையாக்கினாராம் - ஆனால் ஜூவசின் காதலியாக்கவில்லை!

இங்ஙனம், ஹீரா தேவியார், வீராங்கனையாய் விளங்கினார்! அதைக் கூறியே, பக்தர்கள், விசேஷ பூஜைகள் நடத்திவந்தனர் ஹீராவுக்கு, நெடுங்காலம்!

ஜூவசின் மற்றோர் காதல் விளையாட்டையும், அம்மை, கருகச்செய்து, தன் வீரத்தைக் காட்டினாராம்.

ஆர்கேடியா நாட்டிலே ஒரு வள்ளி! - வேடர் குலமாது - அழகி - எனவே ஜூவஸ், காதல் வேட்டையில் ஈடுபட்டார்! கணவன்மீது - கோபக் கணைகளை ஏவினாள், ஹீராதேவி!

இந்த அழகியின் பெயர் காலிஸ்ட்டா. கட்டழகி காலிஸ்ட்டா, டயானா தேவிக்குத் தோழி! வழுக்கி விழுந்தவளல்ல! வானவில்போன்ற வசீகரமிக்க அழகி! ஒருநாள், அலுத்துப்படுத்து உறங்கிக்கொண்டிருந்தாள், பச்சைப் பசும் புற்றரைமீது. பத்தரைமாத்துத் தங்கப்பதுமை போன்ற பாவை! பார்த்தார் ஜூவஸ், அடக்க முடியாத காமப்பசி! கடவுளுக்குத்தான்! அந்த நாட்களில், மனிதனுக்கே அடுக்காத குணத்தை மகேசனுக்கு இருந்ததாகக் கூறிக் களித்தனர் - கும்பிட்டனர் அத்தகைய கடவுள்களை.

அவளோ படுத்து உறங்குகிறாள்! முழுமுதற் கடவுள் காண்கிறார் - கண்டதும், காமம் மேலிட்டு, அவளை அடைவது என்று தீர்மானிக்கிறார்.

அழகுக்கு ஆண்டவனும் அடிமைப்பட்டு விடுகிறார், அழகின் அதி அற்புத சக்தியே சக்தி, என்று தத்துவார்த்தம் கூறலாமே இதற்கு என்று எண்ணுவர், இங்குள்ள புராணீகர்கள் - இன்றும்.

துயிலிலிருந்த தோகை மயிலாளை, காதல் கீதம்பாடி, ஜூவஸ் எழுப்பி, "ஏந்திழையே! எவரும் வணங்கிடும் ஜூவஸ் தேவன் நான், இதோ காதலால் கட்டுண்டு நிற்கிறேன், உன்னைத் தொழ! எவருக்கும் எவ்வரமும் அருளும் ஆற்றல் படைத்தவன் நான், எனினும், உன்னிடம் பிச்சை கேட்கிறேன், காதல் பிச்சை! விண்ணிலும் மண்ணிலும் உன்னைப் போன்ற அழகியைக் கண்டேனில்லை! அஞ்சாதே! அழகுத் தெய்வமே! அருகில் வா! உன் ஆலிங்கனம் கிடைத்தாலன்றி நான் உயிர் தரியேன்! என் இதயத்தை வென்றுவிட்டாய் இன்பவல்லி! இனி நான் உன் அடிமை! நீயே, என் பிரிய நாயகி!" - என்று தூய காதல் பேசி, அந்தத் துடியிடையாளைக் கடிமணம் புரிந்து கொண்டான் என்று எண்ணிவிடாதீர்கள்

அவள் ஓர் அழகி! இவர் ஒரு பசி நிறைந்த காளை! அவள் வேண்டும் இவருக்கு - அப்போதே! - அவ்வளவு தான். அதற்கு என்ன செய்வது என்று தான் எண்ணலானார் ஜூவஸ் தேவன். கடவுளல்லவா, அபூர்வமான யோசனை உதித்தது உடனே, டயானா வடிவமெடுத்தார் - இந்திரன் கௌதம ரிஷியானானே, அதுபோல! அந்த அகலிகையோ அரிதுயில் செய்கிறாள் - ஜூவஸ், டயானாவானார்.

"அடி! காலிஸ்ட்டா! எழுந்திரடி!" - ஜூவஸ், தட்டி எழுப்புகிறார், தளிர் மேனியாளை.

"அதிக நேரம் தூங்கி விட்டேனம்மா, டயானா தேவி" - என்று கூறியபடி கண்களைத் திறக்கிறாள் காரிகை. கமலம் இரண்டு கண்டேன் என்று களிக்கிறார் டயானாவான ஜூவஸ். காலிஸ்ட்டாவின் கனிமொழி அவருடைய காமப்பித்தத்தை மேலும் கிளறுகிறது.

"கண்ணே காலிஸ்ட்டா! கட்டழகி காலிஸ்ட்டா" தொட்டிழுத்து முத்தமிட்டபடி, கொஞ்சுகிறார் டயானா வடிவுடன், ஜூவஸ். இந்த விசித்திரப் போக்கைப் புரிந்துகொள்ள முடியவில்லை காலிஸ்ட்டாவால் / டயானா அணைத்துக் கொள்கிறாள்! டயானா,

கன்னத்தைக் கிள்ளுகிறாள்! டயானா, கூந்தலைக் கோதுகிறாள்! டயானா காதல் சேட்டைகள் புரிகிறாள்! முத்தமிடுகிறாள்! கட்டிக் கரும்பே! கற்கண்டே! என்று கொஞ்சுகிறாள் - காலிஸ்ட்டாவிடம்! இதென்ன விபரீதம், டயானாதானா? - இப்படியெல்லாம், சரசமாடக் காரணம் என்ன - என்று எண் மணத் திகைக்கிறாள். அகலிகை கூடக் கௌதம வேடத்தில் அவந்த இந்திரன், விளையாடும் விதத்தைக் கண்டு, இதென்ன நமது நாதன் அல்ல போலிருக்கிறதே என்று ஒரு கணம் சந்தேகித்ததாகச் சொல்லப்படுகிறதல்லவா, அதுபோல! காலிஸ்ட்டா திணறுகிறாள் - போராடுகிறாள், தன்னை மாய டயானாவின் பிடியிலிருந்து விடுவித்துக்கொள்ள. ஆனால் முடியுமா! சாமான்யருடைய பிடியா அது! சாட்சாத் ஜூவஸ் தேவனின் பிடி! பசும் புற்றரை மஞ்சமாயிற்று! ஜூவஸின் பசியும் தீர்ந்தது. பாவை பதறினாள் - வெட்கித் தலை குனிந்தாள். ஜூவஸ் தேவன், எவ்வளவோ முக்கியமான அலுவல்களுக்கிடையிலல்லவா இந்தத் திருவிளையாடல் புரிந்தார். எனவே அவர் வேறு அலுவல்களைக் கவனிக்கச் சென்றுவிட்டார். கற்பிழந்த காரிகை - செச்சே! - அப்படிச் சொல்ல அனுமதிக்க மாட்டார்கள் ஆத்திகர்கள் - ஜூவஸ் கடவுளுக்கு விருந்தளித்த பாக்யசாலி - கிரேக்க அகலிகை - தன் நிலையை எண்ணி எண்ணி விம்மினாள் - ஆனால் வெளியே சொல்ல முடியுமா - தேவ இரகசியமல்லவா!!

டயானா அறியாள் இதை - மற்றத் தோழியரும் தெரிந்து கொள்ளவில்லை. ஆடிப் பாடிக் களிக்கின்றனர் வழக்கம் போல!

ஒரு நாள், தேவமாதர்கள் நீராடச் சென்றனர்! கெண்டை விழிமாதர், தாமரைத் தடாகத்திலே துள்ளிக் குதித்து விளையாடுகின்றனர் - அவர்கள் களைந்து வைத்த ஆடைகள் காற்றிலே ஆடுகின்றன ஓர் புறம் - இவர்களின் கரம் பட்டுக் கமலங்கள் கூத்தாடுகின்றன குளத்தில், காலிஸ்ட்டா மட்டும் நீராடவில்லை.

"ஏண்டி, பெண்ணே, இப்படி நிற்கிறாய்! ஆடையைக் களைந்து விட்டு, நீராடவா."

"வேண்டாமம்மா நான் நீராடப் போவதில்லை."

"ஏன்!"

"வேண்டாம்!"

"என்னடி இது விந்தை! இவ்வளவு பேர் நாங்கள்! நீராடுகிறோம் ஆனந்தமாக - நீ மட்டும் நிற்பானேன் - வா -"

டயானா அழைக்கிறாள், காலிஸ்ட்டா மறுக்கிறாள்.

மற்றவர்கள் சென்று, காலிஸ்ட்டாவை பிடித்து இழுத்து, ஆடையைக் களைகின்றனர் - அகலிகை கருவுற்றிருக்கிறாள்! தேவப்பிரசாதத்தைத் தாங்கி நிற்கிறாள். கண்டாள் டயானா, கடும் கோபம் கொண்டாள்.

“என்னடி இது” - டயானா கேட்கிறாள், கோபமாக காலிஸ்ட்டாவின் கண்ணீரைக் காண்கிறாள். தோழியர் திகைக்கிறார்கள்!

“கெடுமதி கொண்டவளே! கெட்டலைந்த நாரீ! இனி என் தோழியாக இருக்கும் யோக்கியதை உனக்குக் கிடையாது. போ, நில்லாதே!” என்று கண்டித்து, விரட்டி விட்டாள். ஜூவஸ் தேவனின் அக்ரமத்துக்கு இடமளித்தாள், அவமதிப்பு பெற்றாள், டயானாவின் அவையில் இருக்கும் அந்தஸ்தையும் இழந்தாள் அழகி காலிஸ்ட்டா. பிறகு காலிஸ்ட்டாவுக்கு ஒரு ஆண் குழந்தை பிறக்கிறது.

ஜூவஸ் தேவனின் காமக்களியாட்டத்தால் தாக்கப்பட்டுத் தத்தளித்த காலிஸ்ட்டாவை, சும்மா விடவில்லை ஜூவசின் பத்னி, ஹீரா தேவியார். தன் கணவனின் காமச் சேட்டைகள் அனைத்தும் அறிந்தவர்களல்லவா தேவியார்! காலிஸ்ட்டாவுடன் ஜூவஸ் நடத்திய காம விளையாட்டும் தேவியாருக்குத் தெரிந்தது. கோபம் பிறக்காமலிருக்குமா! உடனே, காலிஸ்ட்டாவை, பெண் கரடியாகும்படி சாபமிட்டுவிட்டார்! ஆண் தெய்வம் கற்பை அழித்தது, பெண் தெய்வம், உருவை அழித்தது - இத்தனைக்கும் காலிஸ்ட்டா செய்த ஒரே குற்றம், அவள் அழகாக இருந்தது தான்!

காலிஸ்ட்டாவுக்குக் கரடி உருவம் - ஆனால் பெண் உள்ளம்! எந்தக் கானகத்திலே கட்டழகியாக, ஆடிப் பாடி இருந்து வந்தாளோ, அங்கு, கரடியாகி, தன் முன்னாள் நிலையை எண்ணி எண்ணி விம்முகிறாள் காலிஸ்ட்டா.

ஜூவஸ் தேவனுடைய காதல் விளையாட்டுகள் கணக்கிலடங்கா! அழகிகளைக் கண்டால் அந்த ஆண்டவனுக்கு மனதிலே அலைமோதாமலிருப்பதில்லை. மிகத் திறமையாகத்தான், ஹீரா தேவி ஜூவசைக் கண்காணித்து வந்தார்கள் - எனினும், ஜூவஸ் தேவன், எப்பாடு பட்டாவது, மேக ரூபமோ, காளை உருவோ, ஏதேனும் ஒரு அவதாரம் எடுத்தாவது காதல் கனிரசத்தைப் பருகி மகிழ்வார். கடவுள் என்றால் சர்வசக்தி வாய்ந்தவர், என்பது ‘பக்த இலக்கணம்.’ மனிதர்களுக்குச் சாத்யமாகாத அரும்பெரும் செயல்களைக் கடவுள் செய்து

முடிப்பார் - எனவேதான் அவர் பூஜைக்குரியவர் என்பது பூஜாரியின் வாதம்! களவு, கொலை, காமக்களியாட்டம் போன்ற செயல்களைச் செய்வது ஒழுக்கத்துக்கும் பண்புக்கும் ஊறு தேடுவதாகும் என்ற காரணத்தால் சாமான்யர்களான மனிதர்களே சமுதாயத்திலே சில கட்டுத்திட்டங்களை அமைத்துக்கொண்டனர் - அதற்கேற்ப நடந்தனர் - அதை மீறுவோர் இழிமக்களென்று கண்டிக்கப்பட்டனர் - தண்டிக்கப்பட்டனர். ஆனால் சகல வல்லமை பொருந்தியவர் என்ற இலட்சணத்தைக் கூறி, எந்தக் கடவுளரை, பூஜாரி புராணீகன் ஆகியோர் சொல் கேட்டு மக்கள் தொழுது வந்தனரோ, அந்தக் கடவுளர் ஆபாசமான லீலைகளிலே ஈடுபட்டும், அக்ரமமான காரியங்களைச் செய்தும், தமது திருக்கலியாண குணத்தை வெளிப்படுத்தினர். மக்கள் இவைகளைப் பற்றிக் கேளவிப்பட்ட போது, மனம் பதறிடவில்லை. பக்தி, அவர்களுடைய சிந்தனையைச் சிதைத்தது. பூஜாரி அவர்களின் அறிவுக் கண்களைத் திறக்கவிடாமல் தடுத்தான். அதனால், ஜூவசின் காமவெறிச் செயலை எல்லாம் கடவுளின் திருவிளையாடல் என்று கூறிப் பூரித்தனர்.

ஆர்காஸ் நாட்டு மன்னன் மகள் டானே, அழகு மிக்கவள்! ஆருடக்காரன் இந்த மங்கை வயற்றிலுதிக்கும் மகனாலேயே உனக்கு மரணம் சம்பவிக்கும் என்று கூறிவிடவே, மன்னன் மகளைப் பாதாளச் சிறையிலே போட்டு வைத்தான் கன்னியாக இருந்தபோதே. பித்தளையால் செய்யப்பட்ட சிறை - பூமிக்குள் அதைப் புதைத்து வைத்தான். அந்தச் சிறைக்குப் பலகணியும் கிடையாது - ஒரே கதவு, அதைப் பூட்டி, சாவியை மன்னனே வைத்துக் கொண்டான் - ஒரு கிழவியைக் காவலுக்கும் துணைக்கும் அமர்த்தியிருந்தான். புத்தம் புது மலர், வாடிக் கிடந்தது. சிறையிலே சிங்காரி, சேதி ஜூவசுக்கு எட்டிவிட்டது. மணம் வீசிற்று மகேசனுக்கு. அவ்வளவு தான்! சர்வேஸ்வரனல்லவா!! ஒரு நாள், பொன் மழை பெய்தது, சிறையின் உள்ளே! பொன் மழை என்றால் என்ன - அவரே தான், அந்த வடிவில்! மேகமாக மாறி ஒரு மெல்லிடையாளை மகிழ்வித்ததுபோல, இந்தச் சிங்காரியைச் சேர, பொன்மாரியாக வந்தார் - புதுமலர் - விண்ணுலகத்து விசேஷ அதிகாரம் படைத்த வண்டு! விளைவு பற்றி விளக்கமா தேவை! அழகு மகன் பிறந்தான். அலறினான் மன்னன். ஜூவசின் திருவிளையாடல் தான் இது! வேறு யாரால் முடியும் இந்த ஆற்றல் மிக்க செயல்! - என்று எண்ணி, தன் உயிரைக் காப்பாற்றிக் கொள்ளக் கருதி பெரியதோர் பேழையில், பெண்ணையும் அவள் பெற்றெடுத்த தேவ குமாரனையும் வைத்து, பேழையைக் கடலிலே

வீசினான் - அலைக்கோ சுறாவுக்கோ இறையாகட்டும் என்று. தன் இன்பவல்லியும் காதல் கனியும் கடலால் விழுங்கப்படுவதைக் காண மனம் வருமா மகேசனுக்கு. "கடலே! அமைதி" - என்றார். கடல், அலை நீங்கப் பெற்று பேழையை ஆபத்திலே தள்ளாமல் பாதுகாத்தது. பிறகு தூர தேசத்தில் கரையோரமாகப் பேழை சென்று தங்கிற்று. மீன் பிடிப்போன் கண்டெடுத்து, தாயையும் சேயையும் வளர்த்தான். அந்தத் தேவ மகன் தான், பெர்ஷியஸ் எனும் கீர்த்தி வாய்ந்த வீரன்!

ஹீரா தேவியாருக்கு, வானவில் தான் தூது செல்லும் தோழி என்றான், கிரேக்கப் புராணிகன் - இன்று விஞ்ஞானி வானவில் அமைப்பை விளக்குகிறான். அங்கு. இங்கோ, உருண்டு கிடக்கும் கல்லைக்காட்டி, இது கண்ணன் உருட்டி வைத்த வெண்ணெய் என்றும், தேய்ந்து இருக்கும் கல்லைக் காட்டி, இது துரோபதை, மஞ்சள் அரைத்த இடம் என்றும் தூற்றுகிறார்கள்!

ஹீராவுக்கு ஒரு காலத்தில் கிரேக்க நாட்டில் இருந்து வந்த செல்வாக்கு, கொஞ்சமல்ல! ஹீராவையே, ரோம் நாட்டவர், ஜூனோ. என்ற பெயர் சூட்டித் தொழுது வந்தனர்.

ஆர்காஸ், ஸ்பார்ட்டா, மைசீன், எனும் தலங்கள் இருந்தன - ஹீரா தேவியாருக்கு. மக்கள் மூவர், தேவிக்கு! பூஜை, பலம். கோயில், பிரமாண்டம்!

ஆனால் இன்று இவை எல்லாம், புராணப்புளுகாய், புத்துலகுக்குத் தோன்றுகின்றன.

மயிலும் குயிலும் பசுவும் உடனிருக்க, தங்கப்பீடத்தமர்ந்து, வானவில்லைத் தோழியாகக் கொண்டு அரசோச்சிய ஹீரா தேவியாருக்கு, இன்று, பாழ்மண்டபமோ, அகல் விளக்கோ, திருநாளோ, நோன்பு கொண்டாடுவோரோ, இல்லை! அறிவு பிறந்ததும், ஹீரா, மாஜி கடவுளாகிவிட்டார்! ஆனால், மாரி, இங்கு ஆட்சி புரிகிறாள் இன்றும்!!

விவரமறியாத நிலையில் விண்ணிலே வீற்றிருந்த ஜூவசின் தம்பிதான் பாசிடன் கடலுக்கு அதிபதி! காற்றுக்குக் காவலன் கடலிலே பெரியதோர் அரண்மனையில் அமர்ந்து பாசிடன் அரசோச்சி வந்தான். நீண்ட தாடி எதிரியை வீழ்த்தும் கூர்மையான திரிசூலம்! பாசிடனுக்கு ரதம் உண்டு, வெளியே சென்று வர. அதிலே பூட்டப்பட்ட குதிரைகளுக்குப் பொன் மயமான பிடரி மயிர் குளம்புகள், நவரத்தினங்கள் போல ஜொலிக்குமாம்.

4. பாசிடன்

விரிந்து பரந்து கிடக்கும் விண், மண், கடல் இம் மூன்றும், மனித சமுதாயத்துக்கு விளக்கம் கிடைக்காத காலத்தில், அச்சம், ஆச்சரியம் எனும் இரு உணர்ச்சிகளைத் தூண்டுவனவாகவே இருந்தன. இது இயற்கையும்கூட.

“இதென்ன அதிசயமோ நமக்கென்ன தெரிகிறது” என்ற பேச்சு, இப்போதும், - நவீன உலகில் - பல்வேறு சம்பவங்களின் போதும், காட்சிகளின் போதும், பலரால் கூறப்படுகிறதல்லவா மனித சமுதாயம் பலநூறு நூற்றாண்டுகள், பயிற்சி பெற்று, பக்குவமடைந்து, பெரும் அளவுக்கு அறிவுத் தெளிவும் ஆராய்ச்சித் திறனும் பெற்றிருந்தும் கூட, இன்னமும் மனித அறிவுக்கு, ஆச்சரியகரமான, விளக்கம் கிடைக்காத பொருளும், காட்சியும், இருக்கத்தான் செய்கின்றன. ஆனால் மனித சமுதாயம், நமக்கென்ன, என்று இருந்துவிடுவதுமில்லை, நமக்குப் புரியவே புரியாது என்று விட்டுவிடுவதுமில்லை. தட்டுத் தடுமாறிக்கொண்டு சிந்தனைப் பாதையில், மேலும் ஓர் அடி எடுத்துவைக்கும் முயற்சியிலேயேதான், ஈடுபட்ட வண்ணம் இருக்கிறது. இந்த முயற்சியில், தன்னலக்காரர் ஈடுபடார், கோழை உள்ளத்தார் ஈடுபடமுடியாதாராகின்றனர், சிலர், ஈடுபட்டு, வாழ்வு சிதையினும், தோல்வி துரத்தித் துரத்தி அடித்தாலும், துவண்டு விடாது, பாடுபட்டு, உண்மைகளைக் கண்டறிகின்றனர்; அச்சத்தையும் ஆச்சரியத்தையும் தந்துவந்த பொருளும் காட்சியும், பிறகு, மனித சமுதாயத்துக்கு, விளங்கிக் கொள்ளக் கூடியவைகளாகின்றன.

விளக்கம் கிடைக்காமுன்பு பலன் இல்லை, பொருளாலும், காட்சியாலும் அல்லவா?

அதோ மூலையில் உள்ள பொருள் என்ன? வளைவாக இருக்கிறது, ஓரளவு பளபளப்பும் தெரிகிறது - ஆனால் என்ன பொருள் என்று விளங்கவில்லை. அருகே சென்று கூர்ந்து பார்த்தால் தானே, என்ன பொருள் என்று தெரியும். போகலாமா, வேண்டாமா? போக முடியுமா முடியாதா? போனால் ஏதேனும் கெடுதி ஏற்படுமோ? நாம்தான் போக வேண்டுமா? வேறு யாராவது கிடைக்க மாட்டார்களா, இந்தக் காரியம் செய்ய - என்ற இவ்விதமான எண்ணங்கள், குடைகின்றன மனதில்.

அந்நிலையில், என்ன பலன் அப்பொருளால்? அது என்ன என்று கண்டறிந்தால் தானே, பயன்படுமா, அல்லவா, என்பதற்கு!

"அதோ பாரப்பா, மூலையில், இருட்டாக இருக்கிற இடத்தில், ஏதோ ஒன்று, வளைவாக, பளபளப்பாக இருக்கிறதே - தெரிகிறதா?"

"எங்கே?... ஓ... ஆமாம், தெரிகிறது... வளைவாகத்தான் இருக்கிறது... பளபளவென்றும் இருக்கிறது."

"என்னவென்றே தெரியவில்லையே... என்னவாக இருக்கும்?... உனக்குத் தெரிகிறதா?"

"ஏதோ ஒன்று இருப்பது தான் தெரிகிறதேயொழிய அது என்னவென்று தெரியவில்லையே..."

"எனக்குந்தான் தெரியவில்லை."

***

மனித சமுதாயம், ஆராய்ச்சிப் பள்ளிக்கூடம் அமைக்காதபோது, இதுபோன்ற நிலைதான் - எதைப் பார்த்த போதும். - எந்தப் பொருளைப்பற்றியும். பொருள் தெரிகிறது கண்ணுக்கு - பொருள் விளங்குவதில்லை, கருத்துக்கு! பொருள் விளங்காததால், பயன் கிடைப்பதில்லை. மனித சமுதாயம் நஷ்டமடைகிறது, தெளிவு இல்லாததால். நம் வீட்டு மாட்டுத்தொழுவத்திலேயே, ஒரு சிறு கட்டை இருக்கிறது - சிறு மரத்துண்டு - அது என்ன என்பது தெரியாத நிலையில், அதனால் பெறக்கூடிய பலன் கிடைக்காதல்லவா! பிறகு ஒரு நண்பன் பார்க்கிறான், அந்த மரத்துண்டை! அவனுக்குத் தெரிகிறது, அது சந்தனக்கட்டை என்று. - எனவே அதனால் பெறக்கூடிய பலனையும் தெரிந்து கொள்கிறான். அவன் சுயநலக்காரனாக இருந்தால், என்ன செய்வான்? "இந்தச் சிறு விறகு உனக்கு வேண்டுமா!" என்று கேட்பான் - ஆவலை மறைத்துக்கொண்டு, அலட்சியப் போக்காக "எனக்கு ஏன்! இது இங்கு நெடுநாளாக இருக்கிறது,

இடமடைத்தானாக!" என்கிறான் விளக்கமிலான். சுயநலவாதி, "இதை நான் எடுத்துக்கொண்டு போகிறேன் - வீட்டிலே, ஒரு கதவுக்குத் தாளாக்க!" என்று கூறிவிட்டு, அதை எடுத்துக்கொண்டு போகிறான். என்றைக்கேனும் ஒரு நாள், பூசிக்கொள்ளச் சந்தனம் கொடுப்பான் - பூசிப் பூரிப்படையும்போதுகூட விளக்கமிலான், சுயநலவாதியின் சூதை அறிந்துகொள்ள மாட்டான்! அறிவீனம் தரும் நஷ்டம்! அதைச் சுயநலவாதி பயன்படுத்திக்கொள்கிறான் தன் சுக போகத்துக்காக. ஆப்பிரிக்க நாட்டுப் பழங்குடிகள் விளக்கம் இல்லாத காரணத்தால் தங்கள் நாட்டிலே கிடைக்கும் வைரங்களை வெள்ளையர்களுக்குக் கொடுத்து, விளையாட்டுச் சாமானும் சோப்பு சீப்பும் வாங்கிக் கொண்டார்களல்லவா! அதுபோல, மனித சமுதாயத்தில், முதலில் விளக்கம் பெறாததால், பயன் கிடைக்காத நஷ்டமும், விளக்கம் பெற்ற ஒரு சில சுயநலவாதிகளால் பெருநஷ்டமும் ஏற்பட்டதுண்டு.

தன்னலமற்றவனாக அந்த நண்பன் இருந்திருப்பானானால், "அடடே! அருமையான சந்தனக்கட்டையை, முட்டாளே! மாட்டுத் தொழுவத்திலே வீசிவிட்டாயே" என்று கூறி, அதன் பயனை விளக்கியிருப்பான்.

அதுபோலவே, மூலையில் தெரியும் வளைவான, பளபளப்பான பொருள் என்னவென்று தெரியாமல், மனித சமுதாயத்தில் மிகப் பெரும்பாலோர் பேசிக் கொண்டிருந்த சமயத்தில், சூதுக்காரர், சுயநலக்காரர், முளைத்தனர் - இந்த விளக்கமறியாத நிலையைச் சாதகமாக்கிக்கொண்டு தங்கள் சுகவாழ்வை அமைத்துக்கொள்ள.

பய உணர்ச்சியைத் தூண்ட முடியும் அவர்களால் - பேராசை உணர்ச்சியைத் தூண்ட முடியும் - பித்தராக்க முடியும் அந்த எத்தர்களால்.

"என்னவென்று தெரிகிறதா?" என்று கேட்ட உடனே, "ஆஹா! அருமை! நீ பாக்யசாலி! அப்பா! அருள்பெற்றவன் நீ! உன் வீட்டிலே, பிரசன்னமாகிவிட்டது, தேவப்பிரசாதம்."

என்று, ஆவேசம் வந்தவன் போல பேசி, மேலும் ஆச்சரியப் படுபவனைப் பார்த்து, "அப்பா! இது, நீ, எப்போது பார்த்தாய்?" என்று கேட்டு, "நான் நெடுநேரமாகப் பார்த்துக் கொண்டிருக்கிறேனே" என்று அவன் கூற, "இப்போதாவது என்னிடம் காட்டினாயே! மகனே! மண்டியிடு! உடனே மண்டியிடு! உனக்கு இன்னதென்று விளங்காத அப்பொருள், என்ன தெரியுமா? பாம்பு! பயப்படாதே பாம்பு என்ற உடன்! பாம்பு உருவில்

பகவான்!" என்று கூற, பகவானாக இருந்தால் கூட உரு, பாம்பு ஆகையால், என்ன ஆபத்தோ, என்று அவன் அஞ்ச, "கண்களை மூடிக்கொண்டு தியானம் செய்! பாம்பாக வந்துள்ள பகவான், உன்னை ஒன்றும் செய்யாமல் விட்டுவிடுவார் - மூடு கண்களை!" என்று கூறி, அவன் கண் மூடியது கண்டு களித்து, திறந்ததும், 'தேவனின் திருவருளே அருள்! வா, அப்பா, பயப்படாமல் வா, பகவான், பாம்பு உருவில் இருந்து இப்போது இரும்பு வளையம் போன்ற உருவம் எடுத்துள்ளார்" - என்று கூறி, வளையத்தைத் தொட்டுக் கும்பிட்டுக்காட்டி, அவனை 'பாம்புக்கோயில்' கட்டச்செய்து அதன், முதல் பூஜாரியுமாகிவிட முடியும்! மனித சமுதாயத்தின் விவரமறியாத பருவத்தின் போது, அற்புதங்களும் அவைகளின் பேரால் அமைந்த பூஜா இடங்களும், அவற்றை நடத்த ஏற்பட்ட பூஜாரிகளும், எண்ணற்ற அளவு!

கண் எதிரே, மூலையில் கிடந்த வளையத்துக்கே விவரம் இல்லாதபோது, மனித சமுதாயம் அஞ்சி, தந்திரக்காரனிடம் தாசனாகிட வேண்டி நேரிட்டதென்றால், விஞ்ஞானத்தின் துணைகொண்டும் இன்னமும் முற்றும் விளங்கிக்கொள்ள முடியாத நிலையில் உள்ள, விண், மண், கடல், என்பவைகளிடம், ஆதிகாலத்தில், எவ்வளவு அஞ்சியிருக்க வேண்டும், எவ்வளவு அடிமைத்தனம் வளர்ந்திருக்க வேண்டும்!

அதே இயற்கையின் உட்பொருள் இன்று பெருமளவுக்கு மனித சமுதாயத்துக்கு, ஆராய்ச்சியின் பயனாக விளங்கிவிட்டதால், எவ்வளவு பயன் ஏற்பட்டிருக்கிறது!

***

விவரமறியாத நிலையில் விண்ணிலே, வீற்றிருந்த ஜூவசின், தம்பிதான், பாசிடன் - கடலுக்கு அதிபதி! காற்றுக்குக் காவலன்! அலைகடலே அவன் அரண்மனை! அண்டத்தைக் கட்டிக் காக்கும் மூல தெய்வங்களில் பாசிடனும் முக்கியமானவன். கிரேக்க நாட்டவர், பாசிடனை, மிக மிகப் பயபக்தியுடன் தொழுது வந்தனர். அவர்களின் பயபக்திக்குக் காரணமும் இருந்தது.

கிரேக்கர்கள், கடல் மார்க்கமாகச் சென்று வாணிபம் நடாத்துபவர் - அவர்கள் வாழ்க்கையில் பெரும் பகுதியை, கடலின்மீதே போக்க வேண்டிய நிலையில் இருந்தனர். கடலை காணும் போதெல்லாம், அவர்கள் உள்ளத்தில், ஆயிரம் எண்ணங்கள் கூத்தாடும்! இது எவ்வளவு பெரிதோ? எங்கு ஆரம்பமாகி எங்கு முடிகிறதோ? அலையின் காரணம் என்னவோ? இவ்வளவு நீரும்,

மழையினாலேயே நிரம்பிற்றோ, மழைநீர், பயிர்பச்சைக்கும், மக்கட்கும் பயன்படும் போது, அது கடலில் சேர்ந்ததும், கரிப்பாகிவிடும் காரணம் என்னவோ? இதை முதன்முதலில் வெட்டின மகாவீரன் யாரோ? இக்கடல், கலங்களைச் சுக்கு நூறாக்கும் அலைகளைக் கிளப்புகிறதே! காட்டாறு கரை புரண்டாலே, ஊர் அழிகிறதே! இந்தக் கடல், பெரும் வலிவுள்ளது - இது கிளம்பினால், கட்டுக்கடங்காது, கரையோடு நில்லாது, ஊருக்குள் நுழைந்தால், என்ன ஆகும்? என்று எண்ணினான் - அச்சத்தால் நடுங்கினான் - ஆவலும் நிரம்பிற்று உள்ளத்தில் தன் ஆதி அந்தம் அறியவேண்டும், என்ற ஆவல்.

கடல்! அலை! புயல்! இவைகளைக் கண்டு கண்டு, மனிதனின் மனதிலேயும் எண்ண அலைகள் எழும்பலாயின! பல்வேறு விதமான கருத்துகள் - தெளிவான உருவில் அல்ல - குழப்பமான நிலையுடன்.

இப்படி இருக்குமா - இதுபோலிருக்குமா! - என்று ஏதேதோ எண்ணினான் - கற்பனை உள்ளம் படைத்தவன் கதை கட்டிவிடும் காலம் வரை! அந்தக் கதை கட்டுவோனின் சிந்தனையில் பிறந்தான் பாசிடன்.

இவ்வளவு வலிவுள்ள கடலைக் கட்டிக் காத்து, அலைகளை எழுப்பி எழுப்பி அடக்கி, கரையைக் கடந்து, கடல் உலகை அழிக்காமல் புத்தி புகட்டிட, ஒருதேவன் இருந்தாக வேண்டுமல்லவா ? அவன் சாமான்ய வலிவும், மகிமையும், கொண்டவனாக இருந்தால் போதாதே! அவன் ஜூவஸ் போலவே மூல தெய்வமாகத்தான் இருக்க வேண்டும் - என்று கற்பனை உள்ளம் படைத்தவன் எண்ணி, பாசிடனைப் பெற்றெடுத்தான் - வந்துவிட்டான் தந்திரம் தெரிந்த மதவாதி, பாசிடனை - கற்பனையை - வளர்த்திட - எழும்பின, கோயில்கள் - கூடினர் - பக்தர்கள் - குவிந்தது காணிக்கை! பொய்யின் முன்பு மெய்யன்பர்கள் திரண்டு வந்து பணிந்தனர் - பலகாலம் - பகுத்தறிவுச் சுடரொளி கிளம்புமட்டும்!

ஜூவசைத் தொழுவதற்குக் கிடைக்கும் சந்தர்ப்பத்தைவிட, கிரேக்கர்களுக்கு, பாசிடனை தொழுவதற்கான சந்தர்ப்பமே அதிகம் - கடற்பயணம் அதிகம் என்ற காரணத்தால்.

கடற் பயணத்தின் போதெல்லாம், பாசிடனைப் பற்றிய நினைப்பு - அலை அதிகமாக எழும்பும் போதெல்லாம், அவன் நாமத்தைப் பூஜிப்பது, கலம் ஆபத்தில் சிக்கும் போதெல்லாம், அவனுக்குப் பலி கொடுப்பது, பயணம் முடித்துக்கொண்டு, வீடுவந்ததும், ஆபத்தின்றி

கொண்டு வந்து சேர்த்ததற்காக, ஊரில் கோயிலில், பாசிடனுக்கு, விசேஷமான பூஜை! பாசிடன் பாடு, கொண்டாட்டந்தான்!

பாருங்களேன், உருவை! கட்டுமஸ்தான திரேகம்! அழிக்கும் திறத்தை விளக்க, காலின் கீழேயே, நசுங்கிக் கொண்டிருக்கும் எதிரி! கையிலே, திரிசூலம்! ஏறத்தாழ முயல்களைக் காலின் கீழ் போட்டு மிதித்தபடி, மழு ஏந்திற்கும், “மகேசன்” போல் இல்லையா!

இப்போது சென்று கேட்டுப் பார்க்கச் சொல்லுங்கள், ‘தேவார திருவாசகங்களை’ - கிரேக்க நாட்டில், “ஐயா! அலைகடல் அதிபன்! அதிபலதேவன் ஐயன் பாசிடனின் ஆலயம் எங்கே?” என்று! பதில், என்ன கிடைக்கும்! ஒரு கேலிப் புன்னகை! பிறகு ஓர் விளக்கம்!! பாசிடன், மனித சமுதாயம், பகுத்தறிவுப் பள்ளியில் நுழையுமுன், இருந்தான் - இன்று இல்லை - பாசிடன் ஒரு மாஜி கடவுள்! - என்று கூறுவர்.

திருவாதிரைத் திருநாள் கொண்டாடும் நமது தோழர்கள், திகைப்படைவர், “ஏன் இந்த நாத்திகர்கள், பாசிடன் எனும் பகவானை இப்படிக் கைவிட்டு விட்டனர்! இந்த நாத்திகர்களை ஏன் நாதன் இன்னமும் விட்டு வைத்திருக்கிறார்” என்று எண்ணுவர். ஆனால் அவர்களோ, “யாரப்பா, இந்தப் பழைய பசலி! பள்ளிப் பிள்ளைகட்கு உள்ள தெளிவும் காணோமே இவர்கட்கு! பாசிடனைத் தேடுகிறார்களே, இந்த 20-ம் நூற்றாண்டில்!” என்று கேலி செய்வர்!

உலகத்தின் கேலியை நமது மதவாதிகள் மதிக்கவா போகிறார்கள்! அவர்கள் இன்றும், ஆடிய பாதத்தைத் தேடிப் பார்த்தபடி தான் உள்ளனர் - ஆடலழகிகளின் துணையையும் நாடி. பாசிடன், இன்று, கிரேக்க நாட்டிலும் சரி, அறிவு வளர்ந்த மற்ற நாடுகளிலும் சரி, ஒரு மாஜி கடவுள்! ஆனால், கிரேக்கரும், ரோம் நாட்டவரும், இன்று நம் நாட்டவர் இருப்பது போன்ற நிலையில் இருந்தபோது, பாசிடனுக்கு இருந்து வந்த யோகம் அற்ப சொற்பமானதல்ல! காரினித் என்ற நகரிலே, கண் கவரும் வனப்புள்ள கோயில், பாசிடனுக்கு! கடற் பயணம் செய்துவிட்டு வருவோர், கொட்டும் காணிக்கை, மலை மலையாகக் குவியும் - பூஜாரியின் நிலை, அதுபோலவே ஓங்கி வளரும். இன்று காரினித் நகரம் உண்டு, கோயில் கிடையாது; பாசிடனைப் பயபக்தியோடு தொழுத கிரேக்கர்களின் சந்ததியர் வாழ்கின்றனர், ஆனால் பாசிடனைத் தொழுது கொண்டில்லை! முன்னோர்களின் மனதிலே மூண்டிருந்த அஞ்ஞான மூடுபனியில், விளைந்த பல கற்பனைத் தோற்றங்களிலே, பாசிடன் ஒன்று, என்று கண்டறிந்தனர்.

ஓங்காரப் பொருள் - ஒன்று, ஆகிவிட்டது!

கடவுளாக இருந்த பாசிடனுக்குக் கற்பனை, எனும் நிலை பிறந்துவிட்டது அங்கே!

தகப்பனை வீழ்த்திவிட்டுத் தன்னைத் தானே கடவுளாக்கிக்கொண்ட ஜூவஸ், தன் உடன் பிறந்தார்களின் பகை கூடாது என்று எண்ணி, ஒவ்வொருவருக்கும் ஒவ்வோர் ‘ஆதிபத்யம்’ அளித்தான்; அனைவரும், ஜூவசைத் தலைமைக் கடவுளாக ஏற்றுக்கொள்வது என்ற நிபந்தனையுடன். இம்முறைப்படியே, பாசிடனுக்கு, கடலுலகாளும் ‘பதவி’ கிடைத்தது.

கடலில், பெரியதோர் அரண்மனையில் அமர்ந்து பாசிடன் அரசோச்சி வந்தான். நீண்ட தாடி! எதிரியை வீழ்த்தும் கூர்மையான திரிசூலம்! பாசிடனுக்கு ரதம் உண்டு, வெளியே சென்று வர. அதிலே பூட்டப்பட்ட குதிரைகளுக்குப், பொன்மயமான பிடரி மயிர்! குளம்புகள், நவரத்னங்கள் போல் ஜொலிக்குமாம்.

பாசிடனுக்குக் கடலுலக ஆதிபத்யத்தை ஜூவஸ் அளித்தபோது, அங்கு அரசோச்சிக்கொண்டிருந்த தேவன் பெயர் டைடான் ஒஷியானஸ் என்பதாகும் - பெருங்கடல் என்பது பெயரின் பொருள். புதிய அதிபதியின் தோற்றத்தைக் கண்டதும் இவரிடம் போரிட்டுப் பயனில்லை என்பதைக் கண்டுகொண்ட பழைய தேவன், பதவியை இழப்பதே மேலெனக் கருதினானாம். பாசிடனின் கண்ணொளி கண்டதும் பழைய கடவுளுக்குக் கருத்துக் குழம்பிவிட்டதாம். ராஜ்யத்தைப் பாசிடன் வசம் ஒப்புவித்துவிட்டதோடு, பாசிடனின் பராக்கிரமத்தைப் பற்றிப் பல்லாண்டு பாடி வந்தாராம் அந்தப் பழைய கடவுள்.

அட பழைய பரமசிவமே! என்று, பரிகாசப் பேச்சுப் பேசுவதுண்டல்லவா. கிரேக்கக் கடவுட் காதையிலே, பழைய கடவுள், புதிய கடவுள், என்பது, பரிகாசப் பேச்சல்ல - பகவானின் திருவிளையாடல்.

ஒரு அரசன், தன்னைவிட வலிவுள்ள வேறோர் அரசன் படை எடுத்து வந்தால், தோற்று ஓடுவது போலவே, கடவுள்களுக்கும் நேரிடுவதுண்டு! போரிட்டுத் தோற்றுத் துயருறுவதற்குப் பதில், பெண் கொடுத்து, சமரசமாவது போலவும், கடவுள்கள் செய்து கொள்வதுண்டு. கடவுளின் குணம் இப்படியா? என்று அறிவும் ஆத்திகமும், சம எடையாகக் கலந்து உட்கொண்டவர்கள், கேட்பர் - இக்காலத்தில். ஆனால் அந்த நாட்களிலே, ஆண்டவனைப் பற்றிய இத்தகு கதைகளை நம்புவது தான், அறிவு, ஆத்திகம், இரண்டும்!

மறுப்பவன் மாபாவி மட்டுமல்ல, மதியீனனாகவும் கருதப்படுவான் - இப்போதல்ல - பழைய நாட்களில் - பகுத்தறிவுக் கதிர் தோன்றா முன்னம்.

மூத்த மகன் பட்டத்தரசனாவதும், இரண்டாம் மகனுக்கும் மூன்றாம் மகனுக்கும், செல்வாக்கான வேறு பதவிகளோ, சிறு ராஜ்யங்களோ தரப்படுவதும், இது போதாது என்ற மனக்குறையும், அண்ணனுக்கு அரசனாகும் ‘பாக்கியம்’ கிடைத்ததே என்ற பொறாமையும் மூண்டெழும் ‘தம்பிமார்’, அண்ணனிடம், போரிடுவது அரச குலத்துக் கதை! கடவுள்களின் கதையும் இதே தான்!!

அரச குடும்பத்திலே கூட இப்போது, பொறாமை காரணமாக, அமளி நடைபெற்றால், அறிஞர்கள் எள்ளி நகையாடுவர். பொறாமை, சூது, சதி, போர், கலகம் இப்படிப்பட்ட உணர்ச்சிகளுக்கு அடிமையாகிக் கடவுள்களே பலப்பல செய்ததாகக் கதைகள் உண்டு - ஆனால் அவைகளைக் கேலியாகப் பேசவோ, கண்டிக்கவோ, சந்தேகிக்கவோ, கூடாது - ஆத்திகர் அறிந்தால் ஆத்திரப்படுவர்! கடவுள்களின் கதைகள் எப்படிப்பட்டவைகளாக இருப்பினும் சரி, கொலை, களவு, காமக்கூத்து, அடுத்துக் கெடுத்தல் எனும் எத்தகைய தீய செயல் புரிந்ததாகக் கதை இருப்பினும், அவைகளைக் கடவுளின் திருவிளையாடல் என்று பயபக்தியோடு எண்ணிக்கொள்ள வேண்டுமேயல்லாது, இப்படியுமா செய்வது என்று கேட்கத் துணிந்தால், தலை உருளும் கீழே. அவ்விதமான ஆதிக்கம் செலுத்தி வந்தனர் பூஜாரிகள்.

தேவனின் திருக்கலியாண குணம், மானிடருக்கு மதி புகட்டக் கூடியதாய், மனித குலத்தின் மாண்பினை வளர்க்க வல்லதாய், மனிதன் மனதிலே, தூய்மையான கருத்துகளை ஊட்டவல்லதாய், அவா, வெகுளி, காமம், சுயநலம், சூது முதலிய அருவருக்கத்தக்க, தீய நினைப்புகளைச் சுட்டெரிக்கக்கூடியதாக வல்லவா இருக்க வேண்டும். கடவுள்களுக்கிடையே போட்டியும் பொறாமையும், போரும் சதியும், கலகமும் கபடமும், இருந்ததாகச் சித்தரித்துக் காட்டும் கதைகள் உள்ளனவே - மனிதகுலம், இத்தகைய கதாநாயகர்களையா கடவுள்களாகக் கருதித் தொழவேண்டும் - சரியா, முறையா, அறிவாகுமா இது - ஆத்திகந்தான் ஆகுமா! - என்றெல்லாம் கேட்பவர்களின் தொகை இன்று பெருகிவிட்டது - பெருகியபடியும் இருக்கிறது. ஆனால் ஆதிகாலத்தில், கிரேக்க நாட்டிலே அதுபோல் பேசக்கூடாது - பேசுபவன் பெரும் பாவி!

அப்படி ஒரு காலம் இருந்ததா! அப்படி ஒரு நாடு இருந்ததா!! என்று சற்று ஆச்சரியத்துடன் கேட்பர். நம் நாட்டு அறிவாளிகளில் சிலர், நம் நாட்களில்! அவ்விதமான நிலைமை, கடலில் கட்டுமரமும் பாய்க்கப்பலும், தரையில் ரத்தமும் இருந்த காலத்தில், கிரேக்க நாட்டிலே இருந்தது ஆச்சரியமல்ல - இன்னும் நம் நாட்டிலே, வானத்தில் விமானமும், மண்ணில் மோட்டாரும், கடலில், அணுசக்தியால் செலுத்தப்படும் கப்பலும் சாத்தியம் என்ற நிலை ஏற்பட்டிருக்கும் நமது நாட்களிலேயும், கடவுள்களுக்குள் ஏற்பட்ட போட்டி, போர் ஆகியவற்றினைச் சித்தரிக்கும் கதைகள், புண்ய கதைகளாக, பூஜா மாடங்களுக்கு ஏற்றவைகளாக, பாராயணத்துக்-குரியவைகளாக, பக்தி ஊட்டவும் முக்தி தரவும் சக்திவாய்ந்த 'சத்' விஷயங்களாகத்தானே கருதப்பட்டுள்ளன - இது அல்லவா ஆச்சரியம்! இன்றும், இவ்விதமான கதைகளைக் கண்டிப்பவர்கள்மீது காயவும் பாயவும், சர்க்கார் உட்படச் சனாதனப்படை தயாராக இருக்கிறதே, இதுவல்லவா ஆச்சரியம்!

வேடன், கையிலே வில்லும் முதுகிலே அம்புறாத் தூணியும் வைத்துக்கொண்டு போனால் ஆச்சரியப்படுவார் இல்லை - ஆனால் விலையுயர்ந்த மோட்டாரில் அமர்ந்து கொண்டு, நாகரிகமான உடை அணிந்து கொண்டு, வில்லும் அம்பும் ஒரு விசித்திர புருஷன் வைத்துக் கொண்டிருக்கக் கண்டால், எவ்வளவு ஆச்சரியம் ஏற்படும். அதுபோலத்தான், மனிதகுல முன்னேற்றத்திற்கு முன்பு, சிந்தனைத் திறம் தெளிவுபடுத்தப்படுவதற்கு முன்பு கிரேக்க நாட்டவர், மற்ற பல நாட்டு மக்கள் போலவே, அறிவுக்கு ஒவ்வாத, ஆபாசம் நிறைந்த கதைகளை எல்லாம் நபி ஆலயம் அமைத்து, 'ஆத்திகராக' விளங்கினர் - அவர்களெல்லாம் அறிவு பெற்று, தெளிவு பெற்று, அஞ்ஞானத்தை விரட்டிவிட்டு, மெய்யறிவுத் துறையிலே மேலானதோர் இடம்பெற்று, உண்மையான கடவுட் கொள்கையையும், மார்க்கத்தையும் உணர்ந்தறிந்து, கற்பனைகளைக் களைந்தெறிந்தான் பிறகும், நம் நாட்டிலே, நாகரிகத்தின் மேல் பூசை கொண்ட மட்டும் எடுத்துப் பூசிக்கொண்டு, கோலத்தை மாற்றிக்கொண்டு, உலகத்தோடு உறவாடிக்கொண்டு, உயர்ந்தோம் என்றும் வீம்பு பேசிக்கொண்டு, கடவுட் கொள்கையிலேயும், மார்க்கத் துறையிலும், மாடனையும் காடனையும், மன்னாரையும் மாரியையும், போரும் போட்டியும், போக போக்கியத்துக்காகப் போட்டதாகக் கூறும் கதைகளையே சிறப்புகளாகக் கொண்ட பல்வேறு கடவுள்களையும், அன்று போல் நம்பும் போக்கிலே உள்ளனர்! இஃதன்றோ ஆச்சரியம்!!

பிரம்மனுக்கும் விஷ்ணுவுக்கும் போட்டியுணர்ச்சி ஏற்பட்டதாம்! கடவுள்களின் குணம், எப்படி இருக்கிறது பாருங்கள்!! யார் பெரியவன்? என்ற பலமான பிரச்னை! இதைத் தீர்த்து வைக்க, சிவனாரிடம் சென்றனராம்! அவர், மூவரிலும், தானே மூலவர் என்பதை நிரூபிக்க, இதுவே சமயம் என்று எண்ணி, 'ஜோதிமயமாகி', யார் என அடியையும் முடியையும் முதலில் காண்கின்றனரோ, அவரே இருவரில் பெரியவர், என்று கூற, அடிகாண ஒரு கடவுளும், முடிகாண மற்றோர் கடவுளும் முயன்று, இரு கடவுள்களும் தோற்றதாக ஓர் 'புண்ணிய கதை' உண்டு - இன்றும் இதனை, நம்பினவன் நமசிவாயன் அருளையும், நம்பாதவன், நாத்திகன் என்ற கெட்ட பெயரையும் பெறுகிறான்! நாட்டின் நிலைமை இதுபோல் இருக்கிறது!! திருவண்ணாமலைத் தலத்திலே, ஆண்டுதோறும் நடைபெறும் தீபதரிசனத் திருவிழா இந்த 'போட்டி' யைக் காட்டும் கருத்தோடு தான் பக்தர்கள், மதவாதிகள், கொண்டாடுகின்றனர். கோலியும் பம்பரமும் விளையாடிக் கொண்டிருந்த இரு சிறுவர்கள், வயது சென்றவர்களாகி, ஒருவன் வீரனாகி, ஊர்க்காவலனாகி வீதிவழி வரும்போது, அவனெதிரே, சிறு பிராயத்தில் தன்னோடு ஆடிக்கொண்டிருந்த சிறுவன் முதுமைக்கோலம் இருந்தும், முன்பு போலவே பம்பரம் ஆடிக்கொண்டிருக்கக் கண்டால், என்ன எண்ணுவான்!

கிரேக்க நாடு போன்ற பல நாடுகளும், நம் நாட்டைக் கண்டு, இந்த விதமான எண்ணம்தானே கொள்ளமுடியும்! உபசாரத்துக்காக உள்ளத்திலுதித்ததை மறைத்து இரண்டோர் புகழுரைகளைத் தரும் என்ற போதிலும், மனதிலே, உண்மையாக, மதிப்பு ஏற்படமுடியுமா! நமது நாடு தான், அன்று போலவே இன்றும், அரசமரம் சுற்றும் அம்மையரையும், அடிமுடிகாணும் திருவிழா நடாத்தும் ஐயாமார்களையும் கொண்டதாக இருக்கிறதே! முன்பு நடந்து செல்வர், அல்லது கட்டை வண்டியில் செல்வர், தீபம் பார்க்க! இப்போது, புதிய மோட்டாரில் புறப்படுகின்றனர், கார்த்திகைக்கு! வித்தியாசம் கோலத்திலேயே தவிர, குணத்தில் இல்லையே! குவலயம் கேலி செய்யாமலா இருக்கும்!

கிரேக்க நாட்டிலே, அறிவுக் கதிர் முளைத்ததும், பாசிடன், பரிகாசப் பொருளாக்கப்பட்டான்! பகுத்தறிவு வென்றதும், மாஜி கடவுளானான்! அதற்கு முன்பு, கோயில் தான், கொண்டாட்டம் தான்!! பாசிடன் கோலாகலத்தைக் காணக்கூடிடும் பக்தர் கூட்டம் ஏராளம் தான்! கடலாதிபனைப் பற்றிய கதைகளைப் புண்ய கதைகளென நம்பி, கேட்டுப் பூரிப்படைந்ததோடு, முக்திக்கு 'அச்சாரம்' தந்ததாகத்தான் கருதினர் - அந்நாள் கிரேக்கர்கள்.

அண்ணன் அண்டமெல்லாம், ஆளும் பெருங் கடவுளாகவும், கடலாதிபதி என்ற நிலை மட்டுமே தனக்கும் என்ற ஏற்பாடு, பாசிடனுக்குப் பொறாமையை மூட்டிவிட்டது - ஜூவசைத் தொலைத்துவிட்டு, தானே மூலக் கடவுளாகி விடவேண்டும் என்று எண்ணினான் - அதற்கான ஏற்பாடுகளைச் செய்து கொண்டிருந்தான். ஜூவசுக்கு எப்படியோ இரகசியம் தெரிந்துவிட்டது - உடனே, எதிர்க்கத் துணிந்த தம்பிக்குச் சாபமிட்டு பூலோகத்துக்குத் தள்ளிவிட்டார்.

கடவுள் நிலையை இழந்து 'மானிடனான' பாசிடன், டிராய் எனும் நகரை ஆண்டுவந்த, லயாமிடான் எனும் அரசனிடம் வந்தான். அந்த அரசன், நகரைச் சுற்றிலும், பலமானதோர், கோட்டைச்சுவர் கட்டித் தந்தால், அரச மரியாதை செய்வதாகக் கூறினான். கடலை அடக்கி ஆண்டுவந்த பாசிடன் கருங்கற் சுவர் கட்டும் பணியை மேற்கொண்டான். மண்சுமந்த மகேசன் கதை இல்லையா நம்நாட்டில் - வைகைக்குக் கரை அமைக்க, கூலியாக வந்து, பிட்டுக்கு மண்சுமந்து பிரம்படிபட்ட பெம்மான கதை, இன்றும் திருவிழாவாகக் கொண்டாடப்படுகிறதல்லவா! அதுபோன்ற கடவுள் கதை, கிரேக்கப் புலவன் கட்டினான் - ஆனால் இன்று அதை நம்புவார் இல்லை - திருவிழா இல்லை.

பாசிடன், இந்தப் பெரும்பணியை எவ்வாறு செய்து முடிப்பது என்று கவலைபட்டுக் கொண்டிருந்தபோது, "நான் உதவி செய்கிறேன்" என்று கூறினான், அபாலோ! அபாலோவும் ஒரு கடவுள் தான். ஜூவசை எதிர்த்த குற்றத்துக்காகவே, அபாலோவும், பூலோகத்துக்குத் துரத்தப் பட்டான். எனவே இரு கடவுள்களும், மானிட உருவில், டிராய் நகரக் கோட்டைச் சுவர் கட்டும் காரியத்தில் ஈடுபட்டனர்!

அபாலோவிடம் ஓர் குழல் உண்டு - மாயக் குழல்! தாயைச் சேய் மறக்கவும், கணவனை மனைவி மறக்கவும், கொல்லும் கொடுமையைப் புலியும் பாம்பும் மறக்கவும் செய்யவல்ல, மதுரமான இசைதரும், மாயக் குழல், எமது கண்ணனிடமன்றோ இருந்தது! - என்று கேட்பர், பக்தர்கள்! ஆம்! அன்பர்காள்! அதேபோல, கிரேக்க நாட்டுக் கடவுள் கதை கட்டினோரும், அபாலோ தேவனிடம் அதி அற்புதமான மாயக் குழல் இருந்ததாகக் கூறினர்!

அந்த மாயக் குழலை அபாலோ ஊதிட, மலைகள் உருண்டோடி வந்தனவாம், சுவர் கட்டும் பணிக்கு உதவியாக! குழல் ஊத ஊத, பெரும்பாறைகள், ஒழுங்காக, வரிசையாக, தாமாகவே அமைந்து,

பலமான சுவராகி விட்டன! எப்படிச் சாத்யமாகும் என்று ஏக்கம் கொண்டிருந்த பாசிடன், அபாலோவின் உதவியால் இந்தப் பணியை வெற்றிகரமாக முடித்துவிட்டு, மன்னனிடம் சென்றான் பரிசு பெற.

மன்னன் அயோக்யன் - பரிசு தர மறுத்தான் - பணி முடித்த பாசிடனுக்கு. கோபம் மூண்டது பாசிடனுக்கு. எனவே, ஒரு பயங்கரப் பிரம்மராட்சசை உண்டாக்கி, ஊரைத் துவம்சம் செய்யும்படி ஏவிவிட்டுச் சென்று விட்டான்.

ஒரு பயங்கரமான பிரம்ம ராட்சசனை உண்டாக்கும் 'சக்தி' மானிட உருவிலும் பாசிடனுக்கு இருந்தபோது, சுவர் கட்டவா முடியாமல் போய், அபாலோவின் உதவி தேவைப்பட்டது! பொருத்தமாக இல்லையே!! என்று கூறத் தோன்றும். பொருத்தம் இருக்கிறதா, பொருள் இருக்கிறதா, என்று பார்க்கக்கூடாது, புண்ணிய கதைகளில் - பாபம் - மகா பாபம்!!

டிராய் நகரம் அல்லோலகல்லோலப்பட்டது, பயங்கர ராட்சசனால் - எதிரே சிக்கினவர்களை எல்லாம் பிடித்துத் தின்னத் தொடங்கிற்று, அந்தப் பயங்கர உருவம்.

என்ன செய்வான் மன்னன்? அருள் பெற்ற ஆவேச மாடியை அணுகினான். அவன் ஓர் யோசனை சொன்னான். அழகான கன்னியை, அந்தப் பிரம்மராட்சசனுக்குப் பலி கொடுத்தால், அழிவு வேலை நின்று போகும் என்றானாம். அதன்படியே ஆண்டுக்கொரு அழகிய கன்னி பலி இடப்பட்டு வந்தாள் - கடைசியாக மன்னனின் மகள் ஹெஸியோன் பலியாக வேண்டிய நிலை வந்தது - அப்போது தேவாம்சம் பெற்ற ஹெர்குலிஸ் எனும் வீரன் ராட்சசனைக் கொன்றான் என்று கதை முடிகிறது.

இந்தக் கதை மட்டும் கிரேக்க நாட்டிலே இல்லாமல், நம் நாட்டிலே புண்யகதையாக இருந்திருந்தால், திருவிழா இன்றும் நடைபெறுமே!!

சாபம் தீர்ந்து, பழையபடி பாசிடன், கடவுளுலகு சென்று ஜூவசின் அனுமதி பெற்று, கடலாதிபனானான்.

பாசிடனின், பத்னியின் பெயர், ஆம்பிடிரைட் என்பதாகும். இவள் உடன்பிறந்த மங்கையர் ஐம்பதின்மர்! இவளை, மணம் புரிந்து கொள்ளப் பாசிடன் சென்றபோது, இவனது பயங்கர உருவைக்கண்டு, பயந்து ஓடினாளாம்!! பாசிடனுக்கோ, காதல்! பெண்ணுக்கோ, கிலி! பாசிடன் உடனே ஒரு கடல் குதிரையைத் தூது அனுப்பி, பெண்ணின் மனதை மாற்றச் செய்து, பின்னர்

மணமுடித்துக் கொண்டான். பல குழந்தைகள் பெற்றெடுத்தாள் பத்னி. பாதி மனித உருவும் பாதி மீனுருவும் கொண்ட, டிரிடன் என்பானே, பாசிடனின் மக்களுக்குள் கீர்த்தி வாய்ந்தவனாக விளங்கினான்.

காதலின் சக்தியை அனுபவ பூர்வமாகக் கண்டதனால் போலும், ஒரு முறை, பாசிடன், பூலோகத்திலே, காதல் பாதையிலே கஷ்டப்பட்டுக்கொண்டிருந்த இடாஸ் எனும் வாலிபனுக்கு, தன் ரதத்தைத் தந்து உதவி புரிந்தான் - என்றோர் கதை உண்டு. இந்தக் காதலியின் பெயர், மார்ப்பேசா! இவள் தந்தை, காதலைத் தடுத்திடவே இடாஸ் துயருற்று, என்ன செய்வதென்று ஏக்கமடைந்த போது, பாசிடன், தன் ரதத்தைக் காதலனுக்குத் தர, அதிலே, காதலியை ஏற்றிக்கொண்டு வந்தான் காதலன். பெண்ணைப் பறிகொடுத்துவிட்ட, ஈவினஸ் என்பான், துரத்திக்கொண்டு வந்தான் - ருக்மணியைக் கண்ணன் கொண்டு வந்ததும், இம்முறையில் தான்!

ஆனால், பாசிடனின், ரதத்தைப் பிடிக்க முடியுமா! காதலர் தப்பினர் - தகப்பனின் கோபத்தில் இருந்து தான் - கடவுளின் காமத்தில் இருந்தல்ல!

இந்த அழகு மங்கையைக் கண்டுவிட்டான் அபாலோ தேவன்! விடமாட்டேன் என்று கூறி, வழி மறித்துக் கொண்டான். நல்ல வேளையாக, அசரீரி கூறிற்றாம், 'பெண் யாரை விரும்புகிறாளோ, அவனே அவளுக்கு மணாளனாகக் கடவன்' என்று.

பெண்ணின் சங்கடத்தைக் கவனியுங்கள். ஒருபுறம், அபாலோ - கடவுள் - அழகன்!

மற்றோர் புறம், ஆபத்துக்களைத் துரும்பென எண்ணிய காதலன்!

யாரைத் தேர்ந்தெடுப்பது? தேவனையா? தேடிவந்த காதலனையா?

மதி மிக்கவள் அந்த மங்கை. அபாலோவோ கடவுள்களில் ஒருவர் - மூப்பு, பிணி, சாக்காடுகளைக் கடந்தவர். எனவே அவர் எப்போதும் இன்றுபோலவே எழிலும் இளமையும் கொண்டவராக இருப்பார். நாமோ மானிட குலம் - மூப்பு வரும், எழில் அழியும்! நாம் கிழவியாகி, அபாலோ குமரனாகவே அப்போதும் இருந்தால், நமது நிலை என்ன ஆகும்? காதல் கருகுமே!! வேறோர் வனிதையையன்றோ குமரன் தேடிக்கொள்வார்! மனம் உடையுமே நமக்கு!!

நமது காதலனோ, நம்மைப்போலவே, மானிடன் - நாம் கிழவியாகும் போது அவனும் கிழவனாவான் - காதலுக்குச் சிக்கல் ஏற்படாது. எனவே நமக்கு ஏற்றவன் இடாசே என்று தீர்மானித்தாள்.

அசரீரி அறிவித்தபடி, அவள் இடாசையே மணம் செய்து கொண்டாள்.

அபாலோவின் திட்டம் முறிந்தது கண்டு, பாசிடன் மகிழ்ந்தான்.

இப்படிப் பல கதைகள், பாசிடனைப்பற்றி, கடலாதிபதியின் பராக்கிரமத்தைப்பற்றி, மகாகவி ஹோமர்கூடத் தான் பாடியிருக்கிறார்! கல்லுருவங்கள் பல சமைத்தனர், கலைத் திறமையுடன்! கோயில்கள் எழுப்பினர் பல ஊர்களில்! எனினும் அறிவு வளர்ச்சி ஏற்பட்டதும், இப்படி எல்லாம் கற்பனைகளை நம்பி நம்பி, கருத்தைக் கெடுத்துக் கொள்ளக் கூடாது என்ற எண்ணம் உதித்தது. கடலின் தன்மையும் பொருளும் விளங்காவிட்டால், கண்டபடி ஒரு கதை கட்டுவதா! - என்று கேலி பேசினர் முதலில் - ஏற்கனவே கட்டப்பட்ட கதை அஞ்ஞானத்தின் அடையாளம் என்று வெறுத்துத் தள்ளினர்; இன்று விஞ்ஞானம், கடலைப்பற்றிய அறிவுரையை அவனிக்கு அளித்திருக்கிறது. பாசிடன் மறைந்தான்; மாஜி கடவுளானான்!!

கிரீஸ், ரோம் நாடுகளில், கண்ணன், கந்தன் போன்ற ஆணழகர்களைச் சித்தரித்துத் தொழுது வந்தனர், கடவுட் கொள்கையிலே தெளிவு இல்லாத காலத்தில். இந்த நாட்டுக் கண்ணனுக்கும் முருகனுக்கும் எழிலில் எந்த வகையிலும் குறைவில்லாதவர்தான், கிரேக்க நாட்டுச் சூரிய பகவாப், ஆணழகன் அபாலோ தேவன்.

5. அபாலோ

கமலக்கண்ணன்! கார்முகில் வண்ணன்! முல்லைச் சிரிப்பால் எவரையும் வெல்லவல்ல வசீகரமானவன்! பவழம், அவன் இதழ்! பாதமும் தாமரை! இது போன்ற எழில் ததும்பும் உருவம் எங்கு உண்டு. கண்டோர் தம் கலி தீர்ந்தது என்று தானே கொண்டாடுவர்! கற்பனை என்றே வைத்துக் கொள்ளுவோம் - கட்டுக்கதையாகவே இருக்கட்டும் - பொறுத்தமற்ற புளுகு அந்தப் புராணம் என்றே வைத்துக் கொள்ளுவோம் - இருப்பினும் “கண்டதுண்டோ கண்ணன் போல்! புவியில் -” என்று உருகிக் கேட்பர் பக்தர்கள், கோபாலகிருஷ்ணனைப் பற்றி வெண்ணெய் திருடுவதும் வேய்ங்குழல் ஊதி கோபியரை மயக்குவதும், மாயம் பல புரிவதும் ‘மகிமை’கள் என்று எண்ணுவது மதமா - என்று கேட்கும் போது, கதையைத் தள்ளு, எழில் உருவைப் பார் - இப்படிப்பட்ட உருவத்தை, அழகை, அழகு ததும்பும் கலையை கலையின் ஒரு பகுதியான சிற்பத்தை, சிறுமதியாளனே! நம் பெரியோர்கள் போற்றி வந்தனர். அந்தப் பண்பாட்டையா பாழ்படுத்த வந்தாய் - பாவீ! - உனக்குக் கண்ணில்லையா, கண்டதுண்டோ கண்ணன் போல் - புவியில் கண்டதுண்டோ! - என்று கேட்கிறார்கள், இங்குள்ள பக்தர்கள்.

பலருக்கு அசட்டுத்தனமான ஒரு எண்ணம். அழகின் உருவங்களாக ஆண்டவனைச் சித்தரித்த, பண்பும், கலை உள்ளமும் நம் நாட்டு ஏகபோகச் சொத்து என்று எண்ணுகின்றனர் - அதிலும், கிருஷ்ணன், முருகன், இருவரும் அழகே உருவெடுத்தவர்கள், அவனியில் இவர் போன்ற கடவுளர் வேறு எங்கும், எவருடைய கற்பனையிலும் உதித்ததே கிடையாது என்று பெருமையாகப் பேசிக்கொள்வர், பூஜாரியின் பிரசார போதையில் சிக்குண்டவர்கள். முருகன்

என்றாலே அழகன் என்பது தான் பொருள் என்று விளக்கம் கூறுவர்.

கிரீஸ், ரோம், நாடுகளில், கண்ணன், கந்தன் போன்ற ஆணழகர்களைச் சித்தரித்துத் தொழுது வந்தனர், கடவுட் கொள்கையிலே தெளிவு இல்லாத காலத்தில். இந்த நாட்டுக் கண்ணனுக்கும் முருகனுக்கும் எழிலில் எந்த வகையிலும் குறைவில்லாதவர் தான், கிரேக்க நாட்டுச் சூரிய பகவான், ஆணழகன் அபாலோ தேவன். அபாலோவின் உருவை ஓவியமாகக் காண்பவர், அந்த நாட்களில், கிரேக்க நாட்டிலே, கலை உள்ளம் நேர்த்தியாகத் தான் இருந்தது என்பதை உணருவர் - அதேபோது, அழகின் உருவமான அபாலோ தேவனும் மாஜி கடவுள் தான் என்பதை அறியவேண்டும் இந்த நாட்டு ஆத்திகர்கள். கலையிருக்கிறது எனவே கைவிடோம் என்று அபாலோ தேவனை இன்று கிரேக்க நாட்டிலே தொழுது கொண்டிருப்பவர் கிடையாது, ஆணழகன் அபாலோவின் அழகுபோல அவனியிலே கண்டதுண்டோ என்று பாடிடும் பாவையரும் கிடையாது. அழகு ததும்பத்தான் செய்கிறது ஓவியத்தில் சிற்பத்தில்! அணி அழகு மிளரத்தான் செய்கிறது கவிதையில்! எனினும் கற்பனை தான் அபாலோ - அதிலும் உண்மைக் கடவுட் கொள்கைக்கு ஒவ்வாத கற்பனை - அறிவுக்குப் பொருந்தாத கற்பனை, எனவே அறிவு வளர வேண்டுமானால், அபாலோ மாஜியாகத்தான் வேண்டும் என்று கிரேக்க நாட்டவர் தீர்மானித்தனர். இங்குதான் கடவுளை, கண்கவர் வனப்புள்ள உருவமாகக் கல்லில் செதுக்கவும், உலோகத்தில் சமைக்கவும் முடிந்தது, மற்ற நாட்டவர் எவருக்குமே இந்தக் கற்பனையும் திறமையும் இருந்ததில்லை என்று எண்ணுபவர்கள், கிரேக்க நாட்டு மாஜி கடவுள் அபாலோவின் ஓவியத்தைக் காணவேண்டும். கண்ணுள்ளோர் எவரும் கண்ணனிடமும் கந்தனிடமும் உள்ள கவர்ச்சிகரம் அபாலோவிடம் இல்லை என்று கூறிவிட முடியாது. அருளொழுகும் கண்கள் - சந்தேகம் இல்லை! ஆஜானுபாஹு - புராண பாஷைப்படி!! கிரேக்கர்கள், அபாலோ தேவனைத்தான் அழகிற் சிறந்தோன் என்று பூஜித்து வந்தனர்.

ஜூவஸ் தேவனுடைய திருக்குமாரன், இந்த அபாலோ - ஆனால் பட்டமகிஷிக்குப் பிறந்தவனல்ல, ஜூவசின் பரந்த காதல் சாம்ராஜ்யத்தில் உதித்த பாலகன்.

லாடோனா என்ற காரிகையை ஜூவஸ் காதலித்தான் - விளைவு இரட்டைக் குழவி - ஒன்று அபாலோ, மற்றொன்று பெண், இரண்டும் இணையிலா எழிலுருவங்கள்!

ஜூவசின் தேவியார் ஹீரா அம்மையாருக்குச் 'சேதி' தெரிந்தது - சீற்றம் மிகுந்தது - லாடோனாவை விரட்டினார்கள். பெரியதோர் பாம்பை ஏவினார்களாம், லாடோனாவைத் துரத்த - ஜூவசுக்குக் காதலை அர்ப்பணித்த காரிகை, கருவுற்றிருந்த நிலையில் ஓடினாள், ஓடினாள், எட்டுத் திக்கும் புகலிடம் தேடி! காப்பாற்ற எவரும் முன்வரவில்லை - அனைவருக்கும் அச்சம், ஹீரா தேவியார் சீறுவார்களல்லவா!!

கடலிலே ஒரு தீவு, ஓரிடத்திலேயும் தங்காமல், தெப்பக்கட்டை போல மிதந்து சென்றவண்ணம் இருந்ததாம். தீவின் பெயர், டீலாஸ் - இந்தத் தீவை, நிலைத்து நிற்கும்படிச் செய்து, அதிலே தங்கும்படி அருள்பாலித்தான் பாசிடன். பாவை, அங்குதான் குழந்தைகளைப் பெற்றெடுத்தாள்.

லாடோனாவின் நிலை பிறகு நிம்மதி என்று எண்ணாதீர்கள். விடவில்லை விண்ணவன் தேவி - விரட்டினார்கள் மீண்டும். லாடோனா, காடு மலைகளெல்லாம் சுற்றித் திரியவேண்டி நேரிட்டது. ஒருநாள் அம்மைக்குத் தாகவிடாய் - அங்கு ஒரு குளத்தருகே சிலர் இருந்தனர் - அவலட்சணம் பிடித்த அற்பர்கள் - ஐயா! தாகம்! தண்ணீர்! என்று தவித்த மாது கேட்க, அந்த அற்பர்கள், கேலி செய்தனர், பாவையின் பரிதாப நிலையைக் கண்டு பச்சாதாபம் காட்டவில்லை. ஜூவசுக்கு இது தெரிந்தது - உடனே அந்த அற்பர்களை, தவளைகளாகிவிடச் சாபமிட்டார். லாடோனா மேலும் பல அல்லல்களை அனுபவித்தாள் - கடைசியில் தேவரும் மாந்தரும் அவளை உத்தமி என்று கொண்டாட வேண்டிய நிலையும் பெற்றாள். லாடோனா தேவிக்கு, ஆர்காஸ், டீலாஸ், ரஜிப்ட் ஆகிய இடங்களிலே ஆலயங்கள் அமைக்கப்பட்டன.

அபாலோ தேவன், வில்வித்தை, தேரோட்டம், யாழ் வாசித்தல், முதலிய வித்தைகளில் சமர்த்தனாகி, சூரியரதத்தை அன்றாடம் ஓட்டிச்செல்லும் உயரிய நிலையை அடைந்தான்.

புயல் வேகத்திலே செல்லும் புரவிகள் பூட்டப்பட்ட பொன்னாலான ரதம் - அபாலோவுக்கு - காலை முதல் மாலைவரை தேரைச் செலுத்துவான், மாலையிலே பொன் ஓடம் தயாராக இருக்கும், அதிலேறிப் பொழுது போக்குவான். சந்திரன், நட்சத்திரங்கள், பூமி, எதன்மீதும் மோதிக்கொள்ளாதபடி, பாதை தெரிந்து, தேரைச் செலுத்துவது அபாலோவின் திருப்பணி. சிறிதளவு தவறு நேரிட்டாலும், பெரும் அழிவு நேரிடும் அவ்வளவு பொறுப்பான வேலை. இதைத் திறம்படச் செய்துவந்தான் அபாலோ.

ஆற்றல் மிக்க அபாலோவுக்கோ இவ்வளவு பொறுப்பான, கடினமான வேலை இருந்தது - எனினும் காதல் வைபவத்துக்கு நேரம் கிடைக்கவில்லை என்று எண்ணி விடாதீர்கள், உண்டு! பலப்பல!!

கிளைமின் என்ற பூலோக சுந்தரியைக் காதலித்தான் அபாலோ, ஒரு மகன் பிறந்து, மருத்துவ நிபுணனானான் - செத்தவரைப் பிழைப்பிக்கச் செய்துவிட்டான். உடனே, கோயில்கள் எழும்பின, மருத்துவதேவனுக்கு - பக்தர்கள் திரண்டனர். தீராத வியாதிகளைத் தீர்த்துவைக்கும் தேவனின் திருத்தலத்தை நாடி சாரை சாரையாகப் பக்தர் கூட்டம் செல்லலாயிற்று. அவன் திருக்கோயிலில் ஓரிரவு படுத்திருந்தால் போதும், நோய் பறந்தே போகும், என்றான் பூஜாரி - மக்கள் நம்பினர்.

புதிய தேவன்! புதிய கோயில்! பக்தர்கள் கூட்டம் அங்கே! - ஜூவசுக்குக் கோபம் கொதித்தது - பொறாமைத்தீ மூண்டுவிட்டது. இவன் யார், நமது பெருமையை அழித்துவிடக் கிளம்பிய புயல்! இவனைவிட்டு வைப்பது தவறு - என்று எண்ணி, ப்ளூடோ தேவனை அழைத்து, புதிய தேவன் தலையிலே இடிவிழச் செய் என்று கட்டளையிட்டான். ப்ளூடோ தேவன், இடி ஆயுதம் தயாரிப்பவரிடம் கேட்க, அவர்கள் இடியாயுதம் தந்தனர் - வீசினான், அபாலோவின் ஆற்றல்மிக்க மகன்மீது - மகன் மாண்டான் - செத்தவரைப் பிழைக்கச்செய்த மருத்துவதேவன் மாண்டான். தாங்கொணாக் கோபம் சோகம், அபாலோவுக்கு - சீற்றத்தை இடியாயுதம் தயாரித்தவர் மீது காட்ட முனைந்தான். ஜூவஸ், அபாலோவைக் கடவுள் ஸ்தானத்திலிருந்து நீக்கி, பூலோகத்திலே சென்று உழலும்படிச் சாபம் பிறப்பித்தார். சிலகாலம் அதுபோல் பூவுலகில் இருந்துவிட்டுப் பிறகு, அபாலோ கடவுளருலகு வந்து பழைய பணி புரிந்துவந்தார்.

அது வரையில் யார் சூரிய ரதத்தைச் செலுத்தியவர்? மகனை, ஏன் அபாலோ, தேவருலகுக்கு அறிமுகப்படுத்தவில்லை - காதலித்தவளைக் கடிமணம் புரிந்தாரா இல்லையா! பூலோக வாசிகளின் நோய் நொடியைத் தீர்த்து வைப்பது நல்ல காரியமல்லவா - அந்தத் திருத்தொண்டு புரிந்தவனை முழுமுதற் கடவுள் ஏன் ‘சம்ஹரித்தார்’, ‘துஷ்ட நிக்ரஹம் சிஷ்டபரிபாலனம்’ என்பது தானே கடவுளின் நீதி என்பார்கள், இந்தக் ‘கொலை’ ஏன்! என்பன போன்ற கேள்விகளைக் கேட்கக்கூடாது. கேட்கத்தான் தோன்றும். ஆனால் கேட்பது நாத்திகம். அந்த நாள் பூஜாரியின் கடுமையான சட்டம் அது. நெடுநாள்வரை அவனுடைய ‘கப்சிப்’

தர்பார் நடைபெற்று வந்தது. ஆனால் கடைசியில் அவனுடைய குட்டு வெளிப்பட்டு மக்கள் வென்றனர் - இங்கல்ல - அங்கு! பூஜாரியின் புரட்டுரைகளை மெய்யென நம்பியபோது, கிரேக்க மக்கள் இதுபோன்ற பல கதைகளைப் பக்தியுடன் பாராயணம் செய்து வந்தனர்.

காதல் விவகாரத்தில் ஜூவசுக்குத்தான் வெற்றி மேல் வெற்றி. அபாலோவுக்கு அந்தத் துறையிலே, வேதனை தான் அடிக்கடி காதல் கணைகளை ஏவிடும். கடவுள், க்யூபிட் - கிரேக்க நாட்டு மன்மதன்.

இவன் வில்லம்பு வைத்துக் கொண்டிருக்கக் கண்ட அபாலோ, வேடிக்கைக்காக கேலிமொழி புகன்றான். வெகுண்டெழுந்த - க்யூபிட், என் கணையின் சக்தியைப் பார் என்று கூறி, அபாலோமீது ஓர் கணையை ஏவினான் - காதல் சுரந்தது - ஆற்றுதேவன் பீனியஸ் என்பானின் மகள் டாப்பீன் என்பவள்மீது. காதல் தணலாகிவிட்டது அபாலோவுக்கு. க்யூபீட், தன் வல்லமையை அபாலோ உணரவேண்டும் என்பதற்காக, மற்றோர் காரியம் செய்தான். டாப்பீன் எனும் தையலின்மீது. ஒரு கணை தொடுத்தான் - காதலைத் தூண்டும் கணையல்ல - காதலென்றாலே கடுவிஷம் என்று கருதி வெறுப்பை அடையச் செய்யும் கணை.

வேடிக்கையாகத்தானே இருக்கும் - அபாலோவுக்குத் தவிர - இந்தக் காட்சி.

அபாலோவுக்கோ அவள்மீது அடக்கொணாக் காதல்! அவளுக்கோ, காதல் என்றாலே வெறுப்பு. அபாலோ அணுகுகிறான், அவள் அஞ்சி ஓடுகிறாள், க்யூபீட் சிரிக்கிறான். அபாலோ துள்ளுமத வேட்கைக் கணையாலே தொல்லைபடுபவன் - எனவே அவளை அடைந்தே தீருவது என்று துரத்துகிறான் - அவளுக்கோ காதல் என்றாலே நஞ்சு, எனவே அவள் ஓடுகிறாள்! துரத்துகிறான் தேவன், ஓடுகிறாள் அரசகுமாரி நெடுநேரம், நெடுந்தூரம். கடைசியில் களைத்துவிட்டாள் - எனினும் இணங்க முடியுமா - வெறுப்புக் கணையல்லவா வேலை செய்கிறது - எனவே அபாலோவிடம் சிக்காமலிருக்க, தன்னை உருமாற்றும்படி தந்தையை வேண்டுகிறாள் - அவன் அரசன் தான். எனினும் அவனுக்கு அந்த அற்புத ஆற்றல் இருந்ததுபோலும் - மகளை ஒரு மரமாக்கி விடுகிறான். கைக்கு எட்டியும் பயனில்லை - அபாலோ அவதிப்படுகிறான். க்யூபிட் தன் வெற்றியைக் கொண்டாடுகிறான்.

மற்றோர் சமயத்தில், அபாலோவுக்கு, காதல் விருந்து கிடைத்தது - கிளைமின் என்ற தேவதையிடம்! ப்யேடன் என்ற மகன் பிறந்தான். அபாலோ, தன் காதலியுடன் குடும்ப வாழ்க்கை நடத்தவில்லை - விருந்து முடிந்தது, விளைவு பிறந்தது. தன் வேலைக்குச் சென்றுவிட்டான். தேவதை, தன் குமாரனை வளர்த்து வந்தாள். "உன் தந்தை சாமான்யரல்ல! விண்ணும் மண்ணும் வியந்திடும் அழகன், ஆற்றல் மிக்கோன் - அபாலோவின் மகனடா நீ!" - என்று அன்னை அடிக்கடி கூறி வந்தாள். மகனுக்கு மமதை இது கேட்டு.

ஒரு நாள் வேறோர் தேவகுமாரன், ப்யேடனைக் கேலி செய்தான், 'அபாலோ தான் உன் தந்தை என்பதற்கு என்ன ஆதாரம்?' என்று கேட்டுவிட்டான். ப்யேடன் கோபம் கொண்டான், வருத்தமாகவும் இருந்தது. தாயிடம் முறையிட, அவள், 'அபாலோவிடம் சென்று கேள், ஆதாரம் தருவார்', என்றாள். எனவே ப்யேடன், கஷ்டத்தைப் பொருட்படுத்தாமல், அபாலோ வாழுமிடம் சென்றான். கண்களைப்பறித்து விடுவதுபோல மின்னிக் கொண்டிருந்தது அபாலோ தேவனின் தங்கமாளிகை. ரதம், தயாராகக் காத்துக் கொண்டிருந்தது. அச்சமயம் வந்து சேர்ந்தான் யேடன். அன்புடன் அபாலோ, அவனை அருகழைத்து, "மகனே! என்ன வேண்டும்? எங்கே வந்தாய்?" என்று கேட்டான். "கெடுமதி படைத்தவனொருவன் கேலி பேசுகிறான் தந்தையே! நான் தங்கள் குமாரன் என்பதை நிரூபிக்க ஆதாரம் வேண்டுமாம்" என்றான். "ஆதாரமா! விண்ணும் மண்ணும் அறிய நான் கூறுகிறேன், நீ என் மகன் என்று" என்றான் அபாலோ. ப்யேடன் அவசர புத்தியுள்ளவன் - எனவே அவனுக்கு ஒரு பைத்தியக்காரத் தனமான யோசனை உதித்தது. 'தந்தையே! இன்று ஒரு நாள், நான் தங்களுக்குப் பதிலாகத் தேர் ஓட்டிச் செல்ல அனுமதி அளிக்க வேண்டுகிறேன் - அப்போது அனைவரும் அறிந்து கொள்வர், நான் யார் என்பதை' - என்றுரைத்தான்.

அபாலோ திகைத்துப்போனான். "மகனே! ஆபத்தான விளையாட்டு வேண்டாம். என்னால் தவிர வேறு ஒருவரால், இந்தப் புரவிகளை அடக்கிச் செலுத்த முடியாது, விபரீதமான காரியம் வேண்டாம். வேறு எதுவாயினும் கேள், தருகிறேன்" என்று கொஞ்சுமொழி கூறினான் - மகன் கேட்கவில்லை. பிடிவாதக்காரன்! எது கேட்டாலும் தருகிறேன் என்று முதலிலேயே வாக்களித்து விட்டான் அபாலோ. தவற முடியுமா? அதிலும், ஸ்டைக்ஸ் நதியின் மீது ஆணையிட்டு வாக்களித்துவிட்டான் - அதை மீறுவது பெரும் ஆபத்து. ஏனெனில், மீறுபவர் அந்த ஆற்று நீரைப் பருகவேண்டும் - பருகினதும் ஓராண்டு காலம் முழு முட்டாளாகி விடுவர் -

பிறகு ஒன்பதாண்டு கடவுளுலகிலிருந்து தள்ளி வைக்கப்படுவர். எனவே அபாலோ இணங்குவது தவிர வேறு வழியில்லை. புத்திமதி சொன்னான் - சவுக்கை எடுக்காதே - பாதைமீது பார்வை இருக்கட்டும் - பக்குவமாக ஓட்டு, - என்று பலப்பல கூறி, ப்யேடனைத் தேரில் அமர்த்தினான். காலைத் தட்டிக்கொண்டு கிளம்பின குதிரைகள். இரண்டொரு மணி நேரம், தேர் நேர்வழி சென்றது. பிறகோ! புரவிகள் புயலாயின! யேடனால் அடக்க முடியவில்லை. தேர், பாதையைவிட்டு ஓட ஆரம்பித்தது - ப்யேடன் மிரண்டு விட்டான். சூரிய ரதம் பாதை தவறி ஓடுவது கண்டு. பதைக்காதார் இல்லை. சந்திரன் நட்சத்திரம் யாவும் மிரண்டு ஓடலாயின, தேரின் கீழ் சிக்காதிருக்க. பூமிக்கு அருகே சூரிய ரதம்! கடல் வற்றுகிறது, வெப்பத்தால் ஆறுகள் மணல் மேடுகளாகின்றன! காடுகள், நெருப்பாகின்றன! மக்கள் கருத்துப்போகிறார்கள். எங்கும் ஒரே திகில்! ஒரே கதறல்! அழிவுக்காலம் நெருங்கி விட்டதோ என்று அனைவரும் அலறுகின்றனர். ஒரே அல்லோல கல்லோலம். யேடனுக்குப் பெரும் பீதி, ரதமோ புயல் வேகத்திலே!

பூலோக வாசிகளின் புலம்பல் கேட்டு, நித்திரையிலிருந்து ஜூவஸ் விழித்துக் கொண்டார். நொடியில் விஷயம் தெரிந்துவிட்டது - இடியாயுதத்தை வீசி, ப்யேடனைக் கொன்று, பிரபஞ்சத்தைக் காப்பாற்றினார். தேர் என்ன ஆயிற்று - இடியாயுதம் தேரை நொறுக்கிற்றா, என்றெல்லாம் கேட்கக்கூடாது. புராணமென்றால், கேட்டுக் கொள்ளவேண்டும் - நம்பிக்கையுடன் - கேள்விகள், பாபச் சின்னங்கள்!!

அபாலோவின் காதல் விளைவுகள் பலவும் இப்படி அரும்பிலேயே அழிக்கப்பட்டுப் போயின. அபாலோமீது அடங்காத காதல் கொண்டிருந்தாள், கிளைட்டை என்ற கன்னி! அந்தக் காதலை அபாலோ பொருட்படுத்தவே இல்லை. அவளோ, அபாலோ ரதத்தில் ஏறிச்செல்லும் திக்கையே நோக்கியவண்ணம் இருந்து வந்தாள். கடைசியில் அவளுடைய பரிதாபகரமான நிலைகண்டு, மற்றக் கடவுளர், அவளைச் சூரியகாந்திப் பூவாக்கிவிட்டனர். சூரியகாந்திப் பூ, சூரியனை நோக்கியபடியே இருப்பது இதனால் தான் என்கிறான் புராணீகன்.

அபாலோவுக்கு இசையிலும் நிபுணத்துவம் உண்டு - மைடாஸ் என்ற அரசன் அபாலோவைவிட நேர்த்தியான இசைவாணன் உண்டு என்று சொன்ன குற்றத்துக்காக, அந்த அரசனுக்குக் 'கழுதைக்காது' வளரும்படி ஒரு முறை அபாலோ சபித்துவிட்டானாம்.

இந்த 'சூரிய புராணம்' கிரேக்கரின் புண்ய கதையாக இருந்துவந்தது நெடுங்காலம்.

அபாலோ தேவனுக்கு பிரம்மாண்டமான கோயில்களைக் கட்டினர் கிரேக்கர்கள். பூஜைகள் விமரிசையாக நடந்துவந்தன அபாலோ தேவனுக்கு. கவிதைக்குக் குறைவில்லை! எல்லா வைபவமும் இருந்துவந்தது அபாலோவுக்கு, மக்கள் புத்தறிவு பெறும் வரையில். பிறகோ, பழமையை, புரட்டை, பூஜாரியின் பொய்யுரையைச் சுட்டெரித்த அறிவுச் சுடர் தோன்றிற்று - அபாலோ மாஜி கடவுளானான்.

அபாலோவின் உடன் பிறந்தவள் தான் ஆர்ட்டிமிஸ். அபாலோ சூரியதேவன், அது போல, ஆர்ட்டிமிஸ் சந்திரக் கடவுள். அபாலோ போலவே அழகு, ஆர்ட்டிமிசிடம் குடி கொண்டிருந்தது. தேவருலகு பெரு மூச்செறிந்தது அவளை எண்ணி எண்ணி அவளோ கன்னியாகவே காலந்தள்ள உறுதிகொண்டு, ஜூவசிடம் வாதாடி, வரம் பெற்றுவிட்டாள்.

6. ஆர்ட்டிமிஸ்

லாடோனாவுக்கு இரட்டைக் குழந்தைகளல்லவா பிறந்தன - ஆண் தான் அபாலோ - ஆர்ட்டிமிஸ், பெண். அபாலோ சூரியதேவன், அதுபோல, ஆர்ட்டிமிஸ் சந்திரக் கடவுள். பகலெல்லாம் தேர் ஏறிச்சென்று சூரிய ஒளியைத் தருபவன் அபாலோ, உடன்பிறந்தாளாகிய ஆர்ட்டிமிஸ் இரவில் ரதமேறி சந்திர ஒளியை வழங்குபவள். இவ்வளவு அற்புதமான செயல் புரிந்துவரும் இருவரைப் பெற்றதனால் களிப்புற்றாள் லாடோனா. நாளா வட்டத்திலே இந்தக் களிப்பு, கர்வமாக மாறலாயிற்று. யாரே எனக்கெதிரே அவனியிலே, என்று கூறிக் கொள்ளலானாள்.

நையோபி என்ற மாது நகைத்தாள். அசடே! உனக்கு இருமக்கள் - எனக்குப் பதினான்கு - ஏழு ஆண், ஏழு பெண் - எனவே நானே பாக்யசாலி - என்று பேசினாள், கோபம் பிறந்தது லாடோனாவுக்கு. ஹீராதேவியாரிடம் கொடுமை பல அனுபவித்த லாடோனா, தானே கொடுமைக்காரியாக மாறினாள். அதிலும், நையோபி, அபாலோ, ஆரிட்டிமிஸ் இருவருக்கும் பூஜைகள் செய்வது தேவையற்ற காரியம் என்று கூறினதும் கோபம் அதிகரித்தது. மகனையும் மகளையும் அழைத்து அந்த மமதை கொண்டவளின் மக்களைக் கொன்றுவிட்டு வாருங்கள் என்று கட்டளையிட்டாள். காரணமற்ற கோபம்! கருணையற்ற செயல்! எனினும் மாதாவின் கட்டளை, மீறலாமா? மீறினாரா, தந்தை ஜமதகனியின் கட்டளையை, பரசு ராமர்; தாயின் தலையை வெட்டினாரல்லவா?

கிளம்பினர், அபாலோவும் ஆர்ட்டிமிசும். ஆண்களை அபாலோ அழித்தார் - பெண்களை ஆர்ட்டிமிஸ் கொன்றாள். கடைகோடி பெண்குழந்தை தாயின் மார்பிலே ஒட்டிக்கொண்டதாம் திகிலுடன் - நையோபி அழுதபடி கெஞ்சினாள், இந்தக்

குழந்தையையாவது கொல்லாமல் விடுக என்று. இந்த நிலை கண்டு, மற்ற கடவுளர் மனம் இளகிற்று. இந்த ஒரு குழந்தையை விட்டு விடு, என்று ஆர்ட்டிமிசுக்குச் சொல்லித் தடுத்தனர் போலும் என்று எண்ணுகிறீர்களா! இல்லை, இல்லை! நையோபியை, குழந்தையுடன் கல்லுருவாக்கி விட்டனர்.

தாயின் சொல்கேட்டு, கொலைபாதகச் செயல் புரிந்த ஆர்ட்டிமிஸ்தான் குளிர்ச்சி தரும் நிலவொளியை வழங்கி வந்தாள்.

அபாலோ போலவே அழகு, ஆர்ட்டிமிசிடம் குடிகொண்டிருந்தது. தேவருலகு பெருமூச்செறிந்தது அவளை எண்ணி எண்ணி. அவளோ கன்னியாகவே காலந்தள்ள உறுதி கொண்டு ஜூவசிடம் வாதாடி, வரம் பெற்றுவிட்டாள். அழகு வீணாகிறதே என்ற ஏக்கம் தேவர்களுக்கு. என்ன செய்வது, ஜூவசே வரம் அளித்து விட்டாரே!

கன்னியாக இருக்க வரம் பெற்றாளே தவிர, ஆர்ட்டிமிசுக்குக் காதலே உதிக்கவில்லை என்று எண்ணாதீர்கள்.

கோரியா நாட்டிலே, ஒரு ஆடு மாடு மேய்க்கும் இளைஞன் மீது, ஆர்ட்டிமிசுக்குக் காதல் - தற்செயலாக.

அவன் ஓர் மலையடிவாரத்திலே படுத்துறங்குகிறான். ஆர்ட்டிமிஸ் விண்ணுலகை விட்டுக் கிளம்பி நிலவொளியைப் பரப்பிக்கொண்டு செல்கிறாள், ரதத்தில். தற்செயலாகக் கீழே பார்க்க, கட்டழகன் கண் அயர்ந்திருக்கக் கண்டு, காதல் கொண்டு விடுகிறாள் - நொடிப்பொழுதில் கீழே வருகிறாள் - அவனை எழுப்பவில்லை - அன்பின் அறிகுறியாக அவன் உதடுகளில் முத்தமிடுகிறாள். இன்பமயமான உணர்ச்சியுடன் இளைஞன், இலேசாகக் கண்களைத் திறந்து பார்க்கிறான், அவன் மனதை மயக்கும் அழகிய இளமங்கை தெரிகிறாள், அடுத்த விநாடி மறைகிறாள். கனவா, நனவா? - திகைக்கிறான் இளைஞன்! மனதிலே இந்தக் கேள்வி குடைகிறது - முத்தமிட்டாளே - யார்...? ஏக்கத்துடன் யோசிக்கிறான். மனம் குழம்புகிறது. நித்திரையில் வந்து நெஞ்சில் இடம் கொண்ட நேரிழையாள் யாரோ, அறியேன் அந்தரம் விட்டிறங்கி அழகு தேவதை வந்து, அதரம் தனில் அதரம் பதித்த அற்புதம் யாரோ தெரியேன் என்று பலப் பலவாறு எண்ணுகிறான், ஏங்குகிறான். ஆர்ட்டிமிசோ, தேர் ஓட்டிக் கொண்டிருக்கிறாள். அவளுடைய நினைவால் நைந்து உருகும் இளைஞன் பெயர், எண்டிமியான். கன்னியின் இதயத்திலே காதல் முளைத்தது கண்ட ஜூவஸ், எண்டிமியானைச் சும்மா விடுவாரா!

அவரோ வரம் அளித்துவிட்டார், ஆர்ட்டிமிசுக்கு, கன்னியாக இருந்துவிட - இவனோ, கன்னி உள்ளத்திலே காதல் அரும்பிடச் செய்துவிட்டான் - வரம் என்ன கதியாவது! பிடி சாபம் என்றார் ஜூவஸ். மரணம் - அல்லது நீங்காத நித்திரை - எது வேண்டும், கேள் - என்றார் - நீங்காத நித்திரை! - என்றான் எண்டிமியான் - அன்று முதல், லாட்மஸ் மலைக்குகையிலே, தூங்கிய வண்ணம் இருக்கிறான் எண்டிமியான். ஆர்ட்டிமிஸ் இரவுக் காலங்களில் அவனைக் கண்டுவிட்டுப் போகிறாள், ஆனால் அவன் விழித்துக் கொள்வதில்லை! இப்படி ஒரு காதல் ஆர்ட்டிமிசுக்கு.

ஓரியான் என்ற ஒரு வேட்டையாடும் இளைஞன் மீது ஆர்ட்டிமிசுக்குக் காதல் பிறந்தது, மற்றோர் சமயம் - இதுவும் பலிக்கவில்லை. ஒருநாள், இந்த ஓரியான் ஏழு வன தேவதைகளைக் கண்டு, சொக்கிவிட்டான் - அவர்களைத் துரத்தினான்! தேவதைகள், ஆர்ட்டிமிசை வேண்டிட ஆர்ட்டிமிஸ், அவர்களைப் புழுக்களாக மாற்றி, பிறகு நட்சத்திரங்களாக்கினார்.

ஓரியானைக் கண்டது இந்தவிதமாக வனதேவதைகள் கிடைக்காததால், ஓரியான் மனம் உடைந்து போகவில்லை, வேறு தேடினான் - ஒரு மன்னன் மகள் மீது மையல் கொண்டு அவளைக் களவாடிச் செல்ல முயன்றான் - மன்னன் அவன் கண்களைக் கெடுத்துவிட்டான். பிறகு சூரியன் அருளால் பார்வையைத் திரும்பப் பெற்றான்.

இந்த ஓரியான் மீது ஆர்ட்டிமிசுக்குக் காதல்!

இருவரும் நண்பர்களாயினர் - இது தெரிந்தது அபாலோவுக்கு, உடன்பிறந்தாளுக்கு ஏற்பட்ட காதல் பொறுத்தமற்றது என்று எண்ணி, அதைத் தடுக்கத் தீர்மானித்தான் அபாலோ. ஒருநாள் அபாலோ ஆர்ட்டிமிசிடம், வில்வித்தையின் சிறப்புகளைப் பற்றிப் பேசிக்கொண்டிருந்துவிட்டு, குறிதவறாமல் அம்பு எய்தல் முடியுமா உனக்கு. அதோபார், கடலில், கருப்பாக ஏதோ மிதந்து கொண்டிருக்கிறது, அதைக் குறி வைத்து அம்பு எய்திடு பார்க்கலாம், என்றான் - தன் திறமையை அபாலோ குறைவாக மதிப்பிடுவது கண்ட ஆர்ட்டிமிஸ் கோபம் கொண்டு, “இது ஒரு பிரமாதமா!” என்று கூறி, அம்பை எய்தாள் - கருப்பாகத் தெரிந்ததை, குறி பார்த்து, அபாலோ நகைத்தான் - தன் தந்திரம் பலித்தது என்று - ஏனெனில் கருப்பாகத் தெரிந்தது, ஓரியான் கடலில் நீராடிக் கொண்டிருந்தான்! காதலித்தவளின் அம்பு அவனைக் கொன்றுவிட்டது, ஆர்ட்டிமிஸ் புலம்பினாள் - பலன் இல்லை! மாண்ட காதலனை, நட்சத்திரமாக்கினாள்.

வேறோர் சமயம், ஆர்ட்டிமிஸ், வனதேவதை சிலருடன் நீராடிக்கொண்டிருந்ததை, மறைந்திருந்து பார்த்தான், ஆக்ட்டியான் என்ற இளைஞன். வேட்டை நாய்களுடன் அவன் அந்தக் காட்டுக்கு, மான் வேட்டைக்காக வந்திருந்தான். நீர் அருந்தச் சென்றான் - சிரிப்பொலி கேட்கவே, புதரருகே மறைந்திருந்தான், தேவலோகப் பூவையர் நீராடக் கண்டான். ஆர்ட்டிமிஸ் கடுங்கோபம் கொண்டு, ஆக்ட்டியானை மானாகும்படிச் சபித்து விட்டாள், மானுருக்கொண்டான் ஆக்ட்டியான், மனித உள்ளம் மட்டும் இருந்தது! அதேபோது, மான் வேட்டைக்காக அவன் அழைத்து வந்திருந்த வேட்டை நாய்கள் ஓடி வந்தன. திகைத்தான் ஆக்ட்டியான் - மனித உள்ளம், மான் உருவம்!! வேட்டை நாய்கள், மானைக்கண்டால் சும்மா விடுமா - துரத்தின - ஓடுகிறான் ஆக்ட்டியான் மானுருவில்! அவன் வந்ததோ மான் வேட்டைக்கு - இப்போது அவனே வேட்டையாடப் படுகிறான்! அவனுடைய சொந்த நாய்களால் - வேட்டை நாய்கள் மானின்மீது பாய்ந்து, கடித்துப் பிய்த்துப் பிய்த்துப் போட்டுவிட்டன.

இவ்விதமெல்லாம் ஆர்ட்டிமிசைப் பற்றிக் கதைகள்.

அபாலோ தேவனுக்கு இருந்தது போலவே, ஆர்ட்டிமிசுக்கும், கிரேக்க நாட்டிலே அமோகமான செல்வாக்கு. பெரிய பெரிய கோயில்கள் - கோலாகலமான பூஜைகள் -- நிலவொளி வழங்கும் கன்னித் தெய்வமாம், ஆர்ட்டிமிசுக்கு. எல்லாம் கட்டுக் கதைகளை மக்கள் நம்பிக் கொண்டிருந்த வரையில்! பிறகு? மாஜிதான் ஆர்ட்டிமிசும்!!

முழுமுதற் கடவுள் ஜூவஸ் தேவனுக்கு ஒருநாள் தாங்கமுடியாத மண்டைக் குடைச்சல்! மண்டைக் குடைச்சலால் அவதிப்பட்ட மகேசனுக்கு, மருந்திட தேவர் பலர் முனைந்தனர் – யாராலும் முடியவில்லை' தலைவலியைப் போக்க. கடவுளர் உலகே கலங்குகிறது. கடைசியில் ஜூவசே, தன் மகன் ஹூபாஸ்டஸ் என்பானை அழைத்து, "கோடரி கொண்டு என் மண்டையைப் பிள!" என்று உத்தரவிட்டார். தந்தை சொல் மீறாத தனயனும் அதுபோலவே செய்தான். மண்டை பிளந்ததும், உள்ளேயிருந்து, வடிவழகுடன் வெளிவந்தாள் அதீனே என்ற கடவுள் – குழந்தை வடிவிலே அல்ல, பருவ மங்கையாக, சகல அலங்காரத்துடன்.

7. அதீனே

பொறாமை, போட்டியுணர்ச்சி, அடுத்துக் கொடுத்தல், ஆகாதவழி காட்டல், அருவருப்பு, ஆதிக்க வெறி என்பன போன்றவைகள், கெட்ட குணங்கள், இவைகளைக் களைந்தெறிந்தால் மட்டுமே மனிதன் பண்புடையவனாவான், மாநிலத்தின் மாண்பும் வளரும் என்பதை அனைவரும் கூறுவர். ஆனால், புராணங்களை, இங்குள்ள ஏடுகளை மட்டுமல்ல, எந்த நாட்டுப் புராண ஏடுகளைப் பார்த்தாலும், கடவுள்களின் லீலைகள் என்று கூறப்படும் நடவடிக்கைகள் பலவும், இத்தகைய தீயகுணங்களின் விளைவுகளாகவே இருந்திடக் காணலாம். மனிதரிலேயே, நல்லவன் ஒருவனுடைய வாழ்க்கை முறை, தீயவழி செல்வோரையும் தடுத்து அவர்களை நன்னெறியிலே புகவைப்பதாக அமைதல் வேண்டும் என்று அறவோர் கூறுகின்றனர். மனிதனையே படைத்த கடவுளின் கதைகள், மனித குலத்தாரே அருவருக்கத்தக்க தீயவைகள் நிரம்பியதாக இருந்திடின், அவைகளைப் பாராயணம் செய்யும் பாமரரின் வாழ்க்கைமுறை எங்ஙனம் செம்மையுடையதாக முடியும். இதுபற்றிப் புராணீகன் கருதியதாகவே தெரியவில்லை. அவனுக்கு இருந்த கவலை எல்லாம், தன் இஷ்டதேவதை மற்ற தேவதைகளை எல்லாம் மிஞ்சும் அளவுக்கு வல்லமை பெற்றிருந்ததாகக் காட்டவேண்டும் என்பது தான். கடவுள் என்ற உயரிய கொள்கைக்கே, இப்படிப்பட்ட கதைகள் மூலம் ஊறுதேடுகிறோமே என்பது பற்றி அவன் கவலைப்பட்டதாகவே தெரியவில்லை. காமக் கூத்துக்களை நடத்திய கதைகளைக்

கூறும்போது, கடவுட் தன்மையையே பாழாக்குகிறோமே என்று கவலைப்படவில்லை. சூரியதேவனானாலும் சரி, சந்திர தேவனானாலும் சரி, முழுமுதற் கடவுள் என்றாலும் சரி, குட்டிக் கடவுளானாலும் சரி, அவரவர்கள், தத்தமது சக்தியானுசாரம், அழகிகளுடன் சல்லாபம் செய்வர், எதிர்த்தோரை அழிப்பர், - இந்த இலக்கணம் எல்லாக் கதைகளிலும் அடிப்படையாக இருந்திடக் காணலாம். காட்டுமிராண்டிகள் கூட்டத்திலே கூட, இயற்கையாகத் தோன்றி பிறகு, நடைமுறையாகி விடும் கட்டு திட்டங்கள் சில உண்டல்லவா, அந்த வகையான கட்டு திட்டம் கூட, கடவுளர் உலகிலே இல்லை என்று எண்ணிடத் தோன்றும் விதமாகவே எல்லாக் கடவுட் கதைகளும் தீட்டப்பட்டுள்ளன. ஆனால் அதேபோது, மாந்தருலகுக்கு உபதேசங்கள் தரத் தவறவில்லை. கெட்டவர் தண்டிக்கப்படுவர், நல்லவர் ரட்சிக்கப்படுவர் என்று கூறினர்.

பாபிக்கு நரகம், புண்யவானுக்கு மோட்சம் என்று கூறினர். கிரேக்கரின் புராணங்களிலும் ரோம் நாட்டவரின் புராணங்களிலும், எலூஷியன் பூந்தோட்டம், என்று மோட்சத்தையும் பார்ட்டாரஸ் என்று நரகத்தையும் குறிப்பிடப்பட்டிருக்கிறது. பாபிகள், இந்த டார்ட்டாரசில் எப்படி எல்லாம் சித்ரவதை செய்யப்படுகிறார்கள் என்பதை இந்தப் புராணங்கள் விளக்கியுள்ளன. சூதாடி, குடியன், காமக் கூத்தாடினவன், ஆகியவர்களை, டார்ட்டாரசில் வாட்டி வதைக்கிறார்கள் என்று கூறிவிட்டு, இதே கெட்ட காரியங்களைச் செய்த கடவுள்களையும் தொழும்படிக் கூறினர் - இரண்டும் எப்படிப் பொருந்தும் என்பது பற்றித் துளியும் சிந்திக்கவில்லை - சிந்திக்கத் துணிபவனைச் சித்திரவதை செய்தனர். இந்த முரண்பாட்டை உணர்ந்து மக்கள், தெளிவுபெற நெடுங்காலம் பிடித்தது. இந்தத் தெளிவு பிறப்பதற்கு முன்பு, மக்கள், புராணக் கதைகளிலே எவ்வளவுக்கெவ்வளவு விசித்திரங்கள் நெளிகின்றனவோ அவ்வளவுக் கவ்வளவு மதிப்பு அளித்தனர். எந்தப் புராணத்திலே, நம்பமுடியாத நிகழ்ச்சிகள் அதிகமோ அவைகளுக்கே மதிப்பு அதிகம் தந்தனர். நான்முகனுடைய முகத்திலும், தோள், தொடை, காலிலும், மனிதர்கள் பிறந்தனர், என்ற ஜாதி விளக்கக் கதையை, நம்பிய நாடு தானே இது. இந்தக் கதை 'நையாண்டி' செய்யப்படும் நிலைக்கு நாம் வளர, எவ்வளவு காலம் பிடித்தது. இன்றும், 'நையாண்டி' செய்வதை 'நாத்தீகம்' என்று கூறிக் கண்டிப்பவர்கள் ஏராளமாக இருந்திடத்தானே காண்கிறோம். முகம் என்பது அறிவையும், தோள் என்பது வீரத்தையும், துடை என்பது உழைப்பையும், கால் என்பது சேவா உணர்ச்சியையும்

காட்டுகிறது, இதைத்தான் கதை வடிவிலே கூறினர், என்று வாதாடும் மேதைகளும் இருக்கத்தானே செய்கிறார்கள்.

விந்தையான இந்தக் கதைகள், நமது நாட்டுக்கு மட்டுமே சொந்தமாக உள்ள கற்பனைத் திறமை என்று களிப்புடன் கூறிக்கொள்ளும் கருத்துக் குருடர்களும் உளரல்லவா. அவர்கள் படித்தால் ஆச்சரியத்தால் மூர்ச்சையாகி விடக்கூடிய விதமான விந்தைகள் நிரம்பிய கதைகளைக் கட்டினர், தாம் தொழுதுவந்த கடவுள்களைப்பற்றி, கிரேக்க, ரோம் நாடுகளிலே, முன்னாளில் இருந்துவந்த புராணீகர்கள்.

முழுமுதற் கடவுள் ஜூவஸ் தேவனுக்கு ஒருநாள் தாங்க முடியாத மண்டைக் குடைச்சலாம்!! ஆரம்பமே, எப்படி இருக்கிறது என்று பாருங்கள். அவரோ அண்ட பிண்ட சராசரங்களைப் படைத்த ஐயன் - சகல சக்தியும் படைத்த தேவதேவன், ஆனால் புராணீகன் கூறுகிறான், அவருக்கு மண்டைக் குடைச்சல் நோய் என்று. கடவுளுக்கும் இதே கதிதானா - நமக்கும் தான் வருகிறது மண்டைக் குடைச்சல், மகேசனுக்கும் தான் வருகிறது ஆகவே நம்மையும் கடவுளையும் விட மண்டைக் குடைச்சல் நோய் தான், மகாசக்தி வாய்ந்தது போலிருக்கிறதே என்று கூறத்தோன்றும் கதையை அலசும்போது. பிணி, மூப்பு, என்பவைகளைக்கூடக் கடக்க முடியாதவராகவா கடவுளைச் சித்தரிப்பது - சாதாரண காவிகட்டிகளுக்குக்கூறும் ‘மகிமை’ அளவுக்குக் கூடவா, கடவுள் சம்பந்தமாகக் கூறலாகாது என்றும் கேட்கத் தோன்றும். ஆனால் கேட்க அனுமதி கிடையாது - ஆத்தீகம் சீறிப் பாயும். கடவுளுக்குத் தலைவலி வந்தது என்பது போன்ற கதைகளல்ல நம்மிடம் உள்ள புராண இதிகாசங்கள், இங்குள்ளவை இகபரசுகம் தரும் மார்க்க போதனைகளும், நன்னெறி கூறிடும் அறஉரைகள் கொண்ட அற்புத ஏடுகள் என்று வாதிடுவர் சிலர். பிறநாட்டாரின் கதைகள், பித்துப்பிள்ளை விளையாட்டு போன்றவை - எனவே தான், கடவுளுக்குத் தலைவலி வந்தது என்றுகூடக் கதைகள் உள்ளன, என்று கூறிக் கைகொட்டிச் சிரிப்பார் சில பேர். ஆனால், இதுபோன்ற கதைகளைக் கட்டினது மட்டுமல்ல, அவ்வகைளையொட்டி வளர்ந்த திருவிழாக்களையும் பூஜைகளையும் கூட நம்மவர்கள் இன்றளவு வரையில் விடவில்லை. ஸ்ரீரங்கம் ரங்கநாதருக்குத் தலைவலி உண்டாகிறது என்றும் அதற்காக அவருக்குப் பத்து அறைத்துப் பூசுவது என்றும் இப்போதும், பூஜை ஒன்று நடைபெறுகிறது. இதை அனுமதிப்பதும் ஆதரிப்பதும் ஆத்தீகம் என்றும், இது அர்த்தமற்ற வீண் விளையாட்டு என்று கூறுவது நாத்தீகம் என்றும், பேசுகிறார்கள். ஜூவசுக்கு ஏற்பட்ட

‘தலைவலி’ கதைக்காக இன்று, கிரீசிலோ ரோம் நாட்டிலோ, ‘மருந்திடு’ விழா நடத்த மன்னார் சாமிகளும் துணிவதில்லை - ஜுவசே இல்லை. இங்கோ, ரங்கநாதருக்குத் தலைவலி வருவதும் மருந்திடுவதும் பக்திமான்களின் நம்பிக்கையாக இருக்கிறது.

மண்டைக் குடைச்சலால் அவதிப்பட்ட மகேசனுக்கு, மருந்திட, தேவர் பலர் முனைந்தனர் - யாராலும் முடியவில்லை வலியைப் போக்க. கடவுளர் உலகே கலங்குகிறது. தேவதேவன் துடிதுடிக்கிறார், மண்டைக் குடைச்சலால், மற்ற தேவர்கள், கைகளைப் பிசைந்து கொள்கின்றனர், என்ன செய்வது என்று தெரியாமல். கடைசியில், ஜுவசே, தன் மகன் ஹீபாஸ்டஸ் என்பானை அழைத்து, “கோடரி கொண்டு என் மண்டையைப் பிள!” என்று உத்திரவிட்டார். தந்தை சொல் மீறாத அந்தத் தனயனும் அதுபோலவே செய்தான். மண்டை பிளந்ததும், உள்ளேயிருந்து, வடிவழகுடன் வெளிவந்தாள் அதீனே என்ற கடவுள் - குழந்தை வடிவிலே அல்ல, பருவமங்கையாக, சகல அலங்காரத்துடன். மங்கை வெளிவந்தானதும், மகேசனின் மண்டைக் குடைச்சல் போய்விட்டது. தேவ மருத்துவர், பிறகு செய்யவேண்டியதைச் செய்து ஜுவசை முன்போலாக்கினர். மண்டையிற் பிறந்த அதீனே தேவதை, தற்காப்புக்காக நடத்தும் போர், சமாதானம், நெசவு என்பவைகளுக்கு அதிபதியானாள். கடவுளர் வரிசையில் இடம் பெற்றாள். அதீனே என்று கிரேக்கர் கொண்டாடும் இந்தத் தேவதையை, ரோம் நாட்டவர், மினர்வா என்ற பெயரிட்டுக் கொண்டாடினர். அம்மைக்கு அமோகமான திருவிழாக்கள் - சிறந்த சிலைகள் - அழகிய கோயில்கள்! கிரேக்க சாம்ராஜ்யத் தலைநகரின் பெயர், ஏதன்ஸ் - இந்தத் திருநகரின் பெயரே, இந்த அம்மையின் திருநாமத்தை ஒட்டித்தான் அமைந்தது. அதீனே, எப்போதும் ஜுவசின் உடனிருந்து ஆலோசனை கூறிவரும் அந்தஸ்து பெற்றுத் திகழ்ந்தார்கள். தற்காப்புக்காக யார் போரில் ஈடுபடுகிறார்களோ அவர்களுக்குத் தேவியின் ‘அருள்’ கிடைக்குமாம்.

இந்தத் தேவியாருக்கு பொறாமை மூண்டுவிட்டது ஒரு சம்பவத்தால்.

பூலோகத்திலே ஒரு மங்கை - அழகி - நெசவு வேலையிலே திறமை மிக்கவள். என்போலத் திறமைசாலி, பூலோகத்திலே மட்டுமல்ல தேவலோகத்திலும் கிடையாது என்று வீரம் பேசினாளாம். அதீனே தேவதைக்குக் கோபம் கொப்பளித்தது. கிழவி போல வடிவமெடுத்து, பூலோகம் சென்று, அந்த மங்கையைக் கண்டு, நயமாகவும் பயமாகவும் எச்சரிக்கை செய்தார். “விண்ணிலே உள்ள அதீனே தேவதையே போட்டியிட்டாலும் வெற்றி எனக்குத்தான்”

என்று அந்தப் பெண் பேசிட அதீனே கோபம் மிகுதியாகி தன் உருவைக் காட்டி, 'போட்டி' ஆரம்பமாகட்டும் என்றார். இருவரும் விதவிதமான வண்ணங்கள் கொண்டதும், சித்திர வேலைப்பாடுகள் நிரம்பியதுமான ஆடைகளை நெய்து காட்டினர். அதீனேவுக்கே வெற்றி கிட்டும் என்பதை அறிந்துகொண்ட அசட்டுப் பெண் தூக்கிட்டுக்கொண்டு மாண்டு போனாள். மமதை பிடித்தவளை மாண்டாலும் சும்மா விடக்கூடாது என்று எண்ணிய அதீனே, அவளைச் சிலந்தியாகும்படிச் சாபமிட்டு விட்டாள். பிறகே கோபம் தணிந்தது. விண்ணகம் சென்றாள் இந்த விசித்திர தேவதை. சிலந்தி சதா, 'வலை' பின்னிக்கொண்டே இருக்கிறதல்லவா – ஏன்? – இதுதான் காரணம் – அதீனேவின் சாபம்! – என்று புராணீகன் விளக்கமும் தந்தான். இந்தப் பொய்யுரைகளை மறுக்கும் நெஞ்சு உரம் இல்லாததால், அதீனேவுக்குப் பூஜை பலசெய்து அவள் அருளைப் பெற மக்கள் கோயில்களில் குவிந்தனர். இன்றும் அதீனே கோயிலின் 'இடிபாடு' ஏதன்ஸ் நகரில் காணப்படுகிறது. நாற்பது அடி உயரமுள்ள அழகிய சிலையைச் சமைத்து, பிரமாண்டமான கோயில் கட்டி அதிலே 'பிரதிஷ்டை' செய்து நெடுங்காலம், அதீனே தேவதையைப் பூஜித்து வந்தனர் – கிரீசிலும், ரோம் நாட்டிலும் அவ்வளவு செல்வாக்கும் மளமளவெனச் சரிந்து போய்விட்டது, உண்மை அறிவு மக்கள் உள்ளத்தில் இடம் பெற்ற காரணத்தால். இன்று சிலந்தியைக் காட்டி, அதீனே புராணம் பேசுவோர் அங்குக் கிடையாது. நாமோ அணிலின் முதுகின் மீதுள்ள மூன்று பொன்னிற வரிகளைக் காட்டி, ஐயன் தடவிக்கொடுத்தான் என்று ஆத்தீகம் பேசுகிறோம். அங்கெல்லாம் அறிவுக்குப் பொருந்தாத கதைகளின் மீது கடவுட் கொள்கை கட்டப்படுவது கூடாது என்பதை உணர்ந்துகொண்டனர் – அதீனேவை மாஜியாக்கி விட்டனர்.

கிரேக்கரும் ரோம நாட்டவரும், குடிவகைகளை எப்படித் தயாரிப்பது என்ற "ஞானத்தைத் தந்து, மக்களை ரட்சிக்க வா" என்று, பேகஸ் என்ற கடவுளைப் பூஜித்து வந்தனர். சாமான்யமான முறையிலே அல்ல, கோலாகலமாக விரல்விட்டு எண்ணக் கூடிய சிலரல்ல, திரள்திரளாக. குடி தந்த கடவுளுக்கு, பக்தர்கள் நடத்திய திருவிழா, மற்ற திருவிழாக்களைவிட ரம்மியமானதாகவே இருந்ததாம்!

8. மதுதேவன் பேகஸ்

சிறுத்தைகள் பூட்டப்பட்ட ரதம்! அதிலே ஒரு சிங்காரத் தேவன்! அவனைச் சூழ்ந்து பக்தர் கூட்டம்! அவர்களுக்கெல்லாம் அந்தத் தேவன் தந்த அருளால், வெறி ஏறும் அளவுக்குப் பானம்! அதைப் பருகிவிட்டு, 'அவன் அருளைப் புகழ்ந்து பாடுவராம், ஆடுவராம், ஆடவரும் பெண்டிரும். காட்சியை மனக் கண்கொண்டு காணுங்கள்!'

கிரேக்கரும் ரோம் நாட்டவரும், குடிவகைகளை எப்படித் தயாரிப்பது என்ற ஞானத்தைத் தந்து மக்களை ரட்சித்தவர் என்று, பேகஸ் என்ற கடவுளைப் பூஜித்து வந்தனர்; சாமான்யமான முறையிலே அல்ல, கோலாகலமாக; விரல்விட்டு எண்ணக்கூடிய சிலரல்ல, திரள் திரளாக. குடிதந்த கடவுளுக்கு பக்தர்கள் நடத்திய திருவிழா, மற்ற திருவிழாக்களைவிட ரம்மியமானதாகவே இருந்ததாம்! பக்தியும் மதுவும் ஒருசேர உள்ளே சென்று விட்டால், திருவிழா கொண்டாடுபவரின் பாட்டும் கூத்தும் சாதாரணமாகவா இருந்திருக்கும்.

குடி - மனிதகுல மாண்பைக் கெடுக்கும் பொருளாயிற்றே, இதையா கடவுள் தருவார் - மது தந்த கடவுள், கடவுள் தானா - என்ன மதியீனம் என்று கேட்கத் தோன்றும், இன்று இங்குள்ளவர்களுக்கு.

பேகஸ், மக்களின் பூஜைக்குரிய தெய்வங்களிலே ஒருவனாகத்தான் மதிக்கப்பட்டு வந்தான் - பன்னெடுங் காலம் கிரீசிலும், ரோமிலும் - இப்போதல்ல, இளித்த வாயர்களாக அம்மக்கள் இருந்த நாட்களில். இப்போது பேகஸ், ஒரு மாஜி!!

இந்தக் கதையைக் கேட்டுக் கைகொட்டிச் சிரிக்கும் நம்மவர்கள், நமது நாட்டில், நமது நாட்களில், காட்டேரி, மதுரைவீரன், முதலிய தெய்வங்களுக்கு 'மது' வைத்துப் பூஜை நடத்துவது 'பக்தி'யின் இலட்சணம் என்று எண்ணும் ஆத்தீகர்கள் இருப்பதை மறந்து விடுகின்றனர்!

அறிவு பரவாத நாட்களில் அந்த நாடுகள் நடத்திவந்த 'ஆபாச ஆட்டங்களை' உலகம் இவ்வளவு முன்னேறிய நிலையிலேயும், நமது நாட்டினர், பக்தியின் பேரால் செய்கின்றனரே என்பதை ஒரு கணமேனும் எண்ணிப் பார்ப்பவர்கள் உண்மையிலேயே வெட்கப்படுவர், வேதனைப்படுவர் - எவ்வளவு ஆபாசமான, அறிவுக்குப் பொருந்தாத பூஜையாக இருப்பினும், தமது கூரிய மதியினைக் கொண்டு ஏதேனும் ஒரு தத்துவார்த்தம் கூறி, பாமரரைப் பழமையின் பிடியிலேயே இருந்திடச் செய்யும் கற்றோர் இங்கு இருப்பதால்தான், இங்கு இன்னமும் காட்டேரியும் மதுரை வீரனும் இருக்க முடிகிறது. பேகஸ், மாஜியாகிவிடவேண்டி நேரிட்டது, கிரீசிலும் ரோமிலும்! அறிவு விரட்டிற்று ஆபாசத்தை.

அறிவு பரவா முன்பு, குடிவகைகளை மக்கள் தயாரிப்பதற்கு, 'அருள்பாலித்த' தெய்வமாக, பேகஸ் விளங்கினான். புராணம், அவன் பெருமைபற்றி! பூஜாரிகள் அவன் கோயிலுக்கு!!

முழுமுதற் கடவுள் ஜூவஸ் தேவன் தான், அழகிகளைக் கண்டால், அடங்காத பசி கொள்பவனாயிற்றே, அவன் வேட்டையாடிப் பெற்ற விருந்து ஒன்றின் விளைவு தான் பேகஸ்.

பூலோகத்திலே தீப்ஸ் நாட்டு மன்னன் காட்மஸ் என்பானுக்கு செமிலி என்றோர் மகள் - அழகி - எனவே ஜூவஸ் அவளை நாடினான் - கூடினான் - தகப்பனாரைக் கேட்டுத் திருமணம் செய்து கொண்டான் போலும் என்று எண்ணுகிறீர்களா, செச்சே! அது கேவலம் மாந்தரின் முறையல்லவா, தேவன் அப்படியா செய்வார்!! அவள் அழகி, இவர் ஆண்டவன்! பிறகு என்ன!!

மானிட வடிவுடனே தான், அந்த மங்கையுடன் குலவுவார் - ஆனால், உண்மையை மட்டும் கூறாமலில்லை, 'நங்கையே! நாம் யாரெனில், கூறுதும் கேண்மினோ! நாமே, தேவதேவன்! தேவர்கட் கரசன்! முழுமுதற் கடவுள் ஜூவஸ், நாம் தான்!' - என்று சொல்லி வைத்திருந்தார். மனதிற்கிசைந்த மணாளன் மட்டுமல்ல, விண்ணுலக வேந்தனாகவல்லவா இருக்கிறார் நமது காதலர், என்று உருகி இருப்பாள் அந்த உல்லாசி. இந்த விருந்து வைபவம் நடைபெற்றுக்கொண்டிருந்தது - மனதிற்கிசைந்த ராஜா

- மதிமுக விலாசா! - என்று அணங்கு பாட, விண்ணகம் தன்னில் காணேன் உன் விழியின் அழகுபோலே! என்று அவர் பாட, ஆனந்தமாக இருந்து வந்தனர் போலும். விஷயம் எப்படியோ, அம்மைக்குத் தெரிந்துவிட்டது. ஹீரா தேவியார், தன் கணவனின் காமலீலை பற்றிக் கேள்விப்பட்டதும் கடுங்கோபம் கொண்டார்கள். இதைக் கருக்கித் தீருவது என்று முடிவு செய்து ஒரு தாதி போல் வேடமணிந்து பூலோகம் சென்று, செமிலியிடம் பழகினார்கள்.

கடவுளையே காதலனாகப் பெற்ற காரிகையிடமிருந்து, பக்குவமாகப் பேசி, பாசத்துடன் பழகி, உண்மையை அறிந்து கொண்டார்கள். பிறகு தந்திரம் புரிந்தார்தேவியார்.

"பைத்தியமே, பைத்தியமே! எவனோ ஒரு எத்தன் - ஏய்க்கிறான். அவன் மொழி கேட்டு மயங்கிவிட்டாயே! உன் 'முகம், மலர்! பற்கள் முத்து, மேனி பசும்பொன்! எழில் அரசிளங்குமரி, நீ - உன்னை யாரோ ஒரு நாடோடி வென்று விட்டான்"

"தோழீ! துடுக்குத்தனமாகப் பேசாதே - வடிவழகனடி என் காதலன்! வானவில்லிலே உள்ள வர்ணஜாலம் அவ்வளவும் அவர் முகவிலாசத்திலே காண்கிறேன். அவர் வாய் திறந்தால், அமிர்தமடி, அமிர்தம், என செவியில் பாய்கிறது! அவர் தொட்டால் உடல் சிலிர்க்கிறது. கட்டி அணைத்தால்... ஆஹா!!"

"அழகனாக இருக்கட்டுமடி, அனுபவமற்றவளே! அவன், கடவுள் என்று கூறுகிறாயே!... கடவுளா!"

"சாதாரணக் கடவுளல்லடி, சுவையறியாதவளே! முழுமுதற் கடவுள், தேவதேவன் ஜூவஸ்!"

"நன்றாக ஏய்த்துவிட்டான் வேடக்காரன்!"

"ஏய்த்தானா... என் நாதனா... போடி பித்துப்பிடித்தவளே... ஜூவஸ்தான் அவர்!"

"அவன் சொல்கிறான் அவ்விதம், ஆனால் நீ, அந்த வடிவிலே கண்டாயா?"

"இல்லை மானிட வடிவிலே தான் இங்கு வருவார்!"

"ஏனாம்...! தேவ வடிவத்தை ஒருமுறைகூடக் காட்டாத காரணம் என்ன? கேட்டுப் பார்! உண்மையிலேயே, ஜூவசாக இருந்தால், 'விஸ்வரூபம்' காட்டுவார் - எத்தனாக இருந்தால் விழிப்பான் - எப்படியும் உண்மை வெளிப்பட்டு விடும்."

"சரி - இன்றே கேட்கிறேன்."

“சாக்குப்போக்குச் சொல்லி தப்பித்துக்கொள்ளப் போகிறான்.”

‘சத்தியம் செய்யச் சொல்லி விடுகிறேன், முதலிலேயே.”

தாதி வேடமணிந்து வந்த ஹீரா தேவியார் தூபமிட்டதற்கிணங்க, செமிலி, தன்னை நாடி வழக்கம்போல வந்த ஜூவசை வற்புறுத்தலானாள், உண்மை வடிவம் காட்டு என்று. எவ்வளவோ கூறியும் பிடிவாதத்தை விடவில்லை. என்ன செய்வார்! சத்தியம் செய்துவிட்டார் முதலிலேயே - தரிசனம் தந்தாலோ செமிலியே சாம்பலாகி விடுவாள். இந்த விபரீதமான வேண்டுகோள் மட்டும் வேண்டாம் என்று எவ்வளவு கூறியும், செமிலி பிடிவாதம் செய்தாள். ஜூவஸ், தன் தேஜோன மயமான வடிவைக் காட்டலானார் - அவ்வளவுதான் மாளிகையும் அங்கிருந்த பொருள்களும் சாம்பலாகிவிட்டன - சுந்தரியின் கதியும் அதே விதமாகிவிட்டது. ஜூவஸ், செமிலியிடம் தனக்குப் பிறந்த ஆண் குழந்தையை மட்டுமே காப்பாற்ற முடிந்தது. அந்தத் தேவப்பிரசாதம் தான், பேகஸ்.

பேகசின் பிறப்புக்கு இப்படி ஒரு புராணம். பொறுத்தம் பார்த்தல், காரணம் கேட்பது, ஆகியவை கூடாது என்பது பூஜாரியின் சட்டம். பூபதிகள் பூஜாரிகளுக்குத் துணை நின்றனர். எனவே இந்த அர்த்தமற்ற கதை, ஆத்தீகமாகத் திகழ்ந்தது பல காலம்.

பேகசைத் தொலைக்கவும், ஹீராதேவியார் பல முயற்சி செய்தார்கள் - ஜூவசின் தயவால் பேகஸ் தப்பினான்.

திராட்சைப் பழச் சாறைக்கொண்டு போதை தரும் பானத்தைத் தயாரிக்கும் முறையை, மாந்தருக்கு இந்தத் தேவன் கற்றுக் கொடுத்தான் - இதன் காரணமாகவே பூஜிக்கப்பட்டு வந்தான்.

வெறி ஏறும் விதமாகக் குடித்துவிட்டுக் கூத்தாடும் விழா பரவிற்று. ஆடவரும் பெண்டிரும் மதுதேவனின் பூஜை என்று கூறிக்கொண்டு மனம் போனவாறு ஆடலாயினர். இந்த அக்ரமத்தை ஆத்திகம் என்றும் கூசாது கூறினர். இதைத் தீப்ஸ் நாட்டு மன்னன் வெறுத்தான். பேகசின் சீடன் ஒருவனைப் பிடித்து விசாரணை நடத்தினான் - பேகஸ் கோபம் கொண்டு, அந்த மன்னனை அவன் நாட்டு மக்களைக் கொண்டே சாகடித்தான். பேகஸ் விழா கொண்டாடினராம் அந்த நாட்டு மக்கள் - அதாவது குடித்துவிட்டுக் கூத்தாடினர். அப்போது அவர்கள் கண்களுக்கு, தங்கள் மன்னன் காட்டுப்பன்றிபோல் தெரிந்தாராம். பேகசின் வேலைத்திறம் அது என்கிறான் புராணீகன். குடிவெறியில் இருந்த மக்கள் மன்னனைக் குத்திக் கொன்று விட்டார்களாம்.

பேகஸ் தேவனுடைய 'பிரபாவ' விளக்கக் கதைகள் இதுபோல் பலப் பல உண்டு.

ஒருமுறை இந்தத் தேவன் கடலோரத்திலே படுத்துறங்கும்போது, சிலர் கட்டித் தூக்கிக், கப்பலில் போட்டு, எகிப்து நாட்டிலே கொண்டு சென்று அடிமையாக விற்றுவிட முனைந்தனராம். கடலில் கலம் செல்லும் போது பேகஸ் கண் விழித்துக்கொண்டார். காதகர்களைக் கெஞ்சிக் கேட்டுக்கொண்டார். தன்னை நாக்சாஸ் தீவிலே விட்டு விடும்படி - அவர்கள் இணங்கவில்லை. உடனே, பேகசின் கோபம் சாபமாகி, கலம் கடலில் அசைவற்று நின்றுவிட்டது. புதிய புதிய பாய்மரங்களை அமைக்கிறார்கள் - கப்பல் அசையவில்லை. பேகசின் சக்தியின் முன் சாமான்யர்களான மனித சக்தி என்ன செய்ய முடியும்! கலங்கினர் - கடைசியில், தன்னைச் சிறை பிடிக்கத் துணிந்த செருக்கர்களை மீன்களாகி விடும்படி சாபமிட்டு விட்டார்.

பேகசின் காதல் விளையாட்டுக் கதைகளும் புராணீகன் தந்தான்.

மற்ற கடவுள்களுக்கு இருந்துவந்தது போலவே இந்த மதுதேவனுக்கும், மக்கள் மன்றத்திலே செல்வாக்கு இருக்கத்தான் செய்தது. கோயில்கள் உண்டு! கொண்டாட்டங்கள் பலப்பல. எல்லாம் இருந்தது பாமரர் ஏமாளிகளாக இருந்தவரையில்! பாடுபடுபவன் பணத்தைப் பகற் கொள்ளைக்காரன் பக்தி என்ற பெயர் கூறிப் பறித்திடும் பாதகச் செயல், 'ஆத்திகம்' என்ற பெயருடன் இருந்த வரையில். பிறகோ! முழுமுதற் கடவுள் ஜூவசின் கதி தான், அவருடைய காதற் கனியாம் பேகசுக்கும் - மாஜியானான்.

கடல் நுரையினின்றும் கிளம்பிய கட்டழகி வீனசைக் கண்டதும் கடவுளர் அனைவரும் எனக்கு, உனக்கு – என்று போட்டியிட்டனர். வீனசோ கடைகாட்டி இடையாட்டி அவர்களின் மனஅலையை அதிகப் படுத்திவிட்டு, அனைவரையும் அலட்சியமாகக் கருதினாள். முழுமுதற் கடவுள் ஜூவசுக்குக் கோபம். அழகும் ஆணவமும் ஒருசேர குடிகொண்டிருந்த வீனசின் கர்வத்தை அடக்க, கடவுளர் உலகிலேயே அவலட்சணவானான, வல்கன் என்னும் கடவுளுக்கு வீனசைத் தாரமாக்கினார்.

9. வீனஸ்

“பாகு கனிமொழி மாது குறமகள் பாதம் வருடிய மணவாளா!” - ஆஹா! ஆஹா! என்ன அழகான நடை! எவ்வளவு இன்பமான சொற்செல்வம்! இதை உணர மறுக்கும் உலுத்தரும் உளரே! உமையொருபாகா! இவர் தம் உள்ள மென்ன கல்லோ! இல்லை, இல்லை! கல்லும் உருகும் கவிதைகள் உளவே! அவைகளையு மன்றோ அலட்சியம் செய்கின்றனர். இவர் தம் உள்ளம் கல்லுமல்ல, இரும்புமல்ல, இறைவா! இவர்கள் உள்ள மற்றவர்கள்! அதனால் தான், உன் எழிலை, உன் இலட்சணத்தை, உன் திருவிளையாடலைத் தித்திக்கத் தித்திக்கச் சித்தரிக்கும் கவிதைகளைக் கேட்டும் சொக்கா துளர்! பாகு கனிமொழி - எவ்வளவு இனிமை, எவ்வளவு இனிமை, அன்னை வள்ளிநாயகியின் மொழி, பாகு, கனி, - ஐயன் முருகன், பாதம் வருடாதிருப்பரோ! பாதம் வருடிய மணவாளா என்று புகழ்பாடித் துதிக்கிறார் கவி. இவ்வண்ணம், இறைவனை இனிய கவிதையால் துதித்து பக்திரசத்தைப் பண்ணில் குழைத்தளித்த பெருமை, நந்தம் நாட்டுக் கவிவாணருக்கே சொந்தமானது. பிறநாடுகளிலே பிறந்தாரில்லை இப்படிப்பட்ட கவிவாணர்கள். இந்த அருமையினை அறிந்தாலேனும், திருந்துவரோ, இந்தத் தீயர்!!

இங்ஙனம் பேசிடும் இயல்பினர் இங்கு அநேகர்.

காவியம் போற்றப்பட வேண்டும், எனவே, அவை மூலம் தரப்படும் கருத்துகளைக் கண்மூடி ஒப்புக்கொள்ளத்தான் வேண்டும் - முருகனுக்குப் பன்னிரண்டு கரங்கள் என்று நம்புவது முடியாது என்று முரட்டுத்தனமாகப் பேசுகின்றனர் - கவி எவ்வளவு அழகாக, ஆராறு கர மன்றோ ராசனார் புதல்வர்க்கு என்று பாடுகிறார்,

இந்தச் சுவையை உணரமாட்டாது உளரே, எதற்கும் காரணம் கேட்டலையும், மாக்கள்! என்று கடுமொழியும் பேசுகின்றனர்.

அறிவுத் துறையினின்றும் கிளம்பிய கேள்விக் கணைகளின் வேகமும் வல்லமையும் கண்டு மருண்டவர்கள், கவிவாணர்களின் புகழைக் கேடயமாகக்கொண்டு, சில காலமேனும் களத்திலே நின்று பார்ப்போம் என்று எண்ணுகின்றனர். அவர் தம் நினைப்பு, உலகிலே இங்குப் போல வேறெங்கும் புராணப் புளுகுகளை, இனிய கவிதை உருவிலே தந்தவர் கிடையாது என்பது. கம்பன்போல் அவதார மகிமையைப் பாடிய கவிஞன் இருந்திருந்தால், வில்லி போல் பெரும்போரைச் சித்திர நடையில் பாடி இருந்திருந்தால், பழங்காலக் கற்பனைகள், பழங்காலக் கடவுட் கொள்கைகள் பாழ்பட்டுப் போயிரா! அங்கெல்லாம் அருங்கவிவாணர்கள், ஐயன் ஆடியபாதத்தின் அற்புதத்தையும் அம்மையின் அருளொழுகும் கண்களின் வடிவழகையும், பாடினாரில்லை, எனவேதான், பழைய கொள்கைகள் பாழ்பட்டுப் போயின என்று எண்ணுகின்றனர் - மக்களிடையே இந்த வகையான பிரசாரமும் செய்கின்றனர். கலை மூலம் கற்காலக் கடவுட் கொள்கையைக் காப்பாற்றலாம் என்று எண்ணுகின்றனர்.

ஹோமர், வெர்ஜில், ஷேக்ஸ்பியர், மில்டன், ஷெல்லி, கீட்ஸ், டிரைடன், - கவிதா மண்டலத்திலே இவர்கள் உன்னதமான இடம் பெற்றவர்கள் என்பதை மறுப்பவர் கிடையாது. இந்நாட்டுப் பழம்பெரும் கவிவாணர்களிடம் காணப்படும், கற்பனைத் திறமும், கவர்ச்சிகரமும், இவர்களிடமும் ஏராளமான அளவு இருக்கத்தான் செய்தன. காவியச் சுவை சொட்டும் கவிதைகளை அவர்களும் தத்தமது நாட்டவருக்குத் தந்தனர். மக்கள் அவர் தம் ‘கவிதா’ சக்தியைப் போற்றினர் - போற்றியும் வருகின்றனர். நம் நாட்டுக் கவிவாணர்கள் போலவே, மேற்கோள், உவமை, என்பனவற்றுக்கும், அவர்களும், பழம் புராணக் கதைகளையே பயன்படுத்திக் கவிபாடினர். எனினும், கற்காலக் கடவுட் கோட்பாட்டை அவர்களின் கவிதை காப்பாற்றிவிடவில்லை. நல்ல கவிதை! அழகான நடை! சுவையுள்ள கற்பனை!- என்று அந்தக் கவிவாணர்களின் திறமையைப் பாராட்டி விட்டு, கடவுட் சம்பந்தமான கருத்துகளுக்கு, அறிவின் துணையைத் தேடினர். - முன்னேற்றம் கண்டனர்.

இன்று மாஜி கடவுள்கள் பட்டியலில் காணப்படும் பெயர்களை, கவிவாணர்கள், தமது கவிதைகளிலே இணைத்துவிட்டுத்தான் போயினர்! மாஜி கடவுள்களின் லீலா விநோதங்களைக் கவிதை

வடிவிலே, மக்களிடம் கூறித்தான் பார்த்தனர் - எனினும், அறிவு வளர்ச்சியைக் கலை உணர்ச்சி கொடுக்கவில்லை. தங்கக் கூண்டிலே பஞ்ச வர்ணக் கிளியை வளர்க்கிறோம், பாலும் பழமும் தருகிறோம், இனியமொழி கேட்க. பேசும் கிளி, குழியில் விழு! விழு குழியில் - என்று கொஞ்சு மொழியில் கூறினால், சிரிப்பார்களேயன்றி, அதற்குப் பேசும் திறன் வந்ததே என்று மகிழ்ந்து ஒரு கொவ்வைக் கனி தருவரேயன்றி, ஆசைக்கிளியே, இதோ வீழ்கிறேன் குழியில் என்று கூறி, யாரும் குழியில் விழமாட்டார்களல்லவா! அது போலவே, அந்நாட்டு அறிவாளிகள், கவிதை அருமையானது எனினும் கருத்து காலத்துக்கு ஒவ்வாதது என்று கண்டறிந்து, புராணத்தை விலக்கி, கவிதையை ரசித்தனர். கவிதை வடிவிலே இருக்கிற காரணத்தால், உள்ளத்துக்கு மகிழ்வை ஊட்டும் கவர்ச்சியுள்ள முறையிலே கவிதைகள் இருப்பதால், அந்தக் கருத்துகளைக் கைவிடக் கூடாது என்றோர் பொது விதிக்கு உலகம் கட்டுப்பட்டிருந்திருக்குமானால், ஜூவசும் ஹீராவும், அபாலோவும் பிறரும் இன்றும் கோயில் கொண்டு எழுந்தருளி கோலாகலமான திருவிழாக்களைக் கண்டு களித்துக் கொண்டிருந்திருப்பர் - மாஜிகளாகியிருந்திருக்க மாட்டார்கள்.

கடல் நுரை, வனப்புள்ள காட்சியல்லவா! தூய வெள்ளை நிறம் - தொட்டால் நீராகச் சொட்டி மறையும், பலப்பல சொட்டுகளை உள்ளடக்கிய நுரை, பாங்குடன் காட்சி தருகிறதல்லவா - இதைக் கண்ட, கற்பனைத் திறம் படைத்த ஒருவன், ஒரு தெய்வத்தைச் சிருஷ்டித்து விட்டான். கடல் நுரையிலிருந்து பிறந்தவள் தான் பேரழகி வீனஸ் தேவி, அப்ரோடைட் என்றோர் திருநாமமும் தேவிக்கு உண்டு.

திடீரென ஓர் நாள், கடல் நுரையிலிருந்து வீனஸ் தேவி தோன்றி, கடல் சிப்பியின் மீதமர்ந்து, கரையோரம் வந்து சேருகிறாள். கடவுளர் உலகு இதுபோன்ற எழில் மங்கையை இதுவரை கண்டதில்லையே, என்று அனைவரும் ஆச்சரியப்படுகின்றனர். அத்தகைய அழகி மட்டுமல்ல, அம்மை, ஆவலைக்கிளரும் வல்லமை மிக்கவர்களாம்! சைப்ரஸ் என்ற தீவின் பக்கம் தான் தேவி முதலில் தரிசனம் தந்தது. இன்றும் இந்தத் தீவு இருக்கிறது - ஆனால் அதைக் காரணமாகக் காட்டி வீனஸ் தேவி, வெறும் கற்பனை என்று எங்ஙனம் கூறுவது, உண்மை உருவந்தான் வீனஸ் என்று வாதிடும் புராணீகன் அங்குக் கிடையாது. புராணீகனுடைய பிடி பலமாக இருந்தபோது, வீனசுக்கு விதவிதமான விழாக்கள், அழகழகான கோயில்கள், பாமாலை, பூமாலை, யாவுந்தான்! இன்றல்ல, இருட்டறையில் மக்கள் உழன்றபோது.

கடல் நுரையினின்றும் கிளம்பிய கட்டழகி வீனசைக் கண்டதும் கடவுளர் அனைவரும் எனக்கு, உனக்கு - என்று போட்டியிடலாயினர். வீனசோ கடை காட்டி இடையாட்டி அவர்களின் மன அலையை அதிகப்படுத்திவிட்டு, அனைவ ரையும் அலட்சியமாகக் கருதினாள். முழுமுதற் கடவுள் ஜூவசுக்குக் கோபம். அழகும் ஆணவமும் ஒரு சேரக் குடிகொண்டிருக்கிறது இவளிடம், இவளுடைய கர்வத்தை அடக்க வேண்டும் என்று எண்ணினார். உடனே, கடவுளர் உலகிலேயே அவலட்சணவனான, வல்கன் எனும் கடவுளுக்கு, வீனசைத் தாரமாக்கினார். அனைவரும் திடுக்கிட்டுப் போயினர்.

வீனஸ், விண்ணவர் வியந்திடும் பேரழகி - வல்கன், கடவுளர் உலகு கைகொட்டிச் சிரிக்கும் விதமான கோரரூபம் படைத்தவன். கடுகடுத்த முகம்! நொண்டிக் காலன்!

இவள் போல் அழகியை எங்கும் கண்டதில்லை, என்றனர் வீனசைக் கண்டு. இவன் போன்ற அவலட்சணமானவன் எங்கும் கிடையாது என்ற ஏளனத்துக்கு ஆளாகி, கடவுளருலகிலே களிப்புடன் உலவுவதையும் வெறுத்து ஒதுங்கி வாழ்ந்து வந்தவன் வல்கன், இவர்களைத் தம்பதிகளாக்கினார் தயாபரன்.

பொன்னிற மேனி! பூவிதழ்க் கன்னம்! செம்பவள அதரம்! முத்துப்பற்கள்! மோகனப் புன்னகை! மோன நிலையையும் முறியடிக்கும் பார்வை! துடியிடை தோகை மயிலனையாள்! இவ்வளவு எழில் ததும்பும் கன்னியை, அருவருப்பைக் கிளரும் உருவம் படைத்த வல்கனுக்குத் தாரமாக்குகிறீரே! முழுமுதற் கடவுளே! கன்னி என்ன கதியாவாள்! இந்தப் பொருந்தாத் திருமணம் வேண்டாம்! கொதிக்கும் எண்ணெய்க் கொப்பரையில் தள்ளிவிடலாம் இந்தத் தையலை! நொண்டிக் காலனுடன் இந்த நேரிழையாள் எப்படி இல்லறம் நடத்துவாள்! - என்று பலப்பல கூறி, கடவுளர் தடுத்தனரா? இல்லை!! வீனசாவது இந்த விபரீதம் வேண்டாம் என்று கூறி விம்மினாளா? இல்லை! அவர் தந்த கணவன் இவர் - இருக்கட்டும் இவரும் - இதயத்தை வெல்பவன் வேறொருவன் கிடைக்காமற்போவானா! - என்றெண்ணிக் கொண்டாள். கொண்ட கணவனுக்குத் துரோகம் செய்யும் காதகியா, கடவுளர் வரிசையிலே வைத்துப் போற்றப்பட்டாள் என்று கோபத்துடன் கேட்கத் தோன்றும். ஆமாம், ஐயா, ஆமாம்! வீனஸ் தேவி, விண்ணுலக அழகி, மக்களின் பூஜைக்குரியவளாகத்தான் இருந்து வந்தாள், மக்களின் மனம் பூஜாரி கையில் மெழுகாக இருந்தவரையில்!

நொண்டிக்கால் தேவனுடன் சென்று வாழ்ந்து வந்தாள், பேரழகி வீனஸ்.

வல்கன் தேவனுக்குக் கால் நொண்டி, உருவம் அவலட்சணம், ஆனால் இவனும் சாமான்யமானவனல்ல. சாட் சாத் ஜூவஸ் தேவனின் மகன் தான் இவனும். ஹீரா தேவியாராம் அன்னையிடம் 'பக்தி'யும் கொண்டவனாகத் தான் இருந்து வந்தான். ஒருநாள், ஹீராவின் தொல்லையால் கோபம் மூண்டது ஜூவசுக்கு. உடனே அவர், ஒரு தங்கச் சங்கிலியில் அவளைக் கட்டி, விண்ணிலிருந்து, மண்ணுலகத்துக்குத் தொங்கவிட்டார். இதைக் கண்ட மகன் மனம்பதறி தங்கச் சங்கிலி மண்ணுலகம் போகாதபடி தடுக்கத் தன் முழுவலிமையையும் உபயோகித்தான். தந்தைக்குத் தாங்கொணாக் கோபம் பிறந்தது - தனயனைத் தூக்கி எறிந்தார் பூவுலகுக்கு. கீழே விழுந்த போது தான், வல்கனுக்குக் கால் முறிந்துவிட்டது.

கடவுளர் உலக நடவடிக்கை தான்!

முழுமுதற் கடவுளாக, கிரேக்கராலும், ரோம் நாட்டவராலும், போற்றப்பட்ட ஜூவஸ் தேவனின் குடும்ப நிலை இவ்வண்ணம்!!

கீழே வீழ்ந்து வேதனைப்பட்ட வல்கனை, தாயார், செத்தானா பிழைத்தானா என்றுகூடக் கவனிக்கவில்லை. எந்தத் தாயாருக்காகத் தந்தையின் கோபத்தைத் தாங்கிக்கொண்டு, காலையும் இழந்தானோ, அந்தத் தாய், தன்னிடம் துளி அன்பும் காட்டாதது கண்ட வல்கனுக்கு, மனம் உடைந்துவிட்டது - கடவுளர் உலகா இது, காதகர் உறைவிடம், இனி அங்குச் செல்லேன், என்னை இம்சைக்கும் இழிவுக்கும் ஆளாக்கியவர்களுக்குத் தக்க பாடம் கற்பிப்பேன் என்று சூளுரைத்துவிட்டு, எட்னா மலைமீது, ஒரு பெரிய உலைக்கூடம் அமைத்துக்கொண்டு, நெற்றியில் ஒற்றைக் கண் கொண்ட ஒருவகை ராட்சதப் பிறவிகளின் துணையைப் பெற்று, அற்புதமான ஆயுதங்களைத் தயாரித்துக்கொண்டிருந்தான்.

வல்கன், தயாரித்த அற்புதப் பொருள்கள் பலப்பல.

தங்கத் தாதிமார் இருவர் - அதாவது தங்கப்பதுமைகள் - பதுமைகள் என்றாலும், தானாக இயங்கக்கூடியவை. அவன் எங்குச் சென்றாலும், இந்தத் தங்கத் தாதிமார் உடன் செல்வர்!

பிறகு வல்கன், ஓர் அழகிய தங்கச் சிம்மாசனம் தயாரித்தான் - அது ஒரு சூட்சமமான பொறி. இதைத் தன் தாயார், ஹீராதேவிக்கு அனுப்பி வைத்தான். அம்மை அதிலே அமர்ந்ததும், அவளைச் சிம்மாசனம் சிறைப்படுத்திவிட்டது. விடுபட முடியவில்லை.

விண்ணிலுள்ள கடவுளர் அனைவரும் முயன்று பார்த்துத் தோற்றனர். கடைசியில், வல்கனை வரவழைத்து வேண்டிக் கொள்வதென்ற முடிவுக்கு வந்தனர்.

"சிம்மாசனமா சிறையாகிவிட்டது! வேண்டும் வேண்டும்! பெற்ற மகன் விபத்துக்குள்ளானபோது நமக்கென்ன என்று இருந்துவிட்ட பெருமாட்டிக்கு, தக்க சிம்மாசனந்தான் அது" - என்று கூறினானன் வல்கன், தன்னை நாடி வந்த கடவுளரிடம். விண்ணகம் வர முடியாது! ஹீராவை விடுவிக்க முடியாது! கடவுளர்களே! காலிழந்தவன் நான்! என அற்புதப்பொறி அந்தச் சிம்மாசனம் - காட்டுங்கள் உங்கள் கைவரிசையை - என்று கூறிவிட்டான். திகைத்தனர் தேவர்கள்! கடைசியில் ஒரு யோசனை உதித்தது. எதற்கும் இசைய மறுக்கும் இவனை, மதுதேவனைக் கொண்டு தான், இசையச் செய்யவேண்டும் என்று தீர்மானித்தனர். (மதுதேவன் பேகஸ் பற்றி முன்னரே குறிப்பிட்டுள்ளோம்.) பஞ்சமா பாதகத்திலே ஒன்று தான் குடி - எனினும் விண்ணவருக்குள், குடி, சர்வ சாதாரணம் என்பது மட்டுமல்ல, அந்த இலாக்காவைப் பரிபாலிக்கவே ஒரு தனிக் கடவுள் - அவர் பெயர் தான் பேகஸ்!

பேகஸ் கிளம்பினான் வல்கனிடம்! மதுவைத் தந்தான் - மயங்கினான் நொண்டிக் கடவுள். விண்ணகம் வந்தான், மாதாவை விடுவித்தான். ஓர் அளவுக்குச் சமரசம் ஏற்பட்டது. தங்கமாளிகைகளைக் கட்டிக் கொடுத்தான் பல கடவுளருக்கு - தந்தைக்கு இடியாயுதம் செய்து தந்தான். எனினும், விண்ணகத்திலேயே இருந்துவிட அவன் மனம் ஒப்பவில்லை. எட்னா மலைமீதே வசித்து வரலானான்.

இங்குத் தான் வந்து சேர்ந்தாள், வடிவழகி வீனஸ்.

ஆற்றோரத்தில், முந்திரிச் சோலையில், ஓடி ஆடிப் பாடிக்கொண்டு, காதலன் கண்ணைப் பொத்த, அவன் கரத்தை விலக்க முயலும் போது அவன் தன்னை அணைத்துக்கொள்ள, ஐய்யய்யோ - என்று இவள் பாட, அவன் கன்னத்தைக் கிள்ளி இதழமுது கேட்க, ஊஹூம் என்று இவள் கொஞ்ச இன்னுயிரே என்று அவன் கெஞ்ச, இப்படி இன்ப விளையாட்டில் ஈடுபட்டிருக்க வேண்டியவள், மலைமீது ஓர் உலைக்கூடம், பெரு நெருப்புக்கு எதிரே இரும்பைக் காய்ச்சுவதும், அடிப்பதும் வளைப்பதுமான வேலையில் ஈடுபட்ட அவலட்சணமான கணவன் - இந்தச் சூழ்நிலையில் எப்படி இருக்க முடியும்! உதட்டை மடித்தபடி கடித்தாள், புருவத்தைச் சிறிதளவு நெறித்தாள் - யோசனை உதித்தது - காதலைத் தேடிக்கொண்டாள். கடவுள் ஒருவன் கிடைத்தான்!

போர்க் கடவுள் மார்ஸ் என்பான்தான், வீனஸ் பெற்ற புதுவிருந்து.

ஒவ்வோர் இரவும், மார்ஸ் வீனஸ் இல்லம் வருவான் இன்பம் பெறுவான்.

இது, அபாலோ கடவுளுக்குத் தெரிந்துவிட்டது. வல்கனிடம் தெரிவித்துவிட்டார்... கடுங்கோபம் கொண்டான் வல்கன். என்ன செய்வது! கடவுளல்லவா, ஒரு அபூர்வமான யோசனை உதித்தது. பித்தளைக் கம்பிகளைக்கொண்டு ஒரு அபூர்வமான வலை - சிலந்திக்கூடு போன்ற வலை - செய்தான். பார்ப்பதற்குச் சாதாரணப் போர்வை போலவே இருக்கும் - ஆனால் பொறியாக மாறிவிடும், நொடிப்போதில். இந்த மாய வலையை, வீனசின் மஞ்சத்திலே வீசிவிட்டு, மறைவிடத்தில் தங்கியிருந்தான். மார்ஸ் வழக்கப்படி வந்தான், வீனஸ் கொஞ்சினாள், மஞ்சம் சென்றனர், கொஞ்சுமொழி வளர்ந்து, குழைந்து, ஓயந்தது - இறுகத் தழுவினர் அன்றும், என்றும் போல் - மறைந்திருந்த கணவன், மாயவலையை இழுத்தான் - காதற் கள்வர்கள், காகூவெனக் கூவினர், வலையில் சிக்கிக்கொண்டு! விடுபட முடியவில்லை! வல்கன் வலை இலேசானதா! சிக்கிக்கொண்டீர்களா! சிரிப்பாய்ச் சிரிக்க வைக்கிறேன் பார்! - என்று கூறி, வெளியே சென்று, எல்லாக் கடவுள்ரையும் அழைத்து வந்தான் வல்கன். “வாருங்கள், வாருங்கள்! வந்து பாருங்கள், என்னை மணந்து கொண்ட காதகி, என் வீட்டில், என் மஞ்சத்தில் சோர நாயகனை ஆறத் தழுவிக்கொண்டுள்ள காட்சியை, விழியுள்ளோர் அனைவரும் காண வாருங்கள்” - என்று அழைத்து வந்து காட்டினான். தமது அணைப்பிலிருந்து விடுபட முடியாதபடி, மாயவலை அவர்களை இறுகப் பிணைத்து விட்டிருக்கிறது - கடவுளர் யாவரும், கை கொட்டிச் சிரித்தனர்! கடவுளருலகுக்குப் பலகாலம், இந்தச் சம்பவம் வேடிக்கைப் பேச்சுக்குப் பயன்பட்டதாம்!

வீனசும் மார்சும் விபசாரத் தடைச் சட்டத்தின்படி, தண்டிக்கப் பட்டனர் போலும் - என்று எண்ணிவிடாதீர்கள்!! கடவுளர் உலகு - எனவே, கேவலம் மானிடரைக் கட்டுப்படுத்தும் சட்டங்கள், அங்கு செல்லுபடியாகா! வழக்கம்போல மார்சும் வீனசும், கடவுளர் பதவிகளிலேயே தான் இருந்துவந்தனர். பக்தர்கள் கூட, இந்தக் கதையைக் கேட்டதால், மனம் பதறி, கோயிலிலேயா இருப்பது இப்படிப்பட்ட குணகேடி என்று வெறுத்துப் பேசவில்லை, மார்சை மருவினாய் போற்றி! - என்று வீனசையும், வீனசை வென்றாய் போற்றி என்று மார்சையும் தொழுது தான் வந்தனர். கணவனுக்கு, தன் சோரத்தனத்தையே காட்சியாக்கிக் கொடுத்த பெருங்குணவதி,

வீனஸ், கிரேக்க, ரோம் நாட்டவருக்கு வரம் தரும் கடவுளரில் ஒருவளாக இருந்துவந்தாள் - பலப்பல காலம். வீனசையும் மார்சையும் மட்டுமல்ல, அவர்கள் பெற்றெடுத்த, ஹெர்மாயின், க்யூபிட், ஆண்டிராஸ், எனும் மூன்று தேவ குமாரர்களையும், வணங்கி வந்தனர். வீனஸ் தேவியின் விபசாரம், விண்ணுலகோடு நின்றுவிட்டது என்று எண்ணாதீர்கள் - மண்ணுலகத்தையும் அம்மை அவ்வப்போது பதம் பார்த்து வந்தார்கள். டிராய் நகர மன்னன் ஆன்ச்சிஸீஸ் அம்மையின் காதலுக்கு இலக்கானான். ஈனாஸ் என்ற திருக்குமாரனைப் பெற்றாள்.

மற்றோர் சமயம், வீனஸ்தேவி. அடவியிலே உலவிக் கொண்டிருந்த போது, மரம் ஒன்று தானாகப் பிளந்தது. அதிலே ஒரு குழந்தை தெரிந்தது. வேறோர் தேவதையிடம் கொடுத்து அந்தக் குழந்தையை வளர்த்துவரச் சொன்னாள். இந்தக் குழந்தை, சுந்தரமான வாலிபனாக வளர்ந்தான் - வீனஸ் உள்ளத்திலே, காதல் மூண்டுவிட்டது! மகனென எண்ணித்தான், மர இடுக்கிலிருந்து எடுத்தாள் - அரும்பு மீசைக்காரனானதும், அவன், காதலைக் கிளறிடும் கட்டழகனாகவல்லவா ஆகிவிட்டான் - அவள் என்ன செய்வாள் பாபம் - அவனைத் தன்னுடன் அனுப்பி வைக்கும்படி கேட்கிறாள் - அவனை வளர்த்து வந்தாளே, வேறோர் தேவி, அவள் இணங்கவில்லை - இரு இன்பவல்லிகளுக்கிடையே சிக்கித் தவிக்கிறான் அடனாய்ஸ் - எனும் ஆணழகன்: சிக்கல் நிறைந்த இந்த வழக்கு, முழுமுதற் கடவுளின் மன்றம் வந்தது. நாலு மாதம் வீனசுடன், நாலுமாதம் வளர்த்த தேவியுடன், மற்ற நாலுமாதம் உன் இஷ்டம் போல், என்று தீர்ப்பளித்தாராம், ஜூவஸ்!

என்னென்ன விதமான காமக் கூத்துகள், எப்படிப்பட்ட சிக்கல்கள், வழக்குகள், கடவுளர் உலகிலே! பூஜாரிகள் இவைகளையெல்லாம் புண்ய கதைகள் என்று கூறினர் - பாமரர் நம்பினர். புலவர்கள், இவைபற்றி இலக்கியச் சுவையுடன் எழுதினர், மக்கள் படித்து ரசித்தனர் - இப்படிப்பட்ட ஆபாசங்களா, கடவுள் என்ற உயர்ந்த தத்துவ விளக்கத்துக்குத் துணை செய்யும் மார்க்கம், என்பது பற்றி எண்ணிப் பார்க்கத் துணிவு பிறக்கவில்லை. கேள்வி கேட்கத் தைரியம் பிறக்கவில்லை, தேவநிந்தனை செய்கிறான் என்று ஆத்தீகர்கள் கண்டிப்பரே என்ற பயம்!

கரும்பு வில்லோன், பஞ்சபாணன் - என்று இங்கு, மன்மதனைக் குறிப்பிடுகிறார்களல்லவா, புராணீகர்கள் - இந்தக் கடவுளுக்கு ஈடாகத்தான், கிரேக்க, ரோம் நாட்டவர் வீனசின் மகன்,

க்யூபிட் தேவனைக் கொண்டாடி வந்தனர். காதற் கணைகளைத் தொடுப்பது இந்தத் தேவனின் திருப்பணி. துள்ளுமத வேட்கைக் கணையாலே ஏற்பட்ட தொல்லைகள், கடவுளர் உலகில் திருவிளையாடல்களாகிவிட்டன.

இப்படிப்பட்ட "புண்ய கதைகளை"ப் புல்லறிவு என்று கண்டு, ஒதுக்கித் தள்ளிவிட்டு, அந்த நாடுகளெல்லாம், உலக அரங்கிலே உயரிடம் பெற்றுத் திகழ்கின்றன. கடவுட் கொள்கையிலே தெளிவும் அறிவும் துலங்குகின்றன. மார்க்கத் துறை, மக்களிடை வளரும் மாசுகளைத் துடைத்து மாண்புகளை வளர்க்கும் கருவியாக்கப்பட்டு விட்டது. கற்பனை அலங்காரங்கள், கவிதா ரசம், என்ற காரணம் பேசி, அங்கெல்லாம், எறிந்த கட்சி எறியாத கட்சி பேசிடும் பாமரரும் கிடையாது, பெரும்பான்மையான மக்களைப் பாமரர் நிலையிலேயே இருக்கச் செய்து, சுறண்டிப் பிழைக்கும் எத்தர்களும் கிடையாது. வீனசும் மார்சும், வல்கனும் க்யூபிடும், கவிகளின் ஏடுகளிலே உள்ளனர், மக்களின் மன்றத்திலே இருந்து மறைந்தனர் - மாஜிகளாயினர்.

யெமரின் உடலை, உலக ஆலை எனும் பொறியைச் செலுத்திக் கொண்டிருந்தவர்களிடம், தேவர்கள் தூக்கிச் சென்றனர். அகோரக் கூச்சலுடன் ஆடிக்கொண்டிருந்த அந்த ஆலையிலே பேரசுரனின் உடலைப் போட, உடல் சின்னாபின்னமாக்கப் பட்டது. எலும்புகள் மலைகளாக மாறின! பற்கள் பெருங்கற்களாயின இரத்தம் கடலாயிற்று! உடல் உலகமாயிற்று! மண்டை ஓடு, வானமாயிற்று!

10. டியூடன் பிரபஞ்ச உற்பத்தி

எல்லையற்ற இடம்! ஏதும் இல்லை! ஒளி, ஒலி, உருவம், புல்பூண்டு, ஒன்றும் இல்லை. பார்க்குமிடமெங்கும் நீக்கமறத் தெரிகிறது, பரந்த வெளி. வேறு எதுவும் இல்லை, கடலா அது? இல்லை! கடலெனும் உருவம் படைக்கப்படாத காலம் அது. மண்ணா, விண்ணா? இரண்டுமல்ல! மண்ணும் விண்ணும், முன்னதில் மாந்தரும், பின்னதில் சூரிய சந்திர நட்சத்திராதிகளும், அமைவதற்கும் முன்னால் இருந்தது, ஒரு பெரும் வெளி - எல்லையற்ற வெளி, காலத்தின் துவக்கம்.

இந்தப் பெருவெளியிலே, காலம் கண் விழித்தது.

வெளியிலே, ஒரு குரல், கொந்தளிப்பு ஏற்பட்டது. புகை சூழ்வதுபோல, நீர் பொங்குவதுபோல, பேரொலியுடன் பெரிய ஆறுகள் புரண்டோடுவதுபோல, ஒரு நிலை ஏற்பட்டது எல்லையற்ற வெளியிலே, இன்னதென்று புரிந்துகொள்ள முடியாத நிகழ்ச்சியின் துவக்கம். வெண்மை, கருமை, புகை, நீர், இப்படி, நிறங்களும் உருவங்களும், அசைந்து எழலாயின. மூடுபனியும், உறைந்த கட்டிகளும், தென்படலாயின - எல்லையற்ற வெளி இரு கூறாகக் காணப்பட்டது. ஒருபுறம், கொந்தளிப்பு, கருமை, புகைப்படலம்! மற்றோர் புறம், ஒளி. அழகு, அமைதி!

இருண்ட பகுதியிலே, இறைவன் கட்டளைப்படி, வெப்பக் கதிர்கள் புகுந்தன. பனி கரையலாயிற்று ஓரளவு, கரைந்தானதும் அங்கிருந்து, மெள்ள மெள்ள ஆடி அசைந்துகொண்டு கிளம்பிற்று, பிரம்மாண்டமான ஓர் உருவம்! அந்த உருவம் அரைத் தூக்கத்திலேயே இருந்தது. கோரமான அந்தப் பேரசுரனின் பெயர்,

யெமர். விழித்தெழுந்ததும், அவனுக்குக் கடும்பசி ஏற்பட்டது என் செய்வான்?

பசி! பசி! பசி! - சுற்றுமுற்றும் பார்க்கிறான் - பசி போக்க ஏதும் காணப்படவில்லை! எங்கும் உறைந்த பனி, உருகும் பனி, காற்று, வேறு ஏதுமில்லை. பசியோ வாட்டுகிறது. யெமர் திகைத்தான் - உண்ண ஏதேனும் கிடைக்குமா என்று அலையலானான். கடும்பசி அவனுக்கு - பெருங்காற்று அவனைச் சுற்றி. காலத்தின் துவக்கத்தில் தோன்றிய - பேரசுரன், பெரும்பசி தாங்கமாட்டாமல், வேதனையுடன் உலவலானான். கடவுளின் கட்டளைப்படி, வெப்பக் கதிர்கள் தமது வேலையைச் செய்துகொண்டே இருந்தன. உறைந்து கிடந்த பனிக்கட்டிகள் உருகியபடி இருந்தன. யெமர் எனும் பேருருவம் தோன்றியவிதமாகவே, மற்றோர் உருவமும் தோன்றிற்று. அந்த உருவம், பிரம்மாண்டமான ஒரு பசு!

பசுவின் பெயர், ஆதும்லா. உறைந்த பனி மீது கடவுளின் ஆணைப்படி கதிர்கள் பட, அது உருக, உருகாத பகுதியினின்றும் உருப்பெற்றெழுந்த ஆதும்லா எனும் பசுவைக் கண்டான் யெமர். வியப்புற்றான்! முதல் உருவம் இரண்டாவதாக எழுந்த உருவம் கண்டு, இது யாது? என்று ஆச்சரியப்பட்டு, அருகே சென்றது, தள்ளாடிக் கொண்டு! பசுவைச் சுற்றிலும், மூடுபனிப் படலம். அருகே சென்று பார்க்கும்போது, ஆதும்லாவின் மடிக் காம்புகளிலிருந்து, பால் வழிந்து கொண்டிருக்கக் கண்டான். நாலு வெண்ணிற ஆறுகள் பெருக்கெடுத்தோடுவது போல வழிந்துகொண்டிருந்த பாலை, பேரசுரன் பருகலானான். பசி தீருமளவு பருகினான், மயங்கிக் கீழே சாயுமளவு பருகினான்! சாய்ந்தான், உறங்கினான்.

பால் கொடுத்த பேரசுரனை ரட்சித்த பசுவுக்குப் பசி பிறந்துவிட்டது. புல்லும் பூண்டு மற்ற இடம். பசு கலங்கிற்று.

பக்கத்திலே இருந்த ஒரு பனிப் பாறையை நாவினால் தடவித் தடவிப் பார்த்தது - அலுத்தது - பசி தீரவில்லை.

பசுவுக்குப் பசி தீரவில்லையே தவிர, அதன் நாவின் தடவுதல் பயன் தராது போகவில்லை. பனிப்பாறையின் ஊடே இருந்து ஏதோ உருவம் தெரியலாயிற்று. மூன்று நாட்களுக்குப் பிறகு, பசுவின் நா, பட்ட பாறை, கரைந்தது, முதல் தேவன் தோன்றினான். அவன் அழகன். பெயர் ப்யூர்.

பிறகு, இருண்ட பகுதியிலிருந்து, யெமர் போன்றவர்களும், ஒளிப் பகுதியிலிருந்து ப்யூர் போன்றவர்களும் உதித்தனர். தேவாசுரப்

போர் மூண்டது! கடும் போர்! வெற்றி யாருக்குக் கிடைக்கும் என்று தீர்மானிக்க முடியாதபடியான சமர்.

இறுதியில் யெமர் வீழ்த்தப்பட்டான். வீழ்ந்த பேரசுரனின் உடல் மீது தாவினர் தேவர்கள். கழுத்து நரம்புகளை அறுத்தனர். இரத்தம் ஆறெென ஓடிவரலாயிற்று. அந்த இரத்தம், வழிய வழிய, ஆறளவிலிருந்து கடலளவாகி, அதிலேயே யெமரின் சகாக்கள் மூழ்கி மடிந்தனர். பிறகு, யெமரின் உடலை, உலக ஆலை எனும் பொறியைச் செலுத்திக்கொண்டிருந்தவர்களிடம், தேவர்கள் தூக்கிச் சென்றனர். மாவரைக்கும் யந்திரம் போன்ற அந்தப் பொறியை ஒன்பது அசுர மாதர்கள் செலுத்திக்கொண்டிருந்தனர். அகோரக் கூச்சலுடன் ஆடிக்கொண்டிருந்த அந்த ஆலையிலே, பேரசுரனின் உடலைப்போட, உடல் சின்னாபின்னமாக்கப்பட்டது. எலும்புகள், மலைகளாக மாறின! பற்கள், பெருங்கற்களாயின! இரத்தம், கடலாயிற்று! உடல், உலகமாயிற்று! மண்டை ஓடு, வானமாயிற்று! பிரபஞ்சம், இவ்விதம் சிருஷ்டிக்கப்பட்டதும், விண்ணிலே, சூரியன் சந்திரன், நட்சத்திரங்களைப் புதைத்தனர்.

நம்புகிறீர்களா? நகைக்கிறீர்களா? நம்ப மறுப்பீர்கள்! ஆனால் இதை நம்ப மறுத்தவர்களை நாஸ்தீகர்கள் என்று நிந்தித்த, தண்டித்த மக்கள் இருந்தனர். உலகம் உண்டான விதம் இதுதான் என்று நம்பி, பேரசுரனின் பிணமே இப்பிரபஞ்சம் என்று பேசிப், பசுவை வணங்கிய மக்கள் இருந்தனர்.

இப்படியும் ஒரு காட்டுமிராண்டிக் கூட்டம் உண்டா! எல்லையற்ற வெளியிலே ஒரு பேருருவம் தோன்றுவதாம்! அதற்குப் பால்தர ஓர் பசுவாம்! அந்தப் பசுவின் நா பட்ட இடத்தில் தேவனாம்! இவ்விதமாக ஒரு கூத்தா! சே! என்று கூறிடத் துணிவு கொள்வோர் ஏராளமாக இருக்க முடியும். ஒரு காலம் இருந்தது, இந்தக் கதையைத் தேவ ரகசியம் என்று பக்தியுடன் கூறிக் கொண்டாடிய காலம்!

ட்யூடன் மக்கள் பிரபஞ்சம் இவ்விதமாகத்தான் உற்பத்தி செய்யப்பட்டது என்று நம்பி, புராணம் இயற்றி அதனைத் தம் புனித ஏடெனக் கொண்டு, அதற்குத் தக்க பூஜைகளையும் ஏற்படுத்திக்கொண்டிருந்தனர்.

இன்று? இந்தக் கதையை நம்புகிற கூட்டம், மேனாட்டிலே, பித்தர் விடுதிகளிலேயும் கிடைத்தலரிது. மேனாட்டிலே, ஜெர்மனி, இத்தாலி, போலந்து, கிரீஸ், எந்த நாட்டிலேயும் சரி, சென்று அங்குள்ள பேராசிரியர்களை அல்ல, விஞ்ஞானிகளை அல்ல, கல்லூரி மாணவர்களை அல்ல, வயலில் வேலை செய்வோர்,

ஆலைத்தோழர் போன்றவர்களைக் கூடச் சரி, அப்பா! பிரபஞ்சம் உண்டான கதை தெரியுமா? யெமரின் பிரதாபம், ப்யூரின் பேரழகு, ஆதும்லாவின் அன்பு, தேவாசுரப் போர், இவை தெரியுமா? என்று கேட்டால், கேட்பவனின் மனம் குழம்பிக் கிடக்கிறது என்று எண்ணி விறைத்துப் பார்ப்பரே தவிர, "ஆமாம்! அந்தத் தேவமா கதையை மறப்பாரும் உண்டோ! அதோ பாரும், அரசமரம், அதனருகே சென்று கிழக்குத் திசையாகச் சென்றால் ஒரு காத தூரத்தில், ஆதும்லா ஆலயம் காணலாம் - அங்கு ஆண்டுக்கொருமுறை, கல்பசுவின் காம்பிலிருந்து பால் பெருகும்! ஆண்டுக்கோர் முறை யெமர் கழுத்தறுப்பு விழா நடைபெறும்" - என்று கூறமாட்டார்கள், ஏனெனில், அறிவுக்கதிர் பரவியதும், மூளையில் படிந்திருந்த மூடுபனி கரைந்து போய்விடவே, அங்குச் சாதாரண மக்களுக்கும் இப்போது தெளிவு பிறந்துவிட்டது. பிரபஞ்சம் உண்டான விதம் எப்படி என்று கேட்டால், அதற்கென்று உள்ள பிரத்யேக விஞ்ஞான நூற்களைக் காட்டுவர். மலையும் மாகடலும், நதியும் நவநிதியும், காடும் மேடும், சூரியனும் சந்திரனும், ஒளிவிடு கதிர்களும், மழை விடு மேகமும், அலையும், ஆவியும், இன்னோரன்ன இயற்கைச் சக்திகளும், சக்திகளை உள்ளடக்கிய பொருள்களும், ஏற்பட்ட வகைப்பற்றி எண்ணற்ற அறிஞர்கள், சிந்தித்துச் சிந்தித்து, பரீட்சித்து கண்டறிந்த உண்மைகளை, ஏடுகளாக்கி, புதிய எண்ணங்களை உலவவிட்டனர். இதன் பயனாக பழைய நாட்களிலே கட்டிவிடப்பட்ட கதைகள், சீந்துவாரற்றுப் போயின.

'எந்த நாட்டிலும், ஆதிகாலத்திலே, மக்கள் குருட்டறிவு பெற்றவராகத்தான் இருந்திருக்க முடியும். இன்று பாமர மக்களுக்கும் புரியக்கூடியதாக்கப்பட்டுவிட்ட பல விஷயங்கள் பழங்காலத்தில், இருட்டறையிலே இருந்தன!

முதலிலே, இயற்கைச் சக்திகளைக் கண்டு அஞ்சவும், ஆச்சரியப்படவும், பூஜிக்கவும், புகழவுந்தான் மனிதன் பழகினான். பிறகோ, அவனுக்கு, அந்தச் சக்திகளின் இரகசியத்தைக் கண்டுபிடிக்க வேண்டும் என்ற ஆவல் ஏற்பட்டது. அந்த ஆவல், அறிவுத் தாகம்! அப்போது ஒவ்வொரு நாட்டிலும், ஏறத்தாழ ஒரேவிதமான கருத்துள்ள பல கதைகள் முளைத்தன. இந்தக் கற்பனைகளிலே ஒன்று தான், முதலிலே கூறப்பட்டது. ட்யூடன் மக்கள் பலப்பல காலம் நம்பிய, தேவமா கதை, இங்குப் பேசப்படுவது போலவே அங்கும் தேவாசுரப் போர், இங்கு கூறப்படுவது போன்ற காமதேனு, அங்குச் சிறிது மாற்றத்துடன், இப்படிப் பல கதைகள் உலவின. இங்கு இன்று பழமையில் புதுமை

தூவி மகிழும் பண்பினர் கூறுவர், "நமது மூதாதையர் மூடரல்ல! தேவர் - அசுரர் என்று இருவகையினரை அவர்கள் கற்பித்தனர் என்றால், அழகிய கருத்தின் மீது தான் - அஃது என்னையோ எனில், இருளில் கெட்டதும், ஒளியில் நல்லதும், இருப்பதுபற்றி எண்ணிய நமது மூதாதையர், இருண்ட மேனியும் கருத்த கருத்தும் கொண்டவர்களை அசுரர் என்றும், ஒளிவிடு மேனியும் தூய்மையான எண்ணமும் கொண்டவர்களைத் தேவர்கள் என்றும் கூறினர்! இருளுக்கும் ஒளிக்கும் போர்! அதனையே நமது ஆன்றோர் அசுரருக்கும் தேவருக்கும் போர் என்று கதை வடிவில் கூறினர்; ஒளியே இருளை விரட்டி, வெல்லும். எனவே தேவாசுர யுத்தத்தில், தேவர்களே வென்றனர் என்றனர் சான்றோர். இவ்வளவு அழகுற, ஆழ்ந்த கருத்துடன், அடிப்படை உண்மையை அனைவரும் புரிந்து கொள்வதற்காகக் கதைகளாக்கிய, அவர் தம் திறமே திறம் என்று பேசி, மகிழ்வர். மகிழ்வதுடன் நில்லார். இத்தகுமதி, நமது பண்டையோர் தந்த நிதி! என்று பூரிப்பர், பூரித்ததுடன் நில்லாமல், இது போன்ற கற்பனைத் திறம், மதிவளம், உலகில் வேறு எங்கேனும் உண்டோ! - என்று கேட்பர்.

பாற்கடலில் பள்ளிகொண்ட பரந்தாமனின் உந்தியினின்றும், கொடியொன்று கிளம்பி, அதன் நுனியிலே தாமரை மலர்ந்து காட்சிதர, அந்த மலாணை மீது நான்முகன் அமர்ந்திருக்க, அவன் நாவிலே சரஸ்வதி வீற்றிருக்க, அவள் கையிலே வீணை இருந்து ஒலிக்க, அது கேட்டு இன்புற்று நாரதர் கீதம்பாட. அதற்கேற்ப நந்தி மிருதங்கம் கொட்ட, அதுகேட்டு முக்கண்ணன் நடனமாட, ஐயன் ஆடுவது கண்டு, அகிலமெலாம் ஆனந்தக் கூத்தாட, அதன் சூட்சமத்தை விளக்கிச் சுத்தானந்த பாரதியின் பேனா ஓட, அதனை மதுரகீதமாக்கி வசந்தகோகிலம் பாம்... இப்படி, இங்கு - இன்றும், பிரபஞ்ச உற்பத்திக்கு என்றோ ஏற்பட்ட பழைய கதையைத்தான் பயன்படுத்துகின்றனர். இவ்விதக் கதைகள், நல்லறிவை நையாண்டி செய்யும் நாச வேலையன்றோ என்பதை இந்த நல்லறிவாளர்கள் எண்ணிப் பார்க்காதது மட்டுமல்ல, இவ்விதமான கதைகளுக்கு, உட்பொருள் தேடிக் கண்டறிந்து கூறும் வீண் வேலை செய்து வருவது மட்டுமல்ல, உலகிலேயே, ஏதோ, எவருக்கும் சாத்தியமல்லாத கற்பனையை, இங்கு முன்பு இருந்தோர் கோத்தனர் என்று, நம் மக்கள் எண்ணும்படியும் பேசுகின்றனர். அந்தப் பேச்சு, எவ்வளவு அபத்தம் என்பதை எடுத்துக்காட்டவே, ட்யூடன் மக்கள் ஒரு காலத்தில் போற்றிப் புகழ்ந்து வந்த பிரபஞ்ச உற்பத்தியின் புராணத்தைக் குறித்து விளக்கினோம். கற்பனையைப் பொறுத்தமட்டிலே, ட்யூடன் புராணம், நமது

பழைய புராணத்துக்கு மட்டமா? இல்லையே! அந்தப் புராணத்தை நம்பியதிலோ, நம்பிக்கைக்கு ஏற்றபடியான பூஜா காரியங்களை அமைத்துக்கொண்டதிலோ நமது மக்களுக்கு, ட்யூடன் மக்கள், எந்த விதத்திலும் குறைந்தவர்களல்ல! நாரதரின் பக்கத்திலிருந்து தாளம் போட்டுக்கொண்டே கீதம் கேட்டவர்கள் போல இங்குப் பழைமை விரும்பிகள் பேசுவதுபோலவே, ட்யூடன் மக்களும், ஆதும்லாவின் மடியிலிருந்து ஒழுகிய பாலைப் பருகியவர்கள் போலவே பேசிக்கொண்டிருந்தனர். ஆலயம் அமைப்பது, ஆறுகால பூஜை செய்வது, பூஜாரிக் கூட்டத்தின் பேச்சை தேவனின் வாக்கெனக் கொள்வது, சந்தேகிப்போரை, சித்ரவதை செய்வது, எதிர்ப்போரைக் கொல்வது, போன்ற எந்தத் திருக்கலியாண குணத்திலும், இங்கு இன்றுள்ள நமது பழைமை விரும்பிகளுக்கு எள்ளளவும் குறைந்தவர்களல்ல, அந்த நாள் ட்யூடன் மக்கள்!

ஆனால் அங்கு இப்போது, அந்தக் கதையை நம்புவோர் கிடையாது. இங்கு இன்றும் அதே போன்ற கதையை நம்பமறுப்போர், நாஸ்தீகர்கள்!

ஒரு காலத்தில், யெமரின் மண்டை ஓடு, வானம் என்று நம்பிய மக்கள், இன்று, வானவூர்தியிலே பறந்தபடி, நம்முடைய மூதாதையர் கட்டி வைத்த புராணத்தை நாம் இன்றும் நம்பி, நடத்துகிற சூரசம்ஹாரத் திருவிழாவைப் பார்த்து, கேலி செய்கிறார்கள்! விண்ணும் மண்ணும், ஒளியும் ஒலியும், இன்று அங்கெல்லாம், ஆராய்ச்சிக்கூடத்திலே உள்ள மக்களால் அலசப் பட்டு, பயன்மிகு பல புதிய நுண்ணறிவு பரப்பப்பட்டு வருகிறது. நாமோ இன்னமும், திரிபுர தகனம் முதற்கொண்டு திருத்துழாய் மகிமை வரையிலே, ஒன்று விடாமல், நம்பியும் புகழ்ந்தும், பாராட்டியும், கெடாதபடி பாதுகாக்க முயற்சித்தும், கீதம், காட்சி, ஓவியம் முதலிய பல சாதனங்களைக்கொண்டு அந்தப் பழமையைக் காப்பாற்றியும் வருகிறோம்! இதுதான் உலகின் அறிவுள்ள பகுதிக்கும் நமக்கும் உள்ள வித்தியாசமேயொழிய, இங்குள்ள சில பரணை மனப் போக்கினர் கூறுவதுபோல, அற்புதமான கற்பனைகளை ஆக்கின திறம் நமது முன்னோர்களுக்கு மட்டுமே உண்டு, உலகில் வேறு எவருக்கும் கிடையாது என்பது உண்மையல்ல! கற்பனைக் கதைகள் கட்டினதிலே, நமது மூதாதையருக்கும் உலகின் வேறு பகுதியிலே இருந்தவர்களுக்கும், வித்தியாசம் அதிகம் கிடையாது. பல தலைச்சாமிகள்! பறக்கும் சாமிகள்! பெண்களைப் பலி கேட்கும் தெய்வங்கள்! பேருருவத் தேவதைகள், போன்ற கற்பனைகளை, எங்கும் எவரும் கட்டித் தான் பார்த்தனர். அங்கெல்லாம், அறிவு பரவியதும், ஆதும்லா, யெமர் போன்ற

கற்பனைகளை விட்டொழித்து, உண்மையை மக்கள் நாடினர். நாமோ, உண்மையைக் காணவேண்டுமே என்ற உணர்ச்சியைக் கூடக் கொள்ளாமல், பழம் கதைகளை இன்னும் பயனுள்ளவை, பொருளுள்ளவை, புனிதமானவை, பாராட்டத் தக்கவை, பூஜிக்கத் தக்கவை, பழுதுபடாதபடி பாதுகாக்கத்தக்கவை என்று எண்ணி ஏமாறுகிறோம். இந்த மகத்தான வித்தியாசந்தான் இருக்கிறது நமக்கும், உலகின் மற்ற பகுதிக்கும். இந்த ஒரு வித்தியாசம்! ஆனால் எவ்வளவு பெரிய வித்தியாசம்!! பெண் எலும்புருவாவதைத் தடுக்கத் தெரியாமல் எலும்புருவைப் பெண்ணாக்கிய பெம்மானின் கதையைப் போற்றும் நமக்கும், அவர்களுக்கும் உள்ள வித்தியாசம், எவ்வளவு பெரியது! அதோ தெரிகிறதே நமது இரட்டை மாட்டுவண்டி, அதற்கும், மேலே மேகமண்டலத்தூடே பறக்கும் விமானத்துக்கும் இடையே உள்ள வித்தியாசம் அல்லவா அது! காட்டேரி பூஜைக்கும் கம்பியில்லாத தந்திக்கும், இடையே எவ்வளவு வித்தியாசம்!!

பூமி எப்படி ஏற்பட்டது என்பதற்கு, ட்யூடன் மக்கள் கொண்டிருந்த, அர்த்தமற்ற கருத்தை அவர்கள் விட்டொழித்தனர் - நாமோ இன்னமும், பூமாதேவி - அண்ட சராசரங்களையும் ஆதிசேஷன் தாங்குவது - இரண்யாட்சதன் பூலோகத்தைப் பாயாகச் சுருட்டிக்கொண்டுபோய் ஒளித்துவிட்டது போன்ற கதைகளை, புண்ய கதைகள் என்று நம்புவதும், இந்த நம்பிக்கைக்கு ஏற்றபடியான பூஜைகள் செய்வதும் திருவிழாக்கள் நடத்துவதுமாகக் காலந்தள்ளுகிறோம். சரியா? மேனாட்டினர், பூமியைப் பற்றி ட்யூடன் புராண மனப்பான்மை அளவிலேயே இருந்துவிட்டிருந்தால் இன்று பூமிக்கடியில் உள்ள புதை பொருளை வெட்டி எடுக்கும் வேலை நடந்திருக்க முடியுமா, அதன் பயன்களை நாம் இன்று அனுபவிக்கிறோமே, அது தான் சாத்தியமாகுமா! பேரசுரனின் மண்டை ஓடுதான் விண் என்ற வீண்கதையோடு மேனாட்டினர் தங்கள் அறிவுக்கு முடிவு கட்டிவிட்டிருந்தால், இன்று ஏற்பட்ட ஆராய்ச்சிகள் நடைபெற்றிருக்குமா! - அந்த ஆராய்ச்சியின் பலன்களை அனுபவிக்கிறோமே, அனுபவித்து அகமகிழ்கிறோமே, அப்போதாவது அறிவுக்கு வேலை தருகிறோமா - நன்றியறிதலையாவது காட்டுகிறோமா! பழத்தைத் தின்றுவிட்டு, தோட்டக்காரன் மீது திப்பியைத் துப்பும் கொடுமைபோல, அந்த ஆராய்ச்சியாளர்கள் அளித்த அருமையான சாதனங்களை உபயோகித்துக்கொண்டே, அந்த ஆராய்ச்சியாளர்களெல்லாம், ஆத்மார்த்தம் அறியாதவர்கள் அழகிய கற்பனைகள் செய்யத் தெரியாதவர்கள் என்று நையாண்டியும் செய்கிறோம்! நியாயமா?

'நாம் கண்டுபிடிக்காத, (கண்டுபிடிக்க முடியும் என்ற எண்ணமும் கொள்ளாத நாம்) ரயிலில் பிரயாணம் செய்து, எங்கே போகிறோம்? பிள்ளை வரம் கேட்க ராமேஸ்வரமோ முடிதர திருப்பதிக்கோ, பெரியபாளையத்தாளின் பொருளைத் தேடியோ! இந்தப் பழைய சாதனங்களைத் தேடிச் செல்வதற்கு அவர்கள் அளித்த புதிய பொருள்களை உபயோகிக்கிறோம், அப்போதாவது ஒரு துளி நன்றியறிதல்! ஒரு துளி பாராட்டுதல் உண்டா? இல்லை, இல்லை! உழைப்பாளியின் வியர்வையால், பன்னீர் பெறுகிற முதலாளி, பாட்டாளியை எப்படிப் பரிகசிக்கிறானோ, அதேபோலத் தான் புத்தறிவாளர்கள் தரும் சாதனங்களை, வசதிகளை, நன்றாகப் பயன்படுத்திக் கொண்டே, பழைமை விரும்பிகள், அந்தப் புத்தறிவைக் கேவலமாகப் பேசுகின்றனர். புத்தறிவைப் பழிக்கும் புல்லறிவாளர்கள், இன்று, எந்தெந்தக் கற்பனைகளைக் கட்டிப் பிடித்துக்கொண்டு விட மறுக்கிறார்களோ, அந்தக் கற்பனைகளிலே காணப்படும் வாழ்க்கை நிலைக்குச் செல்லச் சம்மதிப்பரா என்றால், சம்மதிக்கமாட்டார்கள் / மின்சார விளக்கு மங்கினால், இவர் களின் கோபம் பொங்கும். விஞ்ஞானப் பொருள் கிடைக்கத் தடை ஏற்பட்டால், இவர்களின் வாழ்வே மங்கும்! ஆனால் அந்த வசதிகள் தங்கு தடையின்றி, மாற்றார் உற்றார் எனும் பாகுபாடு இன்றி, கிடைக்கிற காரணத்தால், அவைகளை உபயோகித்துக்கொண்டே 'என்ன பலன் இவைகளால்' என்றும் பேசத் துணிகின்றனர்.

மதவாதிகள் விதித்திடும் நிபந்தனைகளைப்போல், விஞ்ஞானிகளும் விதித்தால், வேடிக்கையாக இருக்கும் இத்தகையவர்களின் நிலைமை!

வைணவராக வேண்டுமா? திருநாமம் தரிக்க வேண்டும்! திருப்பாவை படிக்கவேண்டும்! திருத்துழாய் நீர் பருகவேண்டும்! என்று, சில பல நிபந்தனைகள் விதிப்பது போல, "ரயிலில் பிரயாணம் செய்யவேண்டுமா?" - "சரி! புத்தறிவின் விளைவு இந்த ரயில்! இதிலேறிச் செல்ல வேண்டுமானால் புத்தறிவு கொள்ளவேண்டும். உனக்கு அந்தப் புத்தறிவு இருக்கிறதா என்று பார்க்கிறேன்" என்று ஆரம்பித்து, ரயிலில் பிரயாணம் செய்ய வருபவரைப் பார்த்து,

"உலகம் எப்படி இருக்கிறது?" என்று கேட்டால் அவர்,

"உலகம், தட்டை!" என்று பதில் கூறுவார் - அவருக்குப் பழக்கமான புராணப்பயிற்சி காரணமாக. உடனே, "ஓஹோ! உமக்குப் புத்தறிவின் அடிப்படையே தெரியவில்லை. இந்த ரயில், தட்டையாக இருக்கிற உலகத்தில் ஓடுவதல்ல, உருண்டையாக

உள்ள உலகத்தது; உனக்குத்தான் உலகம் உருண்டை வடிவம் எனபதே தெரியாதே, பிடிக்காதே, புரியாதே, அப்படிப்பட்ட நீ உன் பாட்டன் முப்பாட்டன் கால முதற்கொண்டு இருந்துவந்த பழைய நம்பிக்கையான தட்டை உலகிலே, கட்டை வண்டியில் பயணம் செய்வதே சரியான காரியம். பழங்கால நம்பிக்கையை மறந்த மாபாவிகளான நாங்கள் கண்டுபிடித்த இந்த நவீனப் பைசாசத்தின் உதவியை நாடாதே!" என்று கூறி, டிக்கட் தர மறுத்தால், வேடிக்கையாக இருக்கும்.

பத்தியமில்லாத மருந்து போல, உரித்த சுளை போல, நிபந்தனையற்ற நிலையில், சகல விஞ்ஞான வசதிகளும், பாடுபடாதவருக்கு மிகமிகச் சுலபத்திலே தரப்பட்டுவிட்டதால், அவைகளின் பயனை அனுபவிக்கும் நேரத்திலும் கூட, பழமைக்குப் பாராட்டும் போக்கு இருந்து வருகிறது. பாடுபட்டுத் தேடாத பொருள், அருமை தெரியக் காரணம் இல்லையல்லவா! இதனாலே தான், புத்தறிவை அலட்சியமாகப் பேசும் புல்லறிவு தலை விரித்தாடுகிறது. ரயிலேறி ராமேஸ்வரம் போவதும், ரோடாரிமிஷினில் ரமணர் நூல் அச்சாவதும், ரேடியோவில் சங்கராச்சாரி பேசுவதும், காமிரா கொண்டு கருடசேர்வையைப் படம் பிடிப்பதும், டெலிபோன் மூலம் தெப்ப உற்சவ நேரத்தை விசாரிப்பதும், - இவை போன்றவைகள், இங்கு நித்ய நிகழ்ச்சிகள் அல்லவா? இந்த நிலை சரியா? பல் துலக்குவதற்குத் தயாரிக்கப்படும் பசையை பாத்திரம் துலக்கப் பயன்படுத்தினால் - கல் உடைக்கும் கருவியைக் கொண்டு கனியைத் தாக்கினால், புலி வேட்டைக்குரிய துப்பாக்கியைக்கொண்டு எலியைக் கொல்லக் கிளம்பினால், - என்ன எண்ணுவர் - என்ன கூறுவர்! அது போல, புத்தறிவு, புதிய வாழ்வுக்கு வழி செய்ய ஏற்பட்டிருக்க அந்தப் புத்தறிவு தரும் சாதனங்களைக்கொண்டு, பழைய வாழக்கையை நடத்த முற்படுபவரைப் பற்றி, என்ன எண்ணுவது, என்ன கூறுவது! ஏன் அவர்கள் இத்தகைய போக்குக் கொள்கின்றனர்! அதற்குள்ள பல காரணங்களிலே ஒன்று, பழைய காலக் கற்பனைக் கதைகள் நமது மூதாதையரின் அபாரமான அலாதியான திறமைக்குச் சான்று, என்ற தவறான எண்ணம்; அத்தகைய கற்பனைகள், உலகிலே எங்கும் எந்த நாட்டவரும் செய்தறியாதன என்ற தவறான பிரசாரம். இதன் காரணமாக, அந்தப் பழைய கதைகளிலே விடாப்பிடியான பற்று ஏற்பட்டிருக்கிறது. நண்பர்களே!

நமது நாட்டிலே மட்டுமல்ல, நானிலத்திலே பல்வேறு இடங்களினையும் பழங்காலத்திலே, இப்படிப் பல பல கதைகள் உலவின. அவர்களெல்லாம், அந்தக் கதைகள், பயனற்றன என்று

கண்டறிந்து, புத்தறிவு பெற்றனர், என்பதை எடுத்துக் கூறவே ட்யூடன் புராணீகன், பிரபஞ்சம் எப்படி உற்பத்தியாயிற்று என்று கதை புனைந்தான் என்பதைக் காட்டினோம். ட்யூடன் கதையை மறந்து, அவர்கள் நியூடன் காலத்தில் புகுந்து, இன்று அதற்கு அப்பாலும் சென்றுள்ளனர். யெமருக்குப் பால் கொடுத்த பசுவின் கதை கேட்டு மகிழ்ந்த காலத்தை மறந்து, காளையின்றி பசு, கன்று போடும் காலம் வரை வந்துள்ளனர்! மண்டை ஓடே, வான மண்டலம் என்ற கதைக் காலத்தைத் தாண்டி, வான மண்டலத்திலே காணப்படும் சந்திர மண்டலம் சென்றுவரக் கற்றுக்கொள்ளும் காலத்துக்கு வந்துள்ளனர். பேரசுரனின் இரத்தமே கடல் என்ற கதைக் காலத்தைக் கடந்து, பல தினங்கள், நீர்மூழ்கிக் கப்பலில் தங்கி, கடலுக்கடியே இருக்கமுடியும் என்ற ஆராய்ச்சிக் காலத்தில் புகுந்திருக்கிறார்கள். நாம்? இன்னமும் நரி பரியான பதிகத்துக்கு நாற்பத்து எட்டாவது விருத்தி உரை எழுதுபவருக்கு, நாமகள் தாசனார் விடுக்கும் மறுப் புரையைப் பிரசுரிக்கும் நற்காரியத்தில் பாடுபட்டுக்கொண்டும், நமக்கு மட்டும் ஏனய்யா இந்த நம்பொணாக் கதைகள்! நானிலத்தில் வேறு எங்கும் இவை தமை நம்புவார் இல்லையே என்று கேட்போரை நாத்திகர் என்று தூற்றும் 'சத்காரியத்தில்' ஈடுபட்டுக்கொண்டும், இருக்கிறோம். சரியா? முறையா? தகுமா? கூற வேண்டாம்! எண்ணிப் பாருங்கள்!

தங்கச் சிம்மாசனத்தின் மீது வீற்றிருக்கும் இந்தத் தனிப் பெருங்கடலுள், நீல நிறத் தலைப்பாகையும் மேகவர்ணப் பட்டாடையும் அணிந்து கொண்டு கம்பீரமாகக் காணப்படுவான். நல்ல உயரம், அதற்கேற்ற காத்திரம் கண் மட்டுந்தான் ஒன்று!... அவன் தோளின் மீது இருபுறத்திலும் இரண்டு அண்டங்காக்கைகள் உட்கார்ந்து கொண்டிருக்கும் காலடியிலே இரண்டு ஓநாய்கள் படுத்துக்கிடக்கும்!

11. ஒடின்

ஒற்றைக்கண் தேவன் ஒடின், ஓர் குலதெய்வம். பன்னெடுங்காலம் பக்திமான்களின் பூஜையைப் பெற்றுக் கொண்டு பரந்தாமனாக விளங்கி வந்தவன்; பராக்கிரம மிகுந்த ஒடின், பல தீரச்செயல்கள் புரிந்து, இகம், பரம் இரண்டிலும் ஏக சக்கராதிபத்யம் செலுத்தி வந்தான். ஒடின் புகழ், பாசுரமாக்கப்பட்டு, செயல்கள் திருவிளையாடல் புராணமாக்கப்பட்டு, பாமரரும் புலவரும், அரசனும் ஆண்டியும், ஒரு சேரக் கொண்டாடக்கூடிய விதமான தேவனாகப் பலகாலம் விளங்கியவன், இந்த ஒடின்.

ஜெர்மனி, அதை அடுத்துள்ள நாடுகள், பிரிட்டன், ஆகிய பல நாடுகளிலே, ஒடின், தேவதேவனாகப் பூஜிக்கப்பட்டு வந்தான். சிவனாருக்குக் கைலாயமும் விஷ்ணுவுக்கு வைகுந்தமும், குறிப்பிடப்படுவதுபோல, இந்தத் தேவனுக்கு, பழங்கால, டியூடானிக் மக்கள் ஆஸ்கார்ட் எனும் இடத்தைக் குறிப்பிட்டிருந்தனர்.

வைகுந்தமாவது கைலாயமாவது, அதெல்லாம் மனப்பிராந்தி, மதவாதிகளிலே மட்ட ரகமானவர்களின் கற்பனை, பித்துப்பிள்ளை விளையாட்டு என்று இன்று ஒரு சிலரால் கூற முடிந்தபோதிலும் கூட, பாமரர்களில் பெரும் பாலோர், கைலாயம் என்பது உண்மையாகவே இருப்பதாகவும், அங்கு ஒருபுறத்தில் சிவ - சக்தி நடனம் நடந்து கொண்டிருப்பது போலவும், மற்றோர் புறத்திலே முருகனின் மயில், தன் கலாபத்தை விரித்தாடுவதை, தினைப் புனத்தழகி திருமதி வள்ளி அம்மையார் கண்டு களிப்படைவது போலவும், ஆறுமுகங்களிலே, ஒரு முகத்தால் ஐயன் சிங்காரவேலன், இக்காட்சியைக் கண்டு ஆனந்திப்பது போலவும், தம்பிக்கு இந்தச் சுவைதான் தெரியுமே தவிர, ‘அப்பம் அவல்

பொறி' இவற்றின் ருசி என்ன தெரிகிறது என்று எண்ணியபடி, 'மூஷிகவாகனன்' ஓர் புறம் இருப்பது போலவும், நம்பிக்கொண்டு தானே இருக்கிறார்கள். மறுத்துப் பாருங்கள், பாமரரின் கோபம் எப்படிக் கிளம்புகிறது என்பது தெரியும்! இப்பொய்யுரைகளையே கொண்ட புராணங்களை, கிருபானந்தர்கள் கீதக் குரலிலே எடுத்துரைக்கும்போது, மன்னார்சாமிகள் மகிழ்வதைப் பாருங்கள்! மதி குழம்பியிருந்தபோது, தெளிவற்றவர்கள், கட்டிவிட்ட இத்தகைய பொய், இயல், இசை, நாடகமாகி, இன்றளவு வரையிலே, மக்கள் மன்றத்திலே, உலவ முடிகிறது.

சிலர் அறிவர், இவையெல்லாம் எத்தரின் கருவிகள் என்று. எனினும் எடுத்து இயம்பமாட்டார்கள், ஏமாளிகளின் கோபம் தம்மைத் தாக்குமே என்ற அச்சத்தால். அறிந்தோர் அச்சத்தால் அடங்கிக் கிடக்க, பாமரர் பழைய குட்டையிலேயே ஊறிக்கிடக்கும் நிலை காண்கிறோம் நம் நாட்டில்.

இந்நிலை, சரித காலத்துக்கு முன்பு, டியூடானியர்களிடையே இருந்தது. அப்போது அரசோச்சிய மூல தெய்வந்தான், ஓடின்! அறிவு கிளம்புமட்டும், ஈடு இணையற்றவனாக விளங்கி வந்தான் விண்ணுலகில்.

ஆஸ்கார்டில், அதி அற்புதமான சக்தி வாய்ந்த ஓடின், தேவிமார், தம்பிமார்கள், குமாரர்கள், குட்டிக் கடவுளர்கள் ஆகியோர் புடைசூழக் கொலுவீற்றிருந்து, 'அண்டர்' நாயகனாக ஆட்சி செய்து வந்தான். அவன் ஆணைப்படி நடக்க வேண்டும் அனைவரும் - மீறுபவர் படு பாதாளத்திலே தள்ளப்படுவர்! அவன் சொல்லை ஏற்க வேண்டும் சட்டமாக, மீறினோர் அழிக்கப்படுவர். அவன் விருப்பத்தின்படியே விண்ணும் மண்ணும் விளங்கவேண்டும். அவ்வளவு பலம் ஓடினுக்கு!

ஆஸ்கார்டிலே, ஓடின் ஓர் உயரமான, உன்னதமான ஆசனத்தில் அமர்ந்திருப்பான்! ஒற்றைக் கண் தான் இருந்தது. எனினும், எங்கு என்ன நடைபெறினும் அவனால் கண்டறிய முடியும்.

தங்கச் சிம்மாசனத்தின் மீது வீற்றிருக்கும் இந்தத் தனிப்பெருங் கடவுள், நீல நிறத் தலைப்பாகையும், மேக வர்ணப் பட்டாடையும் அணிந்துகொண்டு, கெம்பீரமாகக் காணப்படுவான். நல்ல உயரம், அதற்கேற்ற காத்திரம்! கண்மட்டுந்தான் ஒன்று!!

டியூடானிக் ஆண்டவன் இவ்வண்ணம், அலங்கார ரூபனாக வீற்றிருக்கும்போது, அவன் தோளின் மீது இருபுறத்திலும், இரண்டு அண்டங் காக்கைகள் உட்கார்ந்து கொண்டிருக்கும்! காலடியிலே,

இரண்டு ஓநாய்கள் படுத்துக்கிடக்கும்! கருடன் மகாவிஷ்ணுவுக்கும், காளை சிவனாருக்கும், உண்டல்லவா!!

இந்த இரு அண்டங் காக்கைகள், அவ்வப்போது கிளம்பிப்போய், பல இடங்களிலும் நடைபெறுவனவற்றைக் கண்டறிந்து வந்து ஒடினுக்கு உரைக்குமாம் - அதனாலேயே, ஒடின் இருக்குமிடத்திலிருந்தே, எங்கும் நடைபெறும் சேதியை அறிந்துகொள்ளும் 'சக்தி' பெற முடிந்தது.

இரு அண்டங் காக்கைகளிலே ஒன்றின் பெயர், 'சிந்தனை' - மற்றொன்றின் பெயர், 'நினைவு!'

ஓநாய்களிலே ஒன்றின் பெயர், 'பேராசை - மற்றொன்றின் பெயர், பெருந் திண்டி.'

இந்தப் பரிவாரங்களுடன் வீற்றிருந்த வண்ணம், அண்டத்தைப் பரிபாலித்து வந்தான் இந்த அதிசயத் தேவன்.

இன்று ஜெர்மனியில், பெர்லின் நகரிலோ, இங்கிலாந்தில் இலண்டன் நகரிலோ சென்று, ஒடின் தேவனின் ஆலயம் எங்குளது, என்று கேட்டால் கைகொட்டிச் சிரிப்பர் ஓய்வுடையோர். பிறர், அதையும் செய்யார். ஒடின் ஒரு மாஜி கடவுள்! தெளிவு பிறந்ததும், இந்தத் தேவன் இறந்தான்! பகுத்தறிவு கிளம்பியதும், இந்தப் பகவான் மறைந்தார்! பாமரரும் இன்று நம்புவதில்லை இப்படிப் பட்ட தேவனை!

எனினும் ஒரு காலத்திலே கவிவாணர் பாட, புவியாள் வோர் கானரிக்கையைக் கொட்ட, பூஜாரிகள் அர்ச்சிக்க, பாமரர் பயபக்தியுடன் தொழுது நிற்க, சர்வசக்தி வாய்ந்தவராக, ஒடின், தேவாலயங்களிலே வீற்றிருந்தார்.

அண்டங் காக்கை இரண்டுடையாய் போற்றி!

அமரர் நாயகனே, அதிபலதேவா போற்றி!

நீலப்பாகை உடையாய் போற்றி!

ஒற்றைக் கண்ணு! ஒடின்! போற்றி!

என்று தோத்திரம் செய்துகொண்டு தான் வந்தனர்.

ஒற்றைக்கண்ணன்! முக்கண்ணன் தெரியும் நமது புராணீகர்களுக்கு. டியூடானியப் புராணீகன், தான் சிருஷ்டித்த கற்பனைக் கடவுளுக்கு, ஒரு கண்தான் வைத்தான் - மற்றொன்றை இழக்கச் செய்தான்.

ஒடின், தேவனாகி, தேஜோன் மயனாக விளங்குவதற்காக 'தேவரசம்' பருக விரும்பினான். இந்தத் தேவரசத்தைத் தயாரித்துக் கொண்டிருந்தவர்கள், நிபந்தனை விதித்தனர் ஒடினுக்கு. என்ன நிபந்தனைக்கும் இசைவேன், எனக்கு மட்டும் தேவரசம் தருக, என்று கேட்டாராம் ஒடின்.

உறுதி கலங்காத தன்மை, தியாக உள்ளம், இவை உண்டா என்று பரிசோதிக்க விரும்பிய தேவரசம் தயாரிப்போர், "உன் கண்களிலே ஒன்றைப் பிடுங்கி இந்தக் கிணற்றிலே எறியச் சம்மதமா?" என்று கேட்க, ஒடின், உடனே தன் இரு கண்களிலொன்றை எடுத்து எறிந்து விட்டு, தேவரசம் பெற்றுப் பருகி, தேவனானான்!

கடவுள் ஆகிறார், கடவுள்! எப்படி இருக்கிறது, கடவுட் கொள்கை! நம்பக்கூடியதாக இல்லையே, என்பர் - ஆமாம், இன்று -! அன்று? வேதம், இது! தேவனின் திருவிளையாடல் இது! ஆத்தீகம், இதை நம்புவதுதான்!

ஆச்சரியமாக இருக்கிறதா? கடவுள் தேவரசம் பருகித்தானா கடவுட் தன்மை பெற்றார் என்பது கேட்டு!

வேறுநாட்டு விவகாரம் இது, ஆகவே, வேகமாகக் கண்டிக்கக்கூடத் தோன்றும். இப்படிக்கூடவா, காட்டுமிராண்டித்தனமாக இருந்து வந்தனர் என்று கேலி பேசத் தோன்றும். இந்த நிலையில், டியூடன் மக்கள் இருந்தது எப்போது? உலகப் பொது அறிவு ஏற்படா முன்னம்! சில ஆயிரம் ஆண்டுகளுக்கு முன்பு இருந்து வந்த சிந்தனைக் குழப்பம்! இது கேலிக்குரியதாகத் தோன்றுகிறது இப்போது. எனினும், இதே சிந்தனைக் குழப்பம், இன்றும் இங்கு இருக்கிறதே இதற்கு என்ன சொல்கிறீர்கள்! இதைப் போக்க என்ன செய்தீர்கள்? செய்பவர்களுக்குத் தரும் சிறப்பு என்ன? நாத்திகன் என்ற வசை!!

தேவரசம் தேடினான் தேவன் என்பது வேடிக்கை என்று கூறத்தோன்றும், டியூடன் தேவன் கதையைப் படிக்கும் போது. ஆனால் இப்போதும், நம் நாட்டு மக்கள் படிக்கிறார்கள் - படிக்கப் பக்கம் நின்று கேட்டு நெஞ்சம் நெக்குருக நிற்கிறார்களே, புராணங்களை! அவைகளிலே ஒன்று, கூர்மாவதாரமல்லவா! பகவான், ஆமையாகி, திருப்பாற்கடலிலே, மேரு மலையை மத்தாகவும், வாசுகி என்ற பாம்பைக் கயிறு ஆகவும் கொண்டு கடைந்து, 'அமிர்தம்' பெற முயற்சித்தபோது, மேரு, கடலுக்குள்ளே மூழ்கிவிடாதிருக்க, பகவான், ஆமையாகி, மலையைத் தாங்கிக்கொண்ட கதை தானே கூர்மாவதாரம், இதை, இன்றும்

நம்புகிறானே நமது உடன் பிறந்தவன்! மறுத்துப் பேசுபவன், மாபாவி என்று ஏசப்படுகிறானே! இதற்கென்ன சொல்கிறீர்கள்.

தேவரசம் பருகிட ஒற்றைக்கண்ணனான ஒடினை, ஒடின் தேவனாகக் கொண்டாடப்பட்டு வந்த நாட்டு மக்களெல்லாம், மறந்து பல ஆயிரம் ஆண்டுகளான பிறகு, மனித அறிவு இப்படிப்பட்ட கதைகளெல்லாம் கட்டி, இறைவனை அறிவதற்கு முயன்றதே, என்ன விந்தை இது, என்று அவர்கள் எள்ளி நகையாடும் நாட்களில், ஒடின், மாஜி கடவுளான பிறகு, இங்கு, 'பஸ்மாசூர மோகினி' கதை, காலட்சேபமாய், நாடகமாய், சினிமாவாய். நாட்டிலே உலவுகிறதே! இந்தக் கோணலைத் தடுக்க, யார் முன்வருகிறார்கள்! அமிர்தம் - ஆலகால விஷம் - மோகினி அவதாரம் - நீலகண்டன் - என்ற சொற்களும், அவைகளைச் சுற்றிக்கொண்டுள்ள கதைகளும், பாமரருக்கு மனப் பாடமாக இன்றும் இருக்கிறதே! படித்தோரும் இவை வெறும் கற்பனை என்று கூறப் பயப்படுகிறார்களே!! இதற்கென்ன செய்வது!

இந்நாளிலும் இங்குள்ள இந்நிலை, டியூடன் நாடுகளிலே பன்னெடுங் காலத்துக்கு முன்பு இருந்து வந்தது. அந்தப் பழைய காடி, பருக உதவாது என்று சாக்கடையில் கொட்டிவிட்டு, அறிவு எனும் அருவி நீரை அள்ளிக் குடித்து அந்நாட்டு மக்கள், தெளிவு பெற்றனர்! நாமோ இன்றும், பஞ்சகவ்யம் சாப்பிடும் பண்பிலேயே இருக்கிறோம்!

நாகரிகமும் நல்லறிவும் இல்லாத நாட்களிலே, டியூடன் மக்களின் மனதிலே மருட்சியையும் பக்தியையும் மூட்டி வந்த ஒடின், பல தேவிமார்களை மணம் புரிந்துகொண்டு பல குமாரர்களைப் பெற்றெடுத்ததாகப் புராணம் இருந்தது.

ஒடினின் முதல் மனைவி, ஜோர்ட் என்பவர் - ஏறத்தாழ நமது நாட்டுப் புராணிகர்கள், சித்தரித்துக் காட்டிய பூமாதேவி! டியூடன் பூமாதேவியின் புத்திரன் தான் தார்தேவன் - முருகன்போல, தந்தையைவிட இந்தத் தனயன் பாராக்கிரமசாலி!

அழகன் பால்டர் என்பவன் மற்றோர் மகன்! இவனைப் பெற்றெடுத்த தேவியின் பெயர், பிரிக் பெருமாட்டி!! ஒன்பது தேவகுமாரிகளை மணம் புரிந்திருந்தார் ஒடின். ஹெய் மிடால் என்று மற்றோர் மகனும் உண்டு இந்த மகேசனுக்கு. லாக் என்றோர் தம்பி இருந்தான். மற்றும் பல தம்பிமார்கள்! பெரிய குடும்பம்!

கடவுளுக்கு இப்படிக் குடும்பம், குழந்தை குட்டிகள், என்றெல்லாம் கூறுவது கேலிக்கூத்து - மதமாகாது - என்று ஏதாவதோர்

கல்லூரியில் பேசலாம் - மக்களிடம் சென்று பேசமுடியுமா! பார்வதி, கங்கா - தேவிமார்! முருகன், விநாயகன், பிள்ளைமார்! மைத்துனன், மகா விஷ்ணு! நந்தி நாரதர், இசை தா! ரிஷபம், வாகனமாக இருக்க! - இப்படி இருக்கும் சிவனாரின் குடும்பம் பெரிய குடும்பமாயிற்றே! கேலி செய்தால், சைவர் எவ்வளவு சீறுகின்றனர் இன்றும்!! அந்தச் சீற்றம் இருந்தது, அறிவுத் தெளிவு இல்லாத காலத்தில் டியூடன் மக்களுக்கு! அவர்கள், ஓடின் தேவனால் தான், உலகு, அலைகடலால் அழிந்து போகாமலிருக்கிறது என்று நம்பித் தொழுது வந்தனர். அவனன்றி ஓர் அணுவும் அசையாது என்று அசைக்க முடியாத நம்பிக்கை கொண்டிருந்தனர். கோயில் கட்டினர் - கோலாகலத் திருவிழா நடத்தினர்! பரமசிவனைப் பதிகம் பாடியும், முருகனைப் பிள்ளைத் தமிழ் பாடியும், விநாயகருக்கு அகவல் பாடியும், அருள்பெற நம்மவர்கள் விரும்புவது போலவே டியூடன் மக்களும், கடவுளின் குடும்பத்தினரில், ஒவ்வொருவரையும் ஒவ்வொரு வகையாகப் பூசித்துப் பலன் வேண்டினர். அவர்கள் அன்று செய்து வந்ததை எல்லாம் அறிவீனம் என்று கண்டறிந்து விட்டொழித்தனர். நமது பாமரரோ, அந்தப் பழயதையே உண்டு வருகின்றனர் - படித்தவர்களோ, அந்தப் பழயதுக்கு ஊறுகாய் தேடித் தருகின்றனர்.

கடவுட் தன்மை என்பதை விளக்கவும், மக்கள் மனதிலே ஏற்படக்கூடிய, தீய எண்ணங்களைத் தீய்த்து, அவர்களின் மனதைத் தூய்மையானதாக்கவும், கற்பனைக் கதைகள் பயன்படட்டுமே என்று வாதிடும் போக்கினரும்கூட உண்டு இந்நாளில்! ஆனால், இதற்குக்கூடப் பயன்பட முடியாதபடியானவைகளும், பண்புக்கு ஊறு தேடுபவைகளும் உள்ள செயல்களையே, தேவனின் திருவிளையாடல் என்று தீட்டி வைத்துள்ளனர் புராணங்களில். இப்படிப் பட்ட, “திருவிளையாடல்களைக்” கொண்டே தேவனுக்கு, சிறப்புப் பெயர்களிட்டு அர்ச்சித்தனர்!

இம்முறையில், ஓடினுக்கு, நாற்பத்தி ஒன்பது பெயர்கள் உண்டு - அர்ச்சனைக்குரியனவாக!

பூலோகத்தைக் காணவும், வேறு பல உலகங்களைச் சுற்றிப் பார்க்கவும் ஓடின், வாயுவேக மனோவேகமாக ஓடக்கூடிய ஸ்லீட்னர் என்ற குதிரை மீதேறிச் செல்வாராம்.

ஓடினுடைய அற்புதச் சக்திகளைப் பற்றிப் பெரிதும் புகழ்ந்து கதை பல தீட்டிய டியூடானிக் புராணிகர், அதே கடவுளுக்குக் கஷ்டம் வருவதும் பகைவர் அவருக்கு எதிராகக் கிளம்புவதும், சில சமயங்களிலே, ஓடின் கடவுள் தோற்று ஓடுவதும் போன்ற

கதைகளையும் தீட்டினர். கடவுள், சர்வ சக்தி வாய்ந்தவராயிற்றே, எதையும், ஆக்கி அழிக்கும் ஆற்றல் உள்ளவரல்லவா, அவரைச் சாதாரணச் சிற்றரசன் போலச் சில சமயம் சித்தரித்துக் காட்டுகிறோமே, இது சரியா; சிந்தனைத் திறமுள்ளவர்கள் இதனை ஒப்புவரா, என்பது பற்றி எல்லாம் புராணீகன் எண்ணுவதில்லை, கடவுட் சம்பந்தமான கதைபற்றித் தான், சந்தேகிக்கவோ, ஆராயவோ கூடாதே - பாபம் என்று மதகுரு கட்டளை பிறப்பித்திருக்கிறானே! மதி குறைந்த மக்கள், ஏன் ஆராயப் போகிறார்கள் என்ற தைரியம் புராணீகனுக்கு. எனவே, முரண்பாடு மிகுந்த பல் கதைகளைப் புனைந்தான் துணிவுடன். பக்தி காரணமாக சகலத்தையும் விழுங்கினர் மக்கள்.

இப்படிப்பட்ட, கடவுட் தன்மைக்கே முரணான கதையும் உண்டு ஒடின் புராணத்திலே.

ஒரு சமயத்தில், ஆஸ்கார்ட் கடவுளர்களுக்கும், வான் மண்டலத்துத் தேவதைகளுக்கும் பெரும்போர் மூண்டு, ஒடின் தோற்றுவிட நேரிட்டது. ஆமாம்! மூலக் கடவுள் முறியடிக்கப்பட்டார் பரிவாரத்துடன். அவருடைய மகன். அசகாய சூரன், தார்தேவனின் சக்தி வாய்ந்த சம்மட்டி உடைந்துவிட்டது, ஒடினின் மனம், அதைவிட அதிகமான அளவு உடைந்துவிட்டது. கடவுளர் உலகு கலக்கமடைந்தது. ஆஸ்கார்ட் - அதாவது டியூடானிய மக்கள் எதை வைகுந்தம் என்றும் கைலாயம் என்றும் பயபக்தியுடன் கூறி வந்தனரோ, அந்தக் கடவுளர் உலகம் முற்றுகையிடப்பட்டது.

மூலக்கடவுளை முறியடிக்கக் கிளம்பிய, வான்மண்டல வீரன் பெயர், நிஜார்ட். இவன் வீரத்தின் முன்பு தாக்குப்பிடிக்க முடியாமல், கடவுள்கள் மூலைக்கொருவராக ஓடலாயினர். வாயுவேக மனோவேகமாக ஓடக்கூடிய ஸ்லீப்னர் மீது ஏறிக்கொண்டு, ஒடின், ஆஸ்கார்டை விட்டு ஓடினார். அவர் மகன் தார், ஆடுகள் பூட்டப்பட்ட அற்புதத் தேர் ஏறி, ஆஸ்கார்டை விட்டு வெளியேறினான்.

வெற்றி பெற்ற வான் மண்டலத்தார், ஒடின் அரசோச்சி அமர்ந்திருந்த பீடத்தில், உல் என்பவனை அமரச் செய்தனர். புதிய கடவுளானான், இந்த உல்! கடவுள் எனும் அந்தஸ்தை இழந்து, ஒடின், தன் குடும்பத்துடன், ஒரு பாதுகாப்பான இடம் போய்ச் சேர்ந்தான். ஜுன கத் நவாப், ஓடிவிட்டார், என்று படிக்கும் போதே சிரிப்பு வருகிறதல்லவா நமக்கு, இவனும் ஒரு மன்னனா என்று - இங்கு, கடவுள் ஓடுகிறார், தோற்று - தலை தப்பினால் போதும் என்று!!

ஓடினுடைய தம்பி, லாக்தேவன் மட்டும், புதிய கடவுளின் பொன்னடி தொழுபவன் போலப் பாசாங்கு செய்துகொண்டு, ஆஸ்கார்டிலேயே வசித்து வந்தான்.

சர்வ வல்லமையுள்ள கடவுள் தோற்று ஓடி, தனி இடம் தேடியதோடு, வான மண்டலத்தாரை வீழ்த்த, என்ன செய்வதென்று யோசித்தவண்ணம் இருந்தார்.

ஹாப்டன் என்றோர் அசுரன் இருந்தான் - அவனுக்கோர் மகன் - அவனை, ஓடின், சிறு குழந்தையாக இருக்கும்போதே களவாடிச் சென்று வளர்த்து வரலானான்.

இந்த அசுர குலத்தாருக்கும் வான் மண்டலத்தாருக்கும் தீராத பகை இருந்துவந்தது - எனவேதான், அசுரக் குழந்தையை ஆஸ்கார்டு கடவுள், அக்கறையுடன் வளர்க்கலானார் - பிறகு பகை மூட்டிவிட. குழந்தை வளர்ந்தது - ஓடின், தன் மந்திர பலத்தைப் பிரயோகித்து, இந்தக் குழந்தையை ஒரு மாவீரனாக்கினான்.

ஹாடிங் எனும் இந்த அசுர வீரன், ஆஸ்கார்டு மீது பிறகு படை எடுத்துச் சென்றான் பழிவாங்கும் உணர்ச்சியுடன். தன் வேலை முடியும் வரையில் வேறு எக்காரியத்திலும் பாடுபட மறுத்து, தலைமயிரை சடை சடையாக வளர்த்து, கத்தரித்துக் கொள்ளவில்லையாம் இந்த அசுரன்.

ஆஸ்கார்டு போகும் வழியிலேயே இந்த அசகாயச் சூரனுக்கு ஆபத்து வந்தது. லாக்தேவன், இவனைப் பிடித்து, ஒரு காட்டில் மரத்தில் கட்டிவிட்டான். காவலாளிகளை அமர்த்தினான் அவன் தப்பிப் போகாதிருக்க.

ஹாடிங், ஒரு மந்திரப் பாட்டுப் பாடினான் - உடனே, அந்தக் காவலாளிகள், மாயத் தூக்கத்திலாழ்ந்தனர். ஒரு பெரிய ஓநாய், கோரப் பசியுடன் வந்தது அவனைக் கொல்ல, மற்றோர் மந்திரப் பாட்டுப் பாடினான், ஓநாய் செத்தது! இன்னொரு பாட்டு; அவன் மீது பூட்டப்பட்ட தளைகள் யாவும் பொடிப் பொடியாயின. இவ்வளவு வல்லமையுள்ள மந்திரப் பாடல்களையும், ஓடின் தான் ஹாடிங்குக்குக் கற்றுக்கொடுத்திருந்தான்!

வேடிக்கை பாருங்கள், இவ்வளவு மந்திர பலமும், ஓடினுக்குப் பயன்படவில்லை, தோற்றோடி விட்டான் அவனே பிறகு, மந்திர பலத்தை இன்னொருவனுக்கு அளிக்கிறான்!

ஹாடிங்கின் கஷ்டம் இவ்வளவோடு நிற்கவில்லை. ஓநாய் ஒழிந்தது. ஆனால் ஓர் ஒய்யாரி வந்தாள் அவன் முன் - காதல் செய்யலானாள்.

“பாவாய்! பழி தீர்க்கும் பணியில் பாடுபட்டுள்ள என்னை நாடாதே-” என்கிறான் வீரன்.

“பாராய் என் அழகை! கூறாய் ஓர் காதல் மொழி” என்று கெஞ்சுகிறாள் அவள்.

அவள் ஓர் அரக்க குல அணங்கு. பெயர், ஹார்ட் கிரெப். அரக்கி எனினும், விரும்பியபடி எல்லாம் வடிவமெடுக்கக்கூடியவள். விஸ்வரூபம் எடுக்கிறாள் ஒரு சமயம், விண்ணும் மண்ணும் நிரம்பிட நிற்கிறாள் - மறுவிநாடி அந்த மாயாவதி, அதிரூப சுந்தரியாகி, அன்பைப் பொழிகிறாள்.

அவளுடைய கொஞ்சுமொழியில் மயங்கவில்லை. மாவீரன் - போர் - போர் என்று கொக்கரித்தான். அவளும் அவனை விடவில்லை - ஆண் உருவெடுத்து, ஆயுதம் தாங்கி அவனுடன் சென்றாள் போருக்கு.

இருவரும் பல ஆபத்துக்களைக் கடந்து, ஆஸ்கார்டுக்குப் பயணமாயினர். இடையில், மாயாவதிக்கு ஒரு பிசாசு கொடுத்த சாபத்தின் காரணமாக, ‘பெருங்கை’யால் சாவு ஏற்பட்டது.

‘பெருங்கை’ - என்றால் என்ன! ஒரு கரம்! அண்ட பிண்ட சராசரத்தையும் அடக்கி அழிக்கக்கூடியது! எப்போதேனும் தோன்றும்; மறையும்!

யாருடைய கரம்? புராணிகன் கூறுவதில்லை! கடவுளுக்கும் இல்லாத சக்தி, எப்படி அந்தக் கரத்துக்குக் கிடைத்தது? விளக்கம் கிடையாது! விளக்கம் கேட்கக்கூடாதே! பாபமல்லவா!! எனவே இதையும் நம்பினர் மக்கள்.

ஹாடிங், ஓர் ஓநாயை மீண்டும் எதிர்த்துப் போராட நேரிட்டது - அதைக் கொன்று, அதன் குடலைத் தின்றானாம் - உடனே, எவராலும் அடக்கமுடியாத அளவு, பலம் ஏற்பட்டுவிட்டது.

இனி அவனுடைய எதிர்ப்பைச் சமாளிப்பது வீண் என்று கண்டுகொண்ட, வான மண்டலத்தார் சமாதானமாக விரும்பினர்.

ஒடினுடைய பீடத்திலிருந்த உல், தார்தேவனிடம் தூது சென்றான். சமரசம் ஏற்பட்டது. மீண்டும் ஒடின் கடவுளானான்!

இதுபோன்று, மற்றோர் முறையும் ஒடின், கடவுள் வேலையை விட்டுவிட்டு, ஓட நேரிட்டது.

ஹாதர் என்பவன், கிளம்பி, தன் பராக்கிரமத்தால் கடவுள்களைத் தோற்கடித்து, தேவலோகத்தைத் தனதாக்கிக் கொள்ளத் திட்டமிட்டான். ஒடின், தார், பால்டர் எனும் பல கடவுள்களும் ஒன்றுகூடிப் போரிட்டும், பயனில்லை. மீண்டும் ஒடின், பதவி இழந்து, நாடோடியாக நேரிட்டது. பால்டரும் இறந்துவிட்டான்.

சோகத்துடன், ஒடின், ஆரூடக்காரரிடம் சென்றான் - ஆண்டவன் போகிறான், ஆரூடம் கேட்க! ஆரூடக்காரர், உன் அவமானத்தைப் போக்கி, பழிக்குப் பழி வாங்க, உனக்கோர் பாலகன் பிறப்பான், அவ்விதமான பாலகனைப் பெற்றெடுக்கக்கூடிய பாக்யவதி ரிண்டா என்பவளை நீ திருமணம் செய்துகொள்ள வேண்டும் என்றார்.

'நாம் கோகுலத்தில் பிறப்போம் கம்சனைக் கொல்ல' என்று அசரீரி கூறுவது போலத்தான், இதுவும்.

ரிண்டா எனும் மங்கை, ருதேனியர்களின் மன்னனின் மகள். அவளை அடைய விரும்பி, ஒடின், மானிட உருவெடுத்துச் சென்று மன்னனிடம் பணியாளாகி, அவன் மனம் மகிழத்தக்க பல செயல் புரிந்து, மன்னன் மகிழ்ந்திருக்கும் நேரமாகப் பார்த்து, "மன்னா! எனக்கு உன் மகள், ரிண்டா தேவியை மணமுடித்துத் தரவேண்டும்" என்று கேட்டான். மாவீரனை மருமகனாகப் பெறுவதிலே, மன்னனுக்கு விருப்பந்தான் - எனினும் மகளின் சம்மதத்தைப் பெற்ற பிறகே, மணம் என்று கூறிவிட்டான். எனவே, ஒடின், ரிண்டாவின் காதலைப் பெற முயற்சித்தான்.

அவளோ, "இவன் வீரன் என்பது சரி - ஆனால் வயோதிகன்! நானோ இளமங்கை! எனக்கோ இவன் மணாளனாவது!" என்று சீறினாள். ஒடினோ அவளை அடைந்தாக வேண்டும் - காதலுக்காக அல்லவாயினும், அவளை மனைவியாகப் பெற்று, ஒரு மகனை அவள் ஈந்தெடுத்துத் தந்தால் தான், இழந்த மானத்தை மீட்க முடியும் - அதற்காக அவள் வேண்டும். அவளோ, வயோதிகனை மணாளனாகக் கொள்ளமாட்டேன் என்று பிடிவாதம் செய்கிறாள். ஒடின், விதவிதமான காதல் விளையாட்டுகளெல்லாம் செய்து பார்க்கிறார் - ஒன்றும் பலிக்கவில்லை. அவளை முத்தமிடச் சென்றாராம் ஒருமுறை, ஓங்கிக்கொடுத்தாளாம் ஓர் அறை, கன்னத்தில்!

எவ்வளவு இழிவு வருவதானாலும் சரி, பொறுத்துக் கொள்ளத்தானே வேண்டும். பலமுறை முயன்றார் பகவான்! கடைசியில் அவளுக்குப்

பிசாசு பிடிக்கும்படி செய்து, அதை ஓட்டும் மந்திரவாதியாக மாறி, அவள் மனதை மயக்கி, மணமுடித்துக் கொண்டார்.

போயி - எனும் குமாரனைப் பெற்றெடுத்தாள், ரிண்டா. இந்தக் குமாரன், தந்தையை விரட்டிய தருக்கரைத் தோற்கடித்து, ஓடினை மீண்டும் கடவுளாசனத்தில் இருக்கச் செய்தான்.

இப்படி இருக்கிறது ஓடின் புராணம்!

ஒன்றுக்கொன்று பொருத்தமோ, ஒன்றினுக்காவது பொருளோ, எதிலாவது, உண்மையான கடவுட் தன்மையோ, கடுகளவும் காண முடியாத கதைகள். எனினும் அவைகளை, ட்யூடன் மக்கள், பயபக்தியுடன் பாராயணம் செய்வதை, மதக் கடமையாகக் கருதினர். அவர்களுக்கு அந்தக் காலத்திலே கிடைத்த கம்பன்கள், காவியம் பாடினர் - ராஜாக்கள் கோயில் கட்டினர் - தம்பிரான்கள் தோன்றினர் - பக்திப் பிரவாகம், பல மண்டலங்களிலும் பெருக்கெடுத்தோடியது.

எவ்வளவு ஆபாசம், எத்துணை சதி, வஞ்சனை, நிரம்பியதாக உள்ளன இக் கதைகள் - இவைகளைக் கொண்டு, கடவுளுக்குப் பெருமை கற்பிக்க எண்ணுகிறீர்களே, பேதையரே! நீங்களா, உண்மை ஆத்திகர்கள்? இதுவா மார்க்கம்? என்று கேட்கும் துணிவும் தெளிவும் ஏற்பட நெடுங்காலம் பிடித்தது. ஆனால் தெளிவு ஏற்பட்டதும், கேட்டனர் அங்கு. கேட்டபோது, அவர்களுக்குக் கேடு செய்தனர் மூடர்கள். எனினும் அவர்கள் உண்மையை நிலைநாட்ட அஞ்சவில்லை. உயிர் பெரிதல்ல, உலகை உருக்குலையச் செய்யும் உத்தமர்களின் பிடியிலிருந்து மக்களை மீட்பதே பெரிது என்று எண்ணிப் பணி புரிந்தனர் - வெற்றி பெற்றனர் - ஓடின் ஓட்டமெடுத்தான், கோயிலிலிருந்து!! மாஜி கடவுளானான்!

"அண்டங் காக்கையைக் கண்டேன்!" என்று புளுகு பேசிய பூஜாரிகள் - "ஓநாய்கள் நாக்கைத் தொங்கவிட்டுக் கொண்டு வந்தது சொப்பனத்தில்" என்று பிதற்றிய பேதையர், தெளிவு பெறுவது, எளிதான காரியமல்ல, மதவெறியை எதிர்த்து நிற்பது, ஆபத்தான காரியம். எனினும், நல்லறிவாளர்கள், எதிர்த்து நின்றனர், வெற்றி கண்டனர்; விரட்டி அடித்தனர், கற்பனைகளை.

கடவுளுக்குக் குடும்பம்; அதிலே கலகம்!

கடவுளுக்கு எதிரிகள் - அதனால் அவர் தோற்று ஓடுவது!!

இவைகளை நம்பிய மக்களின் தொகை, ஏராளம், அன்று.

இன்று, அவைகளைக் கேட்டுத் துள்ளி விளையாடும் பிள்ளைகளும், எள்ளி நகையாடும் - அங்கு!

இங்கோ, இன்றும், தக்கனைச் சிவனார் கொன்ற புராணத்தை நம்ப மறுப்பவன், பாபியாகக் கருதப்படுகிறான். கடவுள்களுக்குள் சண்டை - தேவலோகத்தில் கலகம் - ஒரு தேவனை மற்றோர் தேவன் தோற்கடிப்பது - என்பன போன்ற புராணக் கதைகளை, புண்ய கதைகளாகக் கொண்டு, புத்தியின் போக்கையே, பாமரர் பாழ்படுத்திக் கொள்கின்றனர்.

எவ்வளவோ கோலாகலமாக 'வாழ்வு' நடத்திய ஒடின், மாஜி கடவுளானதை, நம் நாட்டுப் பாமரர் அறியார். அறிந்தவர்கள் உரைக்கவும் அஞ்சுகின்றனர்!

தார்தேவன், ஒடின் தேவனின் குமாரன்; பல திருக்குமாரர்கள் ஒடினுக்கு, எனினும் தார்தேவனே, முதல்வன், முக்கியமானவன், தந்தையை மிஞ்சக்கூடிய வல்லமை பெற்றவன், தரணியோரின் பக்தியையும் பாசத்தையும் அதிக அளவில் பெற்று, ஆதிக்கம் செலுத்தினவன். இந்த ஆற்றல் மிக்கக் கடவுளுக்கு, இரண்டு ஆடுகள் பூட்டப்பட்ட ரதம்! அதிலேறித்தான் அண்டமெங்கும் சென்று வருவார் இந்த அதிசூரர்.

12. தார்தேவன்

சுதர்சனம் - என்பது அவருடைய சக்ராயுதத்தின் பெயர் - பாஞ்சசன்யம் என்பது அவருடைய, சங்கின் பெயர், என்று நம் நாட்டுப் புராணீகர்கள், விஷ்ணுவுக்காகக் கட்டிய கதைகளிலே கூறினர். ட்யூடன் புராணீகன், இதுபோலவே, கடவுள்களுக்குப் பெயர் சூட்டியதுடன், வாகனங்களுக்கும் பெயரிட்டான். மக்கள் கடவுளின் திருநாமத்தைப் பஜித்தது போலவே வாகனங்களையும் கருவிகளையும் பூஜித்து வந்தனர்.

ஆக்கவும் அழிக்கவும், ரட்சிக்கவும் தண்டிக்கவும், ஆற்றல் கொண்ட ஒரு முழுமுதற் கடவுள் போதும், என்ற அளவில், ஆத்திகம் அமையவில்லை. பலப் பல கடவுள்களைத் தேடவும் நாடவும், ஒவ்வோர் கடவுளைப் பற்றி ஒவ்வோர் விதமாகப் புகழ் பாடவுமாக இருந்தனர். பல கடவுள்களைப் பற்றிய எண்ணம் இருந்ததால், ஒன்றுக்கொன்று தொடர்பு என்ன என்பது பற்றியும் யாராரின் ஆற்றல் எதெதிலே சிறந்திருந்தது என்பதற்கும் பல கற்பனைகளைக் கட்டவேண்டி நேரிட்டது. இதனால், புராணப் புளுகுகள் மலை என வளர்ந்தன - அவ்வளவையும் நம்புவது தான் ஆத்திகர் கடமை என்ற ஆழ்ந்த நம்பிக்கை இருந்து வந்தது, அந்நாளில் ட்யூடன் மக்களுக்கு.

கடவுள் என்றால், மனம், வாக்கு, காயம் ஆகியவற்றைக் கடந்தவர், எட்டி எட்டிப் பார்ப்பவருக்கும் எட்டாப் பொருளாக இருப்பவர், கண்டவர் விண்டிலர், விண்டவர் கண்டிலர், என்ற தத்துவார்த்தப் பேச்சுகள் கிளம்பு முன்னம், கடவுள் ஒன்றல்ல, பல! ஒருரு அல்ல, பல்வேறு உருவங்கள்! பல கடவுள்களுமாகக் கூடி உலகைப் பரிபாலித்தனர் என்றல்ல, தங்களுக்குள் பகைத்துக்கொண்டும்,

போரிட்டுக்கொண்டும் வாழ்ந்து வந்தனர் என்றெல்லாம் கதைகள் இருந்துவந்தன. அவ்வளவும் அறிவுக்கு ஒவ்வாதவையே, எனினும் நம்பினவன் நற்கதி பெறுவான், நம்பாதவன் தலையில் இடிவிழும், நாசமாவான் என்று தான், மதகுருமார்கள் மிரட்டி வைத்தனர். எந்தச் சமயத்தில் எந்தக் கடவுளுக்குக் கோபம் வருமோ, என்ற அச்சம் பிடித்தாட்டியபடி இருந்தது பேதை மக்களை. எல்லாக் கடவுள்களையும் மகிழ்வித்தால் தான், தங்களுக்குக் கேடேதும் ஏற்படாது என்ற எண்ணம் உண்டாகவே, மக்கள் தங்கள் நேரத்தில் மிகப் பெரும் பகுதியை, கடவுட் கூட்டத்தினை மகிழ்விக்கும் காரியத்துக்கே செலவிட்டு வந்தனர். ஒவ்வோர் கடவுளுக்கும் ஒவ்வோர் சமயம், திருவிழாவாக பூஜைக்குரிய சமயமாகக் குறிக்கப்பட்டு, அந்த முறை தவறாமல், மக்கள், பக்தி செலுத்தி வந்தனர்.

ஒடின் தான் ஒப்பற்ற முழுமுதற் கடவுளாயிற்றே - அண்ட பிண்ட சராசரத்துக்கும் ஆதிகாரணமான ஐயனாயிற்றே, அவன் அருள் கிடைத்தால் போதுமே, அவன் ஆணைப்படிதானே அணுவும் அசையும், ஆழ்கடலும் அடங்கி நிற்கும், அவனைப் பூஜித்தால் போதுமே, என்று ட்யூடன் மக்கள் எண்ணவில்லை; ஒடின் ஒப்பற்ற கடவுள்தான் - அவர் அருள் தேவைதான் - அவருக்கான பூஜைகள் புரிய வேண்டியது தான் - ஆனால்..!! என்று கூறிப் பெருமூச்செறிந்தனர். அவர்களின் கண்ணுக்கும் கருத்துக்கும், புராணீகர்கள், வேறோர் கடவுளையும் சிருஷ்டித்துக் காட்டினர்.

தேவகுமாரன் தார் வந்து நின்றான் - பூஜையைப் பெற - பக்தர்களின் காணிக்கையைப் பெற மூடநம்பிக்கையின் விளைவைக் காண!

தார்தேவன், ஒடின் தேவனின் குமாரன்; பல திருக்குமாரர்கள் ஒடினுக்கு, எனினும் தார்தேவனே முதல்வன், முக்கியமானவன், தந்தையை மிஞ்சக்கூடிய வல்லமை பெற்றவன், தரணியோரின் பக்தியையும் பாசத்தையும் அதிக அளவில் பெற்று, ஆதிக்கம் செலுத்தினவன்.

ட்யூடன் புராணிகர் சிருஷ்டித்த இந்தத் தார்தேவன் இடியாதிபதி - சம்மட்டிச் சூரன் - சர்வ வல்லமையுள்ளவன்!

ஆதிக்கம் செலுத்துவதற்கான ஆற்றல் கொண்டவன், என்பதை எடுத்துக்காட்டும், உடலமைப்பு! எதிர்ப்போரை நொறுக்கிவிடத்தக்க வலிமை வாய்ந்த கருவியான, சம்மட்டி, கரத்தில்! இந்தச் சம்மட்டியின் பெயர், முஜோல்னர் என்பதாகும்.

முருகனின் வேலாயுதம், சிவனாரின் சூலாயுதம், விஷ்ணுவின் சக்ராயுதம் போலவே, தார்தேவனுக்கு ஒரு சம்மட்டியாயுதம் - அதற்கு ஒரு திருநாமம்! வேலும் சூலமும், சக்கரமும் சங்கும், பூஜைக்குரியனவாகக் கருதப்படுவது போலவே, ஆதி நாட்களில் ட்யூடன் மக்கள், முஜோல்னரைப் பூஜைக்குரிய புனிதப் பொருளாகக் கருதினர்.

இந்த ஆற்றல்மிக்கக் கடவுளுக்கு, இரண்டு ஆடுகள் பூட்டப்பட்ட ரதம்! அதிலேறித்தான், அண்டமெங்கும் சென்று வருவார் இந்த அதிசூரர்.

தகப்பனாம் ஒடினுக்கு, வாயுவேக மனோவேகமாகச் செல்லக்கூடிய குதிரை இருந்தது என்று புராணீகன் புகழ்ந்தபோது, அற்புதமான குதிரை! தேவாம்சம் பெற்ற புரவி! என்று பக்தர்கள் கொண்டாடினர்; அதே பக்தியுடனேயே, தார்தேவனின் ஆடுகளையும் கொண்டாடினர்! கருடன், மயில் இரண்டையும் இங்கு 'பாமரர்' ஒரேவிதமான பக்தியுடன் தானே கொண்டாடுகின்றனர்!

கொண்டாடினர்! அங்கு. கொண்டாடுகின்றனர்!! - இங்கு. இறந்த காலம், அங்கெல்லாம். நிகழ்காலம், இந்நாட்டிலே!!

பசுவும் புலியும் ஒரே துறையில் தண்ணீர் குடிக்குமாம், 'தர்மயுகத்தில்' அப்போதும், தப்பித்தவறி, புலி சற்று, பகை உணர்ச்சியைக் காட்டினால் போதும், வைகுந்தநாதனின் 'சுதர்சனம்' பறந்து வந்து, புலியின் சிரத்தை அறுத்தெறிந்து விடுமாம், என்று இன்றும் பாமரர் கதை பேசுகிறார்களல்லவா, அதுபோலவே, முன்னாட்களில், மூடமதியினராக, ட்யூடன் மக்கள் இருந்து வந்தபோது, உலகிலே, எங்கேனும், ஏதேனும், அக்ரமம் நேரிட்டால், உடனே, தார்தேவனின் சம்மட்டி ஆயுதம் கிளம்பும் அக்ரமத்தை நொருக்க, என்று கதை பேசிக் காலந்தள்ளி வந்தனர்.

தார்தேவனின் இந்தச் சம்மட்டியின், சக்தியை விளக்கப் பலப்பல கதைகளைக் கட்டினர் புராணிகர்கள் - பல பாசுரங்களை இயற்றினார் புலவர்கள் - பக்தர்கள் பாடிப் பரவசமடைந்தனர் - பூஜாரிகள் கொழுத்தனர். இன்று ட்யூடன் இனத்தின் வாழையடி வாழையாக உள்ள மக்களிடம் சென்று தார்தேவனின் திருவிளையாடலைக் குறித்துக் கேட்டால், கைகொட்டிச் சிரிப்பர், நமது நாட்டவர் போல, திருவிளையாடற் புராணத்தை எடுத்துக் கொடுத்து பூரிப்படையார்.

சூரியன், சந்திரன், நட்சத்திரங்கள், ஆழ்கடல், பூமி, எனும் எல்லாவற்றையும் படைத்துள்ள சக்தியே, கடவுள், எனவே, வேறு யாருக்கும், வேறு எந்தப் பொருளுக்கும், இல்லாத வலிமையும் மகிமையும், உள்ளவரே கடவுள், என்று இன்று பேசப்படுகிறது. இது தெளிவு பெற்ற ஆத்திகம் என்றும் கூறப்படுகிறது. முன்பு, இந்தத் 'தெளிவும்' கிடையாது. கடவுளுக்கும், மற்றவர்களுக்கு நேரிடுவது போலவே, கஷ்டம், ஆபத்து, பகை, பாசம், சஞ்சலம், ஏற்படும்! சில சமயம், தோல்வியும் துயரமும் உண்டாகும்! சில வேளைகளில் கடவுள் விரட்டப்படுவார், விண்ணுலகை விட்டே!! பிறகு, மீண்டும் போரிட்டு, 'ராஜ்யத்தை' மீட்டுக் கொள்வார்! இப்படி எல்லாம் புராணங்கள்.

கடவுளைப்பற்றி இவ்விதம் கதைகளைக் கட்டுகிறோமே, இவைகளைப் படிக்கும் போது, ஒரு காட்டரசனுக்கும் கடவுளுக்கும், என்ன போதம் என்று மக்கள் எண்ணக்கூடுமே, கடவுட் தன்மைக்கே இழுக்கை அல்லவா இந்தக் கதைகள் உண்டாக்குகின்றன என்று மக்கள் எண்ணக்கூடுமே என்பது பற்றிப் புராணிகர்கள் கவலைப்படவே இல்லை! அவர்களுக்கு இருந்த துணிவெல்லாம், கடவுட் சம்பந்தமான கதைகளை, யாராவது ஆராயத் தொடங்கினால், சந்தேகித்தால், கேலி பேசினால், கண்டித்தால், பாமர மக்களைக் கிளப்பிவிட்டு, நாத்திகன் எனப் பழிசுமத்தி அழித்து விடலாம் என்பது தான். அவ்விதம் அழிக்கவும் முடிந்தது அவர்களால் பல பேர்களை! சித்ரவதைக்கும் கொலைக்கும் தப்பிப் பிழைத்த ஒரு சிலரால் தான், நெடுங் காலத்துக்குப் பிறகு, உலகு, உண்மை ஒளியைக் காண முடிந்தது.

தார்தேவனுக்கு அந்நாட்களிலே இருந்துவந்த செல்வாக்கு, ராஜயாதிகாரிகளையே நடுநடுங்கச் செய்யக் கூடியது; ஆற்றலை விளக்கிவிட அவ்வளவு அற்புதக் கதைகளைக் கட்டி வைத்தனர். பாமரர் படித்தும், படிப்போர் பக்கம் நின்று கேட்டும் பக்திமான்களாயினர். அவர்களின் மனக்கண்முன், விண்ணும், அதிலே கொலுவீற்றிருக்கும் தாரும், அவன் ரதத்தில் பூட்டப்பட்ட ஆடுகளும், கரத்தில் இருந்த சம்மட்டியாயுதமும், தெரிந்த வண்ணம் இருந்தன. தார்தேவனை, அவர்கள் ஒடினைவிடப் பலசாலி என்று எண்ணினர், அருளை நாடினர் - பூஜைகள் பலப்பல செய்து.

"ஓ! பக்திமான்களே! ஒடின் தேவன் பெற்றெடுத்த ஒப்பிலா மணியாம், தார்தேவனின், வீரதீரச் செயலைக் கூறுவேன் கேளீர்!" என்று புராணீகன் கூறுவான், ட்யூடன் மக்கள், அந்தப் புராணீகன், தார்தேவன் கூடவே பழகி, இவ்வளவையும் நேரில் கண்டறிந்து

கூறுகிறான் என்று எண்ணுபவர்போல, வாய் பிளந்தபடி, அவன் கூறும் அபத்தக் கதைகளைக் கேட்பர்.

சிங்கமுகாசூரன்... மகிஷாசூரன் - என்று பகைவர்களும், அவர்களைச் சம்ஹரிக்க பகவான் கிளம்பியதுமான கதைகளை, இன்றும் நம் நாட்டுப் பாமரமக்கள் எவ்வளவு பக்தி சிரத்தையுடன் கேட்டு ரசிக்கின்றனர்! பாமரர் மட்டுமா? பாராளுமன்ற நிபுணர்களும் கூட அல்லவா, இத்தகு பச்சைப் புளுகுகளைப் பரப்புவதற்குக் கிளம்புகின்றனர், வெட்கத்தை விரட்டி விட்டு. பாமரன் சொல்வதை அப்படியே நம்புகிறான் - அதாவது, மகிஷாசூரன் என்றால், எருமைக்கடா முகம் கொண்ட சூரன், என்று உள்ளபடி நம்புகிறான் - பாராளுமன்றத்தை அலங்கரிக்கும் பேர் வழியோ, இதற்கு ஒரு தத்துவார்த்தம் கூறுவார் - எருமைக்கடா முகம் என்றால், எருமை முகம் என்றே பொருள் அல்ல... வலிமையும் கொடுமையும் விளங்கிடும் விதமான முகம் என்பது தத்துவார்த்தம் என்று கூறுவார். இவ்வளவே வித்தியாசம்! என்னதான் தத்துவார்த்தம் கூறினாலும், அறிவுக்குப் பொருந்தாததும், எத்தகைய மாண்பையும் வளர்க்க முடியாததும், கடவுட் கொள்கைக்கே ஊறுதேடுவதுமான கதைகளைப் பாமரரிடம் பரவவிடுவது தீமையைத் தருமே, தெளிவை உண்டாக்காதே, என்பது பற்றி, இந்தக், கற்றும் மற்றவர் போலவே உள்ளவர்கள் எண்ணிப் பார்ப்பதில்லை. இவ்விதமான கதைகளின்மீது கட்டப்பட்டுள்ள, கோகுலாஷ்டமி, ராமநவமி, சிவராத்திரி, தீபாவளி, கார்த்திகை, அவிட்டம், போன்ற பண்டிகைகளைக் கொண்டாடி பாமரரை மேலும் பாழ்குழியில் தள்ளும் பணிபுரிகின்றனர்.

தார்தேவனின் திருவிளையாடல்களை அடிப்படையாகக் கொண்டு, திருவிழாக்களும், பண்டிகைகளும் நடத்திக் கொண்டு வந்த ட்யூடன் மக்களிடையே அறிவுத் தெளிவு ஏற்பட்டு, அவர்கள் உண்மை ஒளியைக்கண்டு, உலகிலே உயர்ந்த நிலை அடைந்தனர். இதற்கான வழிகளிலே, அந்நாட்டு அறிவாளிகள் பணிபுரிந்தனர்.

கடவுளுக்குப் பெண்டு பிள்ளை இருப்பதாகவும், போரும் பகையும் காதலும் கேளிக்கையும் உண்டு என்பதாகவும், எண்ணுவது மடைமை என்று இடித்துரைத்தனர் - வெறி கொண்டவர்களின் தாக்குதலுக்கு அஞ்சி அவர்கள், உண்மை கூறுவதை நிறுத்திக்கொள்ளவில்லை. இன்னல் பல ஏற்பட்டன! இழித்தும் பழித்தும் பேசப்பட்டனர் சொல்லொணாக் கொடுமைகளுக்காளாயினர், எனினும், பாமரரின் மனப்பிராந்தியை ஓட்டாமல் விடுவதில்லை என்று சூள் உரைத்துச் சொந்த வாழ்வை

மறந்து பணி புரிந்தனர், வெற்றி கண்டனர் - தார்தேவன், மாஜி கடவுளானான்.

ஒரு அரசனை விரட்டுவது என்பதே, எவ்வளவோ, ஆபத்தான காரியம். மன்னன் என்றால் அவனிடம் படை உண்டு; கோட்டை கொத்தளம் உண்டு; கொலைகாரர் பலர் உண்டு; அவன் பக்கம் நின்று பணி புரிவதைப் புண்ணிய காரியமாகக் கருதும் பாமரர் கூட்டம் உண்டு, பணம் உண்டு! இவ்வளவையும் எதிர்த்து, மன்னனை விரட்டி மக்களாட்சியை அமைப்பது, புரட்சி என்பர்!

இதற்கே, எவ்வளவோ பேர் களத்திலே பிணமாக நேரிட்டிருக்கிறது! கொட்டிய இரத்தம் கொஞ்சமல்ல! சித்திரவதைகள், எவ்வளவோ! சிறையிலே வாடினவர்கள் நாடு கடத்தப்பட்டவர்கள், ஏராளம்!

ஒரு மன்னனை விரட்ட இவ்வளவு கஷ்டம் என்றால், மக்களால், தலைமுறை தலைமுறையாகக் "கடவுள்" ஆக ஏற்றுக்கொள்ளப்பட்டு, தொழப்பட்டுவந்த ஒடின், தார், எனும் தேவர்களை மாஜிகளாக்குவதற்காகச் செய்யப்பட்ட புரட்சிகள், எவ்வளவு பயங்கரமான ஆபத்துகளை உண்டாக்கியிருக்கும், அறிவு பரப்பும் படையினருக்கு என்பதை எண்ணிப்பார்க்கும்போதுதான், பகுத்தறிவுவாதிகளின் ஆற்றலும் தன்னலமதிப்பும், தெளிவாகத் தெரியும்.

ஒரு மன்னனை, கொடுங்கோலனை வீழ்த்துவது புரட்சி என்று பூரிப்புடன் பெருமையுடன் கூறப்படுகிறது - உண்மையுந்தான் அது - கடவுள்களை மாஜிகளாக்கிய சம்பவங்கள், இவைகளைவிட எவ்வளவு பெரும் புரட்சிகள் என்று எண்ணிப் பார்க்கும் போது தான், பகுத்தறிவுப் படையினரின் மாண்பு விளங்கும். மக்களாட்சியை அமைக்க மாவீரர் நடத்திய புரட்சிகளைவிட, பலவகையிலும் வீரமிக்கவை, அறிவாட்சி அமைக்கப் பகுத்தறிவுவாதிகள் மேற்கொண்ட புரட்சிகள். அந்தப் புரட்சிகளின் பலனாகத்தான், தார்தேவன், மாஜி கடவுளானான்!

தார், கடவுளாக இருந்தபோது, எத்தனை விதமான கதைகள்! நம் நாட்டுப் புராணீகன் தோற்றான், என்று கூடக் கூறலாம், அவ்வளவு அற்புதக் கதைகள்!

கடவுட் கூட்டத்துக்கு எப்போதும் தொல்லை கொடுத்துக் கொண்டு வந்த, ஜோட்டூன் கூட்டம் ஒன்று இருந்ததாம் - தேவர்களுக்குத் தொல்லை தர அசுரக் கூட்டம் இருந்ததாக, நம் நாட்டுப் புராணீகர்கள் கூறுகிறார்களல்லவா, அதுபோல. இந்த ஜோட்டூன்களுடன், அடிக்கடி போர் மூண்டுவிடும்! தார்தேவனின்

சம்மட்டி ஆயுதத்தின் மகிமையினால் தான், இந்த ஜோட்டூன்கள் அழிக்கப்பட்டனர். தார்தேவனின் பெருமைக்கு முக்கியமான காரணம், இதுவேயாகும். கடவுள்களையே கலங்கச்செய்து கொண்டிருந்த ஜோட்டூன்களை அடக்கிய கடவுள், தார்தேவன்.

நம் நாட்டுக் கந்தபுராணம் இல்லையா, முருகனின் வேலாயுதத்தின் மகிமையை விளக்க. அதுபோல, தார்தேவனின் சம்மட்டி ஆயுதத்தின் மகிமையை விளக்க, ஜோட்டூன் சம்ஹாரப் புராணம் கிளம்பிற்று.

சமுத்திரதேவன், ஒருமுறை, ஒடின் மாளிகைக்குச் சென்றான் விருந்துண்ண. ஒடினும் தாரும், குடும்பம் பூராவும், சமுத்திர தேவனுக்கு உபசாரம் செய்து மகிழ்வித்தனர்.

சமுத்திர தேவனிடம் இவ்வளவு கனிவு காட்டியதற்குக் காரணம், அந்தத் தேவன், பெரும் பணக்காரன் என்பது தான். ஆழ்கடலுக்கு அடியில் அவனுக்கோர் அணி மாளிகையாம், அங்குத் தங்கத்தை நெருப்பிலிட்டுச் சமையல் செய்வார்களாம்! ஈஜிர் என்ற திருநாமமுடைய இந்தச் சமுத்திரதேவனுக்கு, ரான் என்ற தேவியும், ஒன்பது குமாரிகளும் உண்டு! கடலிலே செல்வோர், தங்கக் குவியலைக் காணிக்கையாகச் செலுத்தினால் தான், தப்பமுடியும்! இதனால், சமுத்திர தேவனிடம் ஏராளமான தங்கம் குவிந்து கிடந்ததாம். கடவுளர் உலகிலேகூட, பணக்காரருக்கு ஒரு தனிமரியாதை!! எனவே, சமுத்திரதேவனுக்கு ஒடின் விமரிசையான விருந்தளித்தான். தேவரசம் தரப்பட்டது! தேவகானம் அளிக்கப்பட்டது, தேவர் தேவனாம் ஒடினால், கடலுலகக் கடவுளுக்கு மைசூர் மகாராஜாவுக்குத் திருவிதாங்கூர் மகாராஜா விருந்தளித்தால், கேரள நாட்டுக் கீதமொழிக் கன்னியரின் கானமும் நடனமும் நடக்குமல்லவா, அதுபோல! பிறகு, திருவிதாங்கூர் மன்னரை, மைசூரார், தமது ராஜ்யத்துக்கு வருமாறு அழைப்பாரல்லவா! அது போலவே, சமுத்திரதேவன், தன் ராஜ்யத்துக்கு ஒருமுறை வந்து போகும்படி, ஒடினைக் கேட்டுக் கொண்டார்.

ஒடின், குடும்ப சகிதம் சமுத்திரலோகம் சென்றார், விருந்தாளியாக! கேட்க வேண்டுமா, கேளிக்கையை! தங்கத்தை விறகாக்கும் தேவனாயிற்றே, ஈஜிர்! விருந்தும் வைபவமும் பிரமாதமாக இருந்தது. எனினும் ஒரு குறை தெரிந்தது! ஒடின் தந்தது போல, இனிமையான ரசபானம் தரவேண்டும் என்று ஈஜிர் விரும்பினான் - ஆனால், வந்திருக்கும் கடவுளருக்கெல்லாம், போதுமான அளவு, ரசபானம் காய்ச்சுவதற்கேற்ற, பெரிய கொப்பரை இல்லையாம்!

என்னய்யா பைத்யக்காரத்தனம்! தேவன் என்கிறீர், மகிமை மிகுந்தவன் என்கிறீர்! ஆழ்கடல் முழுவதும் அவன் ஆணைக்கு அடங்கும் என்று கூறுகிறீர் - அடுப்பு நெருப்பிலே, தங்கத்தைத் தூவுகிறான் என்று அளக்கிறீர். அப்படிப்பட்டவன் அரண்மனையில், பாயசம் காய்ச்சப் பாண்டம் இல்லை என்று கூறுகிறீரே இதென்ன விந்தை!! - என்று கேட்கத் தோன்றும், கிருத்திகை அமாவாசைகளுக்குக்கூட. ஏனெனில், விஷயம், நம் நாட்டுக் கடவுளைப் பற்றியதல்ல, எனவே தைரியமாகக் கேட்கத் தோன்றும் - கடவுளுக்குப் பாண்டம் கிடைக்கவில்லையா! என்று கேலி பேசத் தோன்றும். ஆனால், ட்யூடன் மக்கள் அந்தக் காலத்தில், இவ்விதம் கேட்கவில்லை - கேட்பது பாபம் என்று எண்ணினர் - அவ்வளவு பைத்தியக்காரர்களாகவா இருந்தனர் அந்த மக்கள்? என்று கேட்கத் தோன்றும் - ஆமாம்! அவ்வளவு அறிவீனர்களாகத்தான் இருந்தனர் - அந்த அறிவீனத்தையே ஆத்திகம் என்று கொண்டாடினர். அவர்கள் அந்நாளில் இருந்த நிலையில் இன்று இல்லை - அவர்கள் அந்நாளில் இருந்த நிலையை கேட்டுக், கேலி பேசும் கண்ணியர்கள், இந்நாளிலும் நம் நாட்டிலே, பாமரரில் பெரும்பாலோர், இதுபோன்ற அறிவுக்கொவ்வாத கதைகளைப் புண்ய ஏடுகளாகப் போற்றுகிறார்களே, இதற்கென்ன செய்கிறார்கள்?

ஆடு ஏறும் ஆண்டவன்! சம்மட்டி ஏந்தும் சர்வேசன்! பாண்டம் தேடிய பகவான்! என்றெல்லாம், தார், ஓடின் போன்ற ட்யூடன் கடவுள்களைப் பற்றிய கதைகள் கூறப்படும்போது, கேலியும் கண்டனமும் தானாக, இயற்கையாகத் தோன்றி, இப்படியெல்லாமா, மூடநம்பிக்கை இருந்தது என்று கூறிடத் தோன்றுகிறதே தவிர, தோடுடைய செவியன், விடை ஏறி, ஓர் தூவெண் மதிசூடி, காடுடைய சுடலைப் பொடி பூசி, என் உள்ளம் கவர்கள்வன் - என்று, இன்றும், பாசுரம் படிக்கும் போது இப்படியும் கடவுளைச் சித்தரிப்பதா என்று கேட்டால் சீற்றம் தானே பிறக்கிறது! சரியா? சிந்தித்துப் பாருங்கள்!!

பாயசம் காய்ச்சப் பாண்டமின்றிக் கவலைப்பட்ட சமுத்திர தேவனைப் பார்த்து, விருந்துக்கு வந்திருந்த தார்தேவன், நான் கொண்டு வருகிறேன், பெரியதோர் பாண்டம் என்று கூறினான்.

தார்தேவன் இவ்வண்ணம் கூறியதற்குக் காரணம், ஒன்பது உலகிலும் உள்ள பாண்டங்களை எல்லாம் விடப் பெரியதோர் பாண்டம், இருக்குமிடம் தனக்குத் தெரியுமென்று, டையர் என்ற ஒரு கடவுள் தந்த தகவல் தான். சரி, என்றான் சமுத்திரராஜன் -

உடனே தார்தேவன். டையர் தேவனுடன், பாண்டம் கொண்டுவரக் கிளம்பினான்.

அண்டசராசரத்துக்கு அப்பாலுள்ள ஓர் இடத்தில் நாய்முகம் கொண்ட ஓர் அசுரன் - அவன், இந்த டையர் தேவனுக்கு, ஸ்வீகாரத் தகப்பனாம்! அவனிடமே அவ்வளவு பெரிய பாண்டம் இருந்ததாம். அதைக் கொண்டுவரக் கிளம்பினான் தார்.

தாரோ, தேவன் - தேடுவதோ பாண்டம்!!

டான் கிஸ்டர், டான் கிரிஸ்னர் எனும் இரண்டு ஆடுகளையும், ரதத்தில் பூட்டினான், தார் - ரதம் வாயுவேகம் மனோவேகமாகச் சென்றது - வழியில், ஓர்வாண்டல் என்றோர் நண்பன் வீடு - அங்குச் சென்று இளைப்பாறினர். பிறகு கால்நடையாகவே கிளம்பி. நாய்முகா அசுரன் இருக்குமிடம் சென்றனர் - இந்த அசுரன் பெயர், ஹைமர்.

அசுரனுடைய அரண்மனையை அடைந்ததும் அங்கு, பல தலை கொண்ட பயங்கர ராட்சசக் கிழவி, இவர்களை வரவேற்றாள். ஏனெனில் அவள், டையர் தேவனின் பாட்டி! அவள், அசுரஜாதி எனினும் அவள் போன், கடவுள் ஜாதி!! கதை, வெறும் கேலிக் கூத்தாக இருக்கிறதே என்று சொல்வீர்கள்! கடவுள் கதை! திருவிளையாடற் புராணம்! சந்தேகித்தால் பாபம்!! என்று கூறுவர், மதவாதிகள்.

பாட்டி அசுர ஜாதி, அகோர ரூபம் - ஆனால் அவள் மகள், அதிரூப சுந்தரி! இவளுடைய உதவி, டையருக்கும், டையர் தயவால் தார்தேவனுக்கும் கிடைத்தது.

மாலையில், வீடுவந்தான் நாய்முகாசூரன் - பெரிய பெரிய மீன்களுடன்! தார்தேவனையும் டையரையும் கண்டதும் கடுங்கோபம் கொண்டான். அவனுடைய கோபப் பார்வை பட்ட மாத்திரத்தில், அங்கிருந்த பல பொருள்கள் பொடிப் பொடியாகிவிட்டன. அவனைச் சாந்தப்படுத்தி, டையரும் அவன் நண்பனும் விருந்தாளிகளாக வந்திருப்பதை அதிரூப சுந்தரி வினயமாக எடுத்துக் கூறினாள்.

பிறகு, சாப்பிட உட்கார்ந்தனர். மூன்று காளைகளைச் சுட்டு, விருந்துக்குக் கறியாக வைத்தான் அசுரன். இரண்டு காளைகளை, தார்தேவன் வேகமாகத் தின்று தீர்த்துவிட்டான் - இந்தத் திருவிளையாடலைக் கண்டு அசுரனே திடுக்கிட்டுப் போனான் - அதேபோது கோபமும் பிறந்தது. ஏனெனில், யார், தனக்குச்

சமமாகச் சாப்பிடவில்லையோ அவர்களைக் கொன்று விடுவது, அவன் சபதம். மிகச் சாதாரண உருவுடன் உள்ள தார், எப்படியும் தன் அளவு சாப்பிடமுடியாது, ஆகையால் அவனைக் கொன்றுவிட முடியும் என்று எண்ணித்தான், அசுரன், மூன்று எருதுகளைப் பொசுக்கிவைத்தான் விருந்துக்கு - தார்தேவனோ, இரண்டு எருதுகளை விழுங்கிவிட்டார் - ஆகவே கொல்வதற்கில்லை! இந்தத் துயரம் தாக்கிற்று அசுரனை.

அந்தநாள் பக்தர்கள் முன், பூஜாரி பாடியிருப்பானல்லவா, இதுபற்றி! இப்போது காளிகோயில் பூஜாரி பாடுகிறானே, பல்லுக்கு பல் காதம், பல்லிடுக்கு முக்காதம், என்று, உடனே பக்தர்கள், ஆமாமாம் ஆமாமாம், என்று ஆமோதிக்கிறார்களல்லவா, அதுபோல.

தார்தேவனின் திருக்கோயிலில், திருவிழா சமயத்திலே, கூடியுள்ள பக்தர்கள் முன்னிலையில் பூஜாரி,

> நாய்முக அசுரன் கண்டான்
> நமதரும் தார்தேவனை!
> நாலில் ஒன்று குறையக் காளை
> நல்ல கறி சமைத்து வைத்தான்
> பாரெல்லாம் அறிய அப்போ
> பகவானும் என்ன செய்தார்!
> பாவி மகன் செய்யும் சூது
> படுசூரண மாகவேதான்,
> காளை இரண்டைக் கனவேகத்தில்
> மென்று தின்று ஏப்பம் விட்டார்!

என்று பாடித்தானே இருப்பான் - பக்தர்கள் மடைந்து தானே இருப்பர்!

இவைகள், தேவனின் திருவிளையாடல்களாக, தெளிவில்லாத மக்களால் அந்நாளில் கொண்டாடப்பட்டன - இப்போதல்ல. இப்போதும், மலை மலையாக இருந்த சோற்றைத் தின்று வைகை ஆறு முழுவதையுமே குடித்துத் தீர்த்த குண்டோதரன் கதையைப் புண்யம் பெறக்கேட்டு ஆனந்திக்கும் போக்கு, நம் நாட்டிலே இருக்கிறது - வேறெங்கும் இல்லை!!

தார்தேவனின் இந்தத் திருவிளையாடலால் திடுக்கிட்டுப் போன, ஹைமர், மறுநாள், வழக்கப்படி, மீன் பிடிக்கச் சென்றான் - தார்தேவனும் உடன் கிளம்பினான்.

"பயலே! என்னோடு வராதே! ஆபத்துகள் எனக்குப் பூச்செண்டுகள்! உன்னால் ஆகாது, என் போல விளையாட போ, போ!" என்றான், அசுரன்.

"ஆபத்துகள் எனக்கு உதிர் சாகுபோல!" என்றான் தார்.

"நான் ஆழ்கடலின் நடுவே சென்று மீன் பிடிப்பவன். அலை மலையென எழும்பும்! அறியாச் சிறுவனே! அங்கு வந்தால் அச்சம் உன்னைத் தாக்கும். வீட்டிலேயே இரு" என்கிறான் அசுரன்.

"கடலின் மறுகரை சென்று, கிளிஞ்சல் எடுக்கவும் நான் தயார், நீ கிளம்பு" என்றான் தார்தேவன்.

இருவரும் கிளம்பினர் படகில். படகு செல்கிறது, செல்கிறது, பயங்கரமான வேகத்தில்; தார்தேவன், திகில் கொள்ளவில்லை. கடைசியில் மீன் பிடிக்கலாயினர். அசுரன் பிரம்மாண்டமான மீன்களைப் பிடித்துக் காட்டினான், தன் ஆற்றலை விளக்க! தார் சும்மா இருப்பாரா! தன் ஆற்றலை விளக்க அவரும் மீன் பிடிக்கலானார். தூண்டிலை வீசினார் - மீன் ஒன்று சிக்கிற்று - அது மிக மிகப் பெரிதாக இருக்கவேண்டும் என்று இருவரும் யூகித்தனர், ஏனெனில், அவர்களுடைய படகே, கிடுகிடுவென ஆடத் தொடங்கிற்று, தூண்டிலில் சிக்கிய மீன், தப்பித்துக்கொள்ள முயன்று, போரிட்ட காரணத்தால், தார்தேவன் தன் முழு வலிவையும் கொண்டு தூண்டிலைத் தூக்குகிறார் - முடியவில்லை. அகோரச் சத்தம் கேட்கிறது - படகு கவிழ்ந்துவிடும் போலிருக்கிறது. நாய்முகாசூரனுக்கு நடுக்கம் பிறந்துவிட்டது. கடைசியில் தார்தேவன், தூண்டிலைத் தூக்கினார் - மீனல்ல - பெரும்பாம்பு - சாதாரணப் பாம்பல்ல, கடவுள்களை எல்லாம் கலங்கச்செய்து கொண்டு, கடலுக்கு அடித்தளத்திலே படுத்துக்கொண்டு, கடல் முழுவதும் பரந்து கிடக்கும் அளவுள்ள மிட்கார்டு எனும் பாம்பு!

அண்டத்தை எல்லாம் தாங்கும் ஆதிசேஷன் கதை இல்லையா, நம் நாட்டில் - அதுபோல, ஆழ்கடலைக் கலக்கும், மிட்கார்டு கதை ட்யூடானியருக்கு.

மிட்கார்டு, போராடுகிறது - தார்தேவன், அதை அழித்தே தீருவதென்று ஆற்றலுடன் போராடுகிறார், பலரையும் மிரட்டிப் பிழைத்து வந்த நாய்முகாசூரன் நடுக்கத்துடன் இதைக் கண்டு, என்ன விபரீதம் நேரிடுமோ என்று எண்ணி, தூண்டிலை அறுத்துவிட, பாம்பு, அண்டம் அதிர்ந்ததோ என்று கூறத்தக்க விதமான சத்தத்துடன், கடலடி வீழ்ந்தது, கடுங்கோபம் பிறந்தது தார்தேவனுக்கு! சம்மட்டியால் ஓர் அடி கொடுத்தார் - அசுரன்,

ஆழ்கடலிலே வீழ்ந்தான். அங்கே, மிட்கார்டு, விஷத்தைக் கக்குகிறது! எனவே, மேலே கிளம்பினான் கிலியுடன் - படகிலே வந்தமர்ந்தான் - தார்தேவனும், போகட்டும் என்று விட்டுவிட்டார். இருவரும் வீடு திரும்பினர்.

வீட்டிலே, தார்தேவனின் பலத்தைப் பரீட்சிக்க, வறு பல சோதனைகளை நடத்தினான் நாய்முகாசூரன் - தாருக்கே வெற்றி. கடைசியாக எந்தப் பாண்டத்துக்காக வந்தாரோ, அதையே காட்டி, "நீ பலசாலி என்பது உண்மையானால், அந்தப் பாண்டத்தைத் தூக்கிக்கொண்டு, நடந்து காட்டு, பார்க்கலாம்" என்றான் அசுரன். தார்தேவன் இதுதான் சமயமென்று, பாண்டத்தைத் தூக்கிக் கொண்டு, நடக்கலானான் - அசுரன் பின் தொடர்ந்தான், ஆனால் பிடிக்க முடியவில்லை. தாரும் டையரும், பாண்டத்தை எடுத்துக்கொண்டு பல லோகங்களையும் கடந்து, சமுத்திர தேவனிடம் வந்து சேர்ந்தனர். பாயசம் அந்தப் பாண்டத்தில் காய்ச்சப்பட்டு, கடவுள்கள் பருகிக் களித்தனர்.

பாயசம் காய்ச்சும் பாண்டம் தேடி, தார்தேவன் நடத்திய திருவிளையாடலைப் போல, பலப் பல உண்டு. அவ்வளவும், அறிவுக்குத் துளியும் பொருந்தாதன - எனினும் அவைகளை நம்புபவனே ஆத்திகன் - மறுப்பவன் நாத்திகன் என்றனர் அந்த நாள் மதவாதிகள்.

லாக்தேவன் ஒடினுக்குத் தம்பி – தார்தேவனுக்குச் சிற்றப்பன். சிண்டு முடிந்து விடுவதுதான் லாக்தேவனுக்குப் பொழுது போக்கு கடவுளர் உலகிலே, கலகமூட்டிவிட்டு வேடிக்கை பார்ப்பான், இந்த லாக். லாக்கின் அக்ரமச் செயல்களால், கடவுளர் உலகே அடிக்கடி அவதிக்கு ஆளாகுமாம்.

13. லாக்தேவன்

"வம்புக்காரன்! வல்லடி செய்பவன்! கலகக்காரன்! கெட்ட எண்ணக்காரன்! போக்கிரி! ஒருவரையும் வாழவிட மாட்டான்! ஒன்றல்ல இரண்டல்ல அவன் செய்த அக்ரமங்கள்!"

"யாரைக் குறித்து இவ்வளவு கண்டிக்கிறாய்?"

"அதோ போகிறானே அந்த அநியாயக்காரனைப் பற்றித்தான் சொல்கிறேன்."

"யாரை! அதோ போகிற ஆசாமியையா? இப்போது தானே அவனிடம் அன்பாகப் பேசினாய் - அடக்க ஒடுக்கமாக இருந்தாயே! அவர், இவர் என்று மரியாதையாகப் பேசினாயே!"

"ஆமாம்! வேறே என்ன செய்வது! அவன் அக்ரமக்காரன் தான், நமக்கு ஏன் அவனுடைய பொல்லாப்பு என்பதற்காகத்தான் அவன் எதிரே, மரியாதையும் அன்பும் காட்டினேன், பாவனைக்கு."

"அப்படியா விஷயம்! அவனிடம் பயம் என்று சொல்லு!"

"ஆமாம்! அவன் படுபாவியாயிற்றே, பயப்படாமல் என்ன செய்வது"

இப்படிப்பட்ட உரையாடலைக் கேள்விப்பட்டிருப்பீர்கள், ஊர்ப் போக்கிரியைப் பற்றி. போக்கிரியிடம் சிக்கிக் கொள்வானேன் என்பதற்காகவே, அவனிடம் மரியாதை காட்டுவர், சற்று முன் ஜாக்ரதையும், பயங்கொள்ளித்தனமும் உள்ளவர்கள். மனிதர்கள் விஷயமாக இப்படி நடந்து கொள்வதே மானக் குறைவு என்றும், கேலிக்குரியது என்றும் எண்ணுவர் பலர். சில கடவுள்கள் விஷயமாகவே இப்படிப்பட்ட போக்கு காட்டினர், பக்தர்கள்!

அக்ரமக்காரக் கடவுள்! கொலைக்கு அஞ்சாத கொடியவன்! கலகமூட்டுவதையே தொழிலாகக் கொண்ட கடவுள்! - இப்படியும் ஒரு கடவுள் உண்டு, ட்யூடானியருக்கு; - சனிபகவான் - நாரதர், இல்லையா நம் நாட்டவருக்கு, அதுபோல. அடுத்துக் கொடுத்தல், அக்ரமத்துக்கு உடந்தையாக இருப்பது - அகப்பட்டதைச் சுருட்டுவது ஆகிய 'திருக்கலியாண குணங்கள்' கொண்ட தேவனும் உண்டு - அவனுக்கும் தேவாலயம் உண்டு - போக்கிரியிடம் புன்சிரிப்புடன் பேசித் தப்பித்துக் கொள்வது போல, இந்த அக்ரமத் தேவனுக்குப் பூஜை செய்து, அவனுடைய கோபத்திலிருந்து தப்பித்துக் கொள்வர், ட்யூடன் பக்தர்கள். கடவுள், அன்பின் ஊற்று, அன்பின் உருவம், அன்பு வேறு கடவுள் வேறு அல்ல என்பதெல்லாம், கடவுட் கொள்கையில் நாகரிகம் புகுந்த பிறகு, தீட்டப்பட்ட தத்துவங்கள். பழங்காலக் கோட்பாட்டின்படி, கடவுளரிலும், கெட்டவர், நல்லவர் உண்டு; பக்தர்கள், இருவகையினரையும் பூஜித்தாக வேண்டும், அதுதான் ஆத்திகம், மதம். இப்படி இருக்கக்கூடாதே, கடவுளின் இலட்சணம் இது அல்லவே என்று பேசுபவன், நாத்திகன், மதவிரோதி!

வாயில் மூக்கில் இரத்தம் வந்துவிடும் - மரம்போல முறித்துக் கீழே போட்டுவிடுவாள் - கண் குருடாகி விடும் - வாய் அடைத்துப் போகும் - இன்ன தெய்வத்தின், கோபம் கிளம்பினால், என்று இப்போதும், பட்டிக்காட்டவர் பேசுகிறார்களல்லவா! அதுபோன்ற நிலை ட்யூடன் மக்களுக்கு முன்பு இருந்தது; இப்போதல்ல! அந்த இருட்டறையிலிருந்து அவர்கள் வெளியேறி, பகுத்தறிவுப் பகலவன் உள்ள பரந்த வெளிக்கு வந்துவிட்டனர்.

இருட்டறையில் அந்த மக்கள் இருந்தபோது, முழுமுதற் கடவுள் ஓடின், அவன் குமாரன் தார் எனும், அதிசூரர்களை - அண்டத்தை ரட்சிக்கும் காவலர்களைப் பூஜித்ததுடன், கேடு செய்யும் கடவுளையும் கும்பிட்டுத்தான் வந்தனர். லாக்தேவன் அப்படிப்பட்ட, அக்ரமக் கடவுளரில் ஒருவன் - ஓடினுக்குத் தம்பி - தார்தேவனுக்குச் சிற்றப்பன்.

சிண்டு முடிந்து விடுவதுதான் லாக்தேவனுக்குப் பொழுதுபோக்கு.

மானிடர், மனதிலே மாசும் தூசும் நிரப்புவான் - அதுமட்டுமா! கடவுளர் உலகிலேயே, கலகமூட்டி விட்டு வேடிக்கை பார்ப்பான், இந்த லாக்!

லாக்கின் அக்ரமச் செயல்களால், கடவுளர் உலகே அடிக்கடி அவதிக்கு ஆளாகுமாம்.

காட்டு ஜாதித் தலைவர்களுக்குள் மூண்டுவிடும் பொறாமை உணர்ச்சி, கடவுளர் உலகிலும் இருந்திருக்கிறது - புராணத்தின்படி. லாக்தேவனுக்கு, ஒடினின் கீர்த்தியும், தார்தேவனின் செல்வாக்கும் தனக்கு ஏன் வரக்கூடாது என்ற எண்ணம் ஏற்பட்டது. அவர்களுடன் குலவிக்கொண்டே, இதற்கான திட்டமிடுவான் - தோற்பான் - தண்டிக்கப்படுவான் - மீண்டும் முணுமுணுத்துக்கொண்டே, அதே அக்ரமத்திலேயே ஈடுபடுவான். இப்படி ஒரு கடவுள்! இதற்குப் பக்தி, பூஜை, பாசுரம். தேர், திருவிழா.

கேடு செய்வதையே குணமாகக் கொண்ட இந்த லாக்தேவனைக் கொண்டு, கடவுளர் உலகின், பரம்பரைப் பகைவர்களான, ஜோட்டுன்கள், பழிதீர்த்துக் கொள்ளத் தீர்மானித்து, மூன்று ராட்சசப் பெண்களை அனுப்பினர், கடவுளர் உலகுக்கு. இந்த மூவரும் மாயாஜாலத்தினால், ஒரே உருப்பெற்று, தேவர் உலகு வந்தடைந்து பணிப் பெண்ணாக அமர்ந்தனர்!

இந்த மாயாவதிமீது லாக்தேவனுக்கு மையல்! பிறகு கேட்க வேண்டுமா! அந்த மைவிழியாள், லாக்கின் மனதிலே ஏற்கனவே மூண்டு கிடந்த கெட்ட எண்ணங்களை, மலை உருவாக்கினாள்- அலை என ஓயாது கிளம்பியபடி இருக்கச் செய்தாள்.

ஜோட்டுன் தலைவனுக்கு, தேவலோகத்திலிருந்த அழகான ஒரு பெண் கடவுள் மீது மோகம் பிறந்துவிட்டது - அந்தப் பெண் கடவுளை எப்படியாவது, மயக்குவது என்பது இந்த மாயாவதிக்கு, ஜோட்டுன்கள் விதித்த கட்டளை. பெண் கடவுளின் பெயர் பிரஜீயா! கடவுள் உலகிலே கூடப் பாபம், பெண்களுக்கு இந்தப் பேராபத்து இருக்கத்தான் செய்கிறது!!

கடவுள்கள் தமது "லோகத்துக்குப் பகைவர்களால் ஆபத்து நேரிடாதபடி இருக்க ஒரு பலமான மதிற்சுவர் கட்டவிரும்பினர்! கடவுளருக்கா இந்த யோசனை பிறந்தது, விசித்திரமாக இருக்கிறதே என்று கேட்கத்தான் தோன்றும், இப்போது. அப்போது, இவ்வித எண்ணம், தூய்மையான ஆத்திகமாகக் கருதப்பட்டது! இப்போதும் நம் நாட்டிலே, அனுமார் வால்கோட்டை கட்டியது - அணிலின் முதுகை இராமர் தடவிக்கொடுத்தது - ஆகியவைகளை நம்ப மறுப்பவனை நாத்திகன் என்று கூறிடும் நல்லறிவாளர்கள் (1) உள்ளனரே! ட்யூடன் மக்கள், அறிவுபெறாத காலத்திலே நம்பினர் இதுபோல.

ஜோட்டூன் ராட்சசன் ஒருவன், சித்திரக்குள்ளன் வடிவத்திலே வந்தான், அந்த மதிற்சுவர் கட்ட. அவனுடைய நிபந்தனைகளைக் கேட்டுக் கடவுளர்களுக்குக் கோபம் வந்தது - விரட்ட எண்ணினர். விஷமத்தனத்தை விருதாகக் கொண்ட லாக்தேவன் தான், தந்திரமாக, கடவுளர்களை, மாயக்குள்ளனின் ஏற்பாட்டுக்கு இசையச் செய்தான். அவன் கேட்ட நிபந்தனைகளோ, கடவுளரின் கண்களைக் கோபத்தால் சிவக்க வைத்துவிடக்கூடியவை. கட்டழகி பிரஜியாவை அவன் காணிக்கையாகக் கேட்டான். அதுவும் போதாதென்று, சூரியனையும் சந்திரனையும், தந்துவிட வேண்டுமென்றான்.

கடவுளரிடம், கலகக்கார லாக், இந்த மாயாவி, நாம் குறிப்பிடும் காலத்திற்குள் மதிற்சுவரைக் கட்டமாட்டான், எனவே அவனை நாம் தண்டிக்கலாம், பிரஜியாவை இழக்க வேண்டிய நிலைமையே உண்டாகாது என்று தந்திரமாகக் கூறி, ஏமாற்றினான்! ஒரு கடவுள் ஏமாற்றுகிறார்! மற்ற கடவுள்கள் ஏமாறுகின்றனர்! எத்தன்! ஏமாளி! கடவுளரின் இலட்சணம் இவ்விதம் - இப்படிப் புராணங்கள் - இவைகளை நம்புவது தான் மதம்!!

ராட்சசனோ, மளமளவென்று கட்டிவிட்டான் மதிற்சுவரை - ஒரே நாள் வேலை தான் பாக்கி. கடவுளர் உலகு கலங்கிற்று - லாக்மீது பாய்ந்தனர், உன்னால் தானே இந்த ஆபத்து என்று. தன் உயிருக்கு உலைவைத்து விடுவார்கள் என்று கண்டுகொண்ட லாக், மாயக் குள்ளனின் மந்திர சக்தி வாய்ந்த குதிரையினாலேயே அந்த மகத்தான மதிற்சுவர் கட்டப்படுகிறது என்பதை அறிந்து, அந்தக் குதிரையை மயக்க, ஒரு பெண் குதிரையை ஏவினான்! இரு குதிரைகளும் கானகம் சென்றன காதல் விளையாட்டில் ஈடுபட; வேலை தடைபட்டது, குறிப்பிட்ட காலத்திலே சுவர் கட்டி முடிக்காததற்காக, ராட்சசன் கொல்லப்பட்டான். பிள்ளையையும் கிள்ளிவிட்டு, தொட்டிலையும் ஆட்டிவிடும் போக்கு இந்த லாக்குக்கு.

இவ்விதமாகவே இடர்கள் பல உண்டாக்கிக் கொண்டே இருப்பது இந்தக் கடவுளின் வேலை.

ஒருமுறை சிப் என்ற சிங்காரத் தேவதையின், அலங்காரக் கூந்தல் தனக்கு வேண்டுமென்று கேட்டாளாம், லாக்கின் காதலி! சிப், தூங்கும்போது, கூந்தலைக் கத்தரித்து எடுத்து விட்டான் லாக், கோபம் கொதித்தது கடவுளருக்கு - பிடித்துத் தாக்கலாயினர். கூந்தலைத் திருப்பித் தந்துவிட்டதுடன், அருமையான ஆயுதங்களை, மந்திர சக்தி வாய்ந்த கொல்லர்களைக் கொண்டு செய்வித்து,

கடவுளருக்குப் பரிசாகத் தந்து, கோபத்தைத் தணியச் செய்தானாம், இந்தக் கோணல் புத்தி படைத்த கடவுள்.

பரிசாகக் கிடைத்த ஆயுதங்களைப் பெற்று, அவைகளைச் செய்த கொல்லர்களைக் கடவுளர்கள் பாராட்டினராம் - அதை வேறு கொல்லர்களிடம் சென்று கூறி, போட்டி பொறாமையை மூட்டிவிட்டானாம் லாக். அந்தக் கொல்லர்கள், அவற்றைவிட அருமையான ஆயுதங்களைச் செய்து தந்தனராம். அப்படிச் செய்யப்பட்ட ஆயுதங்களிலே ஒன்றுதான், தார்தேவனின் சம்மட்டி!

அதை ப்ரோக் எனும் தேவக் கொல்லன் செய்து கொண்டிருக்கும் போது, லாக், வண்டு வடிவம் கொண்டு கொட்டினான். அதைச் சகித்துக்கொண்டு சம்மட்டி செய்து, தார்தேவனுக்குத் தந்துவிட்டு, லாக்தேவனின் தலை தனக்கு வேண்டும் என்று நிபந்தனை விதித்தான், ப்ரோக். லாக், தந்திரமாக, "சரி! தலையை எடுத்துக்கொள் - ஆனால், ஜாக்கிரதை - கழுத்தை ஒன்றும் செய்யக்கூடாது" என்று கூறிவிட, கடவுளரும் அதை ஆமோதித்திட, ஏமாற்றமடைந்த ப்ரோக், தலை கிடைக்காவிட்டாலும் பரவாயில்லை, இந்த லாக்கின் கலகப் பேச்சு வெளியே கிளம்பாதிருந்தால் அதுவே போதும் என்று கூறி, லாக்கின் வாயைத் தைத்து விட்டானாம்! இப்படிப் புராணம்!

இவ்வளவு கெட்ட குணம் இருப்பினும், தார்தேவன் தன் திருவிளையாடல்களின் போது, இந்த லாக்தேவனைத் துணைக்கு அழைத்துச் செல்வாராம்!

அப்படிச் சென்றபோது, ஒரு முறை, ஒரு மாயாலோகம் தென்பட்டது; பனிக்கட்டிகளால் கட்டப்பட்ட கோட்டை கொத்தளங்கள், அரண்மனைகள்! அவைகளிலே பிரம்மாண்டமான ராட்சதர்கள்.

தார்தேவனும் லாக்கும் ஜோட்டுன்கள்மீது போரிடச் செல்லும் வழியிலே இந்த மாயாபுரியைக் கண்டனர் - மன்னன் முன் சென்று நின்றனர் - அவன் இவர்களை மதிக்கவேயில்லை!

'கடவுள்களா!' என்று கேவலமாகக் கேட்டுவிட்டு "எங்கே வந்தீர்கள்! என்ன செய்யவல்லீர்கள்?" என்று கேலி செய்தானாம், அந்த மாயாபுரி மன்னன். லாக், துள்ளிக் குதித்து, "நான் இறைச்சியை எவ்வளவு வேண்டுமானாலும் தின்பேன் - வேண்டுமானால் போட்டியிடச் சொல்" என்றானாம். லாக்குக்கும் மாயாபுரி ராட்சசன் ஒருவனுக்கும் 'போட்டி' நடந்தது, லாக் தோல்வியுற்றான்.

"இது போகட்டும் - ஓட்டப் பந்தயத்திலே எனக்கு நிகர் எவரும் இல்லை" என்று வீரம் பேசினான் லாக். தேவருலகில், லாக்குக்கு மிஞ்சியவர்கள் கிடையாது ஓட்டத்தில் - எனினும், மாயாபுரிக் குள்ளன் ஒருவன் தோற்கடித்துவிட்டான் லாக்தேவனை. தார்தேவன், சூரத்தனமாகக் கிளம்பினான் - "நான் எவ்வளவு வேண்டுமானாலும் குடிப்பேன்" என்றான் - தோற்றான் ஒரு ராட்சசனிடம். ஒரு பூனையைக் காட்டி, "பாலகனே! இதைத் தரையிலிருந்து தூக்கு பார்க்கலாம்" என்றான் மாயாபுரி மன்னன் - தூக்க முடியவில்லை தார்தேவனால். ஒரு கிழவி வீழ்த்திவிட்டாள் தார்தேவனை, குஸ்திப் போட்டியில். இப்படி லாக்கும் தாரும், தோல்விமேல் தோல்வி அடைந்து துயருற்றனர். கடவுள்கள் தோற்கின்றனர்! பொருத்தமாக இல்லையே, என்று கூறிடத் தோன்றும்; அறிவு ஏற்றுக்கொள்ளத் தான் மறுக்கும் - எனினும் ஆத்திகம் இவைகளை நம்பித்தான் தீரவேண்டும் என்று ஆர்ப்பரித்தது அந்நாட்களில் - நம்பினர் ட்யூடன் மக்கள்.

மாயாபுரி திடீரென்று மறைந்ததாம் - ராட்சசன் சிரித்துக்கொண்டே, நீங்கள் கண்டது கண்கட்டு வித்தை; கவலைப்படாதீர்கள் - இறைச்சி தின்னும் போட்டியிலே ஜெயித்தது, தீ! ஓட்டப் பந்தயத்திலே வெற்றி பெற்றது, சிந்தனை! குடிக்கும் போட்டியிலே ஈடுபட்டபோது, குடிக்கத் தரப்பட்டது கடல்! பூனை, பூனையல்ல, அண்டசராசரத்தையும் அஞ்சிடச் செய்யும் மிட்கார்டு எனும் அரவம்! குஸ்தியில் வெற்றி பெற்றது, வயோதிகம்! - என்று தத்துவார்த்த விளக்கம் கூறிவிட்டு மறைந்தான்.

நம் நாட்டுப் புராணங்களுக்குத் தத்துவார்த்தம் கூறிப் பூரிப்பவர் சிலர் உண்டு - ட்யூடானியரிடமும் இருந்தது இந்தத் தந்திர முறை! எனினும் அறிவுத் தெளிவு ஏற்பட்டதும், இவைகளைக் கடவுட் கொள்கைக்கே இழுக்கு உண்டாக்குபவை என்று ஒதுக்கிவிட்டனர் - உண்மை அறிவை நாடினர், அந்நாட்டு மக்கள்.

மாயாபுரியில் இந்த அனுபவம் பெற்று, ஜோட்டூன் சென்று போரிலே வெற்றி பெற்றுத் திரும்பினர், தாரும் லாக்கும் - வழியிலே, தார் திகைத்தான், பதைத்தான், ஏனெனில் அவனுடைய அதி அற்புதமான ஆயுதமாகிய சம்மட்டி காணப்படவில்லை. தார் திகிலடைந்தான் - அந்தச் சம்மட்டி இல்லாமல் கடவுளர் உலகு பிழைத்திருக்கமுடியாது. உடனே, லாக் ஒரு பறவை வடிவெடுத்து ஜோட்டூன் சென்று சம்மட்டியை, திரிபூம் என்ற மன்னன் களவாடி வைத்திருக்கும் செய்தியைக் கண்டறிந்தான். அந்த மன்னனோ, கட்டழகி பிரிஜியாவைக் கடிமணம் செய்து தந்தால் சம்மட்டியைத்

திருப்பித் தருவதாகக் கூறினான். பூமிக்கடியில் ஒன்பது மைல் ஆழத்தில் சம்மட்டியைப் புதைத்து வைத்திருப்பதாகக் கூறினான்.

லாக் கூறிய சேதிகேட்டு தார் திடுக்கிட்டான் - பிறகு லாக்கின் யோசனைப்படி, தார், பிரிஜியா போல மாறு வேஷம் போட்டுக்கொண்டார். லாக் தோழியாக நடித்தான். இருவரும் ஜோட்டூன் சென்றனர் - திருமண விருந்து நடைபெற்றது திருமணப் பரிசாகச் சம்மட்டி தரப்பட்டதும், பெண் வேஷத்தைக் கலைத்துவிட்டு, தார்தேவன், ராட்சசனைத் தவிடுபொடியாக்கினான். நம் நாட்டுப் புராணிகர்கள் மகாவிஷ்ணுவுக்கு, மோகினி அவதாரக் கதை கட்டினார்களே, அதுபோல், ட்யூடன் புராணிகன், கட்டி விட்டான் இப்படி ஒரு சரடு. சரடு என்று இன்று சர்வ சாதாரணமாகக் கூறுகிறோம் - ஆனால் அன்று, இது போலக் கூறினால் தலைபோகும்! அவ்வளவு ஆழ்ந்த நம்பிக்கையும், தணியாத வெறியும் இருந்தது பக்தர்களுக்கு.

லாக்தேவன், கொலையும் செய்திருக்கிறான் - அதுவும் ஒரு கடவுளை!!

ஒடினுக்கு, தார் தவிர வேறு குமாரர்களும் உண்டு, சிவனுக்கு விநாயகர் தவிர முருகனும் உண்டல்லவா, அதுபோல முருகன் என்றால் அழகு என்றல்லவா பொருள் - மதவாதிகள், இலக்கிய கர்த்தாக்கள் ஆகியோரின் கற்பனைப்படி! அதுபோலவே, ஒரு முருகன் ஒடினுக்கு. இந்த ட்யூடன் முருகன் பெயர், பால்டர். இவனைத்தான், சதிசெய்து கொன்றுவிட்டான் லாக். கடவுளைக் கடவுள் கொல்கிறார்! பக்தர்கள், பதறாமல் படிக்கவேண்டும், பூஜையும் செய்யவேண்டும், என்று மதம் கட்டளை பிறப்பித்தது - கட்டுப்பட்டனர் மக்கள்! அக்ரமமே உருவான லாக்தேவன், தன் சொந்த அண்ணன் மகனாம் பால்டரைக் கொல்லத் துணிந்ததற்குக் காரணம் வேறொன்றுமில்லை, மற்ற கடவுள்களெல்லாம், பால்டரிடம் பிரியமாக இருக்கிறார்கள் என்பது தான்! எப்படி இருக்கிறது இந்தக் கடவுளின் குணாதிசயம்.

பால்டர் தேவனுக்கு ஒருநாள் 'மரணபயம்' ஏற்பட்டு விட்டது - கலங்கினான்; கதறினான், அருமை மகனின் அச்சத்தைப் போக்க ஒடின் ஏதேதோ செய்தும் முடியவில்லை. தாயோ தவித்து, கடவுளர் உலகு முதற்கொண்டு சகல உலகங்களிலும் உள்ள சகல பொருள்கள், ஜீவராசிகளிடமும் முறையிட்டு, பால்டருக்கு ஒரு தீங்கும் செய்யக்கூடாதென்று, சகலத்திடமும் சத்தியம் பெற்றாள் - ஆனால், இதனால் என்ன ஆபத்து வந்துவிட முடியும் என்று

அலட்சியமாகக் கருதி, புல்லுருவியிடம் மட்டும் சத்தியம் வாங்கிக் கொள்ளவில்லை.

தன் மகனுக்கு இனி மரணபயம் இல்லை என்று மகிழ்ந்தாள் - அழகனுக்கு ஆபத்து இல்லை என்பதறிந்து எல்லாக் கடவுளரும் களித்தனர். மலை, மலர், இரும்பு, பஞ்சு, நீர், நெருப்பு ஆகிய எதை எடுத்து பால்டர்மீது வீசினாலும் அழகு தெய்வம் புன்னகை செய்யும் - எதுவும் துன்புறுத்தாததால். இதைக் கண்ட லாக், பொறாமை கொண்டு, அங்கிருந்த ஒரு குருட்டுக் கடவுளைத் தூண்டிவிட்டு, அனைவரும் பால்டர்மீது எதையாவது வீசி விளையாடுகிறார்களே, நீ மட்டும் ஏன் சும்மா இருக்கிறாய் இந்தா வீசு என்றுகூறி ஒரு புல்லுருவியைக் கொடுத்தான். சூதுவாதறியாக் குருட்டுத் தெய்வம். புல்லுருவியை அவன் மீது வீச, அதுபட்ட மாத்திரத்தில், பால்டர், பிணமானான். கடவுளர் கதறினர். மகனை இழந்த மகேசன், புரண்டழுதான். அனைவருக்கும் லாக் மீது சந்தேகம். அவனைப் பகிஷ்கரித்தனர். லாக்கும் ஓடிப்போய் குகை ஒன்றில் ஒளிந்துகொண்டான். தார்தேவன் அவனைக் கைது செய்து, ஒரு பெரும் பாறையில் கட்டிப் போட்டுவிட்டான். ஓடின் ஆணைப்படி, லாக்கின் முகத்தின்மீது, கடும் விஷம் சொட்டுச் சொட்டாக விழ, ஏற்பாடாகி இருந்தது, விஷத்துளி பட்டதும் லாக் துடிதுடிப்பான்; நெருப்பெனச் சுடும் விஷம் அது. இவ்வளவு கொடியவனான லாக்குக்கு ஒரு உத்தம பத்தினி இருந்தாள் - இந்தச் சாவித்திரி, சதா தன் பதியின் பக்கம் வீற்றிருந்து, விஷத்தை ஒரு கோப்பையில் பிடித்தபடி இருப்பாளாம் - கணவன்மீது விழாதபடி - கோப்பை நிரம்பியதும், விஷத்தைக் கீழே கொட்டிவிட்டு வரவேண்டுமல்லவா - அப்போது சில துளிகள் லாக்கின் முகத்திலே விழுமாம் - தாங்கமுடியாத வேதனையுடன் துடியாய்த் துடிப்பானாம், லாக்கின் துடிப்புத்தான், பூகம்பம்!! இப்படி ஒரு நம்பிக்கை இருந்தது ட்யூடானியருக்கு.

கலகமூட்டும் கடவுள் - காரிகை வடிவெடுக்கும் கடவுள் - புல்லுருவியால் சாகும் கடவுள் - பூனையைத் தூக்கமுடியாத கடவுள் - கொலை வேலை செய்யும் கடவுள் - கூந்தலைக் கத்தரிக்கும் கடவுள் - என்று இப்படிக் கதைகளைத் தீட்டி, அவைகளையே, ஆத்திகம் எனக்கொண்டு அல்லற்பட்டனர் ட்யூடன் மக்கள், அறிவுத்தெளிவு ஏற்படாமுன்பு. பிறகே கண்டனர் சித்தத்தில் எவ்வளவு பித்தம் இருந்தால், எத்தர்கள் கட்டிவிட்ட இந்தச் சொத்தைச் சேதிகளை கடவுளின் கதையாகக்கொண்டிருக்க முடிந்தது என்பதை - அருவருப்பு பிறந்தது - கேள்வி பிறந்தது - கண்டனம் கிளம்பிற்று - மதவாதிகள் கொக்கரித்தனர் -

முடி தரித்தோர் கொடுமை செய்து பார்த்தனர் - பகுத்தறிவு பணியவில்லை - தாக்கிற்று இத்தகு தகாத எண்ணங்களை - வெற்றியும் பெற்றது மிகுந்த கஷ்டத்துக்குப் பிறகு - அந்த வெற்றியின் பயனாக, லாக்தேவன், ஒரு மாஜி கடவுளானான்!

அசுரக் கூட்டத்தை அழித்தொழித்துக் கடவுளரை ரட்சிக்க, விஷத்தைக் கக்கும் நாலு புரவிகள் பூட்டப்பட்ட இரதத்தில் அமர்ந்தான் மெரோடாக். கையிலே கதை! உடல் முழுவதும் தீப்பிழம்பு! மின்னல் அவன் முன்னோடுவானாயிற்று. யாரையும் பிணைக்கும் மாயவலை ஒன்றை அனு தேவன் தந்தான். இவ்வளவு யுத்த சன்னத்துடன் மெரோடாக் கிளம்பினான். ஜய விஜயீபவ! என்று வாழ்த்தினர் கடவுளர். ஏழுவிதமான பெருங்காற்றை ஏவிய வண்ணம், மாவீரக் கடவுளாம் மெரோடக் சென்றான்.

14. மெரோடாக்

பாபிலோன் பிரபஞ்ச உற்பத்தி

"மாமா! அதென்ன, மினுக் மினுக்கென்று தெரிகிறதே."

"நட்சத்திரம்!"

"நட்சத்திரம்னா என்ன மாமா?"

"நட்சத்திரம்! பளபளன்னு இருக்கும்..."

"பளபளன்னு இருக்கு, மாமா! எனக்கும் தான் தெரியுது... அது என்னது? ஏன் அப்படி இருக்கு? மாமா! அது எங்கே இருக்கு? ஏன் இருக்கு?"

"சும்மா இருடா, தொண தொணன்னு பேசிண்டே இருக்கறே. அதுதான் நட்சத்திரம் - பள பளன்னு மின்னும் - மேலே இருக்கு..."

"போ, மாமா! அது என்னன்னு கேட்டா சொல்லத் தெரியல்லே, கோபம் வர்றது. இதோ பார், இந்த மாமாவைக் கேட்கறேன், அவர் நல்ல மாமா, சொல்லுவார், மாமா! பெரிய மாமா! நீ சொல்லேன் - அது என்னது?"

"எதைக் கேட்கிறேடா கண்ணா! ஓ! நட்சத்திரத்தையா?"

"ஆமாம், மாமா! அது என்னது? நட்சத்திரம்னா என்னா?"

"அதுவா! மேலே, சாமிகள் இருக்கேன்னோ..."

"சாமிகள் மேலேயா இருக்கு? இங்கே, கோயில்லே இருக்கே?"

"நெஜமான சாமிகளெல்லாம், மேலேதான் இருக்கு. அந்தச் சாமிகளெல்லாம், சுருட்டு பிடிக்கிறபோது, பளிச்சு பளிச்சுன்னு தெரியறது! இங்கே, சுருட்டு, சிகரட்டு, இதை பிடிக்கச்சே தெரியுதேனனோ, அதுபோல."

"சாமிகள் சுருட்டு பிடிக்கற நெருப்பா! இந்த மாமா சுத்த மக்கு! இது தெரியல்லே, கேட்டா கோபம் வர்றது! சாமிகளோட சுருட்டு நெருப்பு தான் நட்சத்திரம்."

சிறுவன் உண்மையிலேயே, களித்துக் கூத்தாடினான் - தன் வயதுச் சிறுவர்களிடமெல்லாம் சென்று கூறினான், கதை கட்டும் மாமா சொன்னதை! பல சிறுவர்கள், நட்சத்திரம், சாமிகள் சுருட்டு நெருப்பு என்று எண்ணினர் - பொய்தான் - என்றாலும், விவரமும் விளக்கமும் பெறமுடியாத வயதுள்ளவன், கேட்ட கேள்விக்கு, உண்மையான பதில் கூறினால், பயனில்லை, எனவே தந்திரமறிந்த 'மாமா', சிறுவனுக்காக, அவன் ஆவலை அடக்க, ஓரளவு அவனுக்குப் புரியக்கூடிய விதமாக, ஒரு பொய்யைக் கூறினார் - சிறுவன், தனக்கு நட்சத்திரம் என்றால் என்ன என்பது புரிந்துவிட்டது, என்று எண்ணிக் கொள்கிறான்.

எவ்வளவு காலம், இந்தப் பொய், சிறுவன் மனதிலே தங்கி இருக்க முடியும்? உண்மையை உணரும் உள்ள வளர்ச்சி ஏற்பட்ட பிறகு, 'மாமா' சொன்ன கதையையா நம்புவான்!

இப்படி 'மாமா' சொன்ன கதைகள் பலப்பல - நல்ல எண்ணத்தோடு சொல்லப்பட்ட கதைகளும் உண்டு, ஏமாற்றுவதற்காகவே சொன்னவைகளும் உண்டு.

மனித குலம், சிறுபிள்ளைப் பருவத்திலே இருந்தபோது, மனதிலே, இயற்கைக் காட்சிகளும் நிகழ்ச்சிகளும், கிளறிவிட்ட, சந்தேகங்களுக்கு, இப்படிப் பலப்பல கதைகள் கட்டவேண்டிய நிர்பந்தம் ஏற்பட்டது. அந்தக் கதைகளையே, நாளாவட்டத்தில், எத்தர்கள், தங்கள் சுய இலாபத்துக்காகச் சரக்கு ஆக்கிப் பிழைக்கலாயினர்! பிழைப்புக்குப் பொய்க் கதைகள் பயன்படவே, கதை கட்டுவோரின் தொகை வளர்ந்தது, கதைகள் பெருகின! ஒவ்வொரு, விளங்காப் பொருளுக்கும், புரியாத நிகழ்ச்சிக்கும், கதைகள் கட்டலாயினர்! கபடர்களிடம், இந்தக் 'கதைகள்' சிக்கியதால், நாளாவட்டத்தில், கள்ளனிடமுள்ள கன்னக்கோல் போலாகிவிட்டன இந்தக் கதைகள்.

அறிவுத் தெளிவு ஏற்பட ஏற்பட, கதைகளை நம்ப மறுக்கும் மனப்பக்குவமும், ஏமாற்றுக்காரரின் பிழைக்கும் வழி இது

என்ற அறிவும் மேலோங்கிடவே, கதைகள் சீந்துவாரற்றுப் போயின - இங்கு அல்ல! உலகிலே மற்ற நாடுகளில் - உள்ளத்தை வளமாக்கிக்கொண்ட நாடுகளிலே! - இங்கோ - கட்டிவிடப்பட்ட கதைகளைக் கேட்டுக் கைகொட்டிச் சிரிப்பவர்களைக் கண்டிக்கும் மேதைகள் ஏராளம்!

நம்பமறுக்கிறாயா நாத்திகனே!

நம்ப முடியவில்லையோ, பெரிய ஞானஸ்தனோ?

உனக்குப் புரியவில்லை அந்த மகிமை - மந்தமதி - பாபம் கவ்விக்கொண்டிருக்கிறது - அஞ்ஞானி!

கதைதான் - ஆனால் வெறும் கதை அல்ல - அரிய பெரிய தேவ இரகசியங்களை விளக்க வேண்டும் என்பதற்காக, தவச் சிரேஷ்டர்கள் தந்தருளிய, தத்துவார்த்த விசேஷம் நிறைந்த கதைகள் - பாவீ! அவைகளை எள்ளி நகையாடாதே!

கதைகள்! ஆமாம், அவைகளை அப்படியே கவனித்து. இதற்கு என்ன பொருள், அதற்கு என்ன விளக்கம், இது நடக்கக்கூடியதா! என்றெல்லாம் கேள்விகளைக் கேட்டால், நிச்சயமாக மனக் குழப்பம் தான் ஏற்படும். மனிதனுடைய வாழ்வு மேம்பாடு அடைவதற்காக, அருமையான பாடங்கள், நீதிகள், அந்தக் கதைகள் மூலம் கிடைக்கின்றன! கதைகளை நம்ப மறுக்கலாம் - கதைகளை விட்டுத்தள்ளு - ஆனால், அந்த நீதிகள்! அவைகளை இழப்பதா - நீசத்தனமல்லவா இது!

இதுபோல, பலப்பல படிகள் உண்டு, பழமைக்காகப் பரிந்து பேசுபவர்களின், வாதங்களில்! பழைய கதைகளை விட மறுக்கும் போக்கைத்தான் இவ்வளவு வகையான வாதங்களும் ஏற்படுத்துகின்றன!

விளக்கம் கிடைக்காத நாட்களில், விசித்திரமாகத் தோன்றிய நிகழ்ச்சிகளுக்கும் பொருள்களுக்கும், தரப்பட்ட கதைகள், புராணச் சரக்குகள் என்று வெறுத்துத் தள்ளும், அறிவுத் தெளிவும், மனத் துணிவும், இங்கு ஏற்படவில்லை, பெரும்பாலான மக்களுக்கு! எனவேதான், பிரபஞ்ச உற்பத்தி, வளர்ச்சி ஆகியவை பற்றி, அன்று கட்டிவிடப்பட்ட அர்த்தமற்ற கதைகளையே இன்றும் நம்பிக்கொண்டிருக்கிறார்கள் - அந்த நம்பிக்கையே ஆத்தீகம் என்றும் பேசுகிறார்கள் - அந்த நம்பிக்கையை அடிப்படையாகக் கொண்டே, பூஜை, சடங்கு, திருவிழா, ஆகியவைகளை

அமைத்துக்கொண்டு, பொருளையும் அறிவையும், நேரத்தையும் பாழாக்கிக் கொள்கிறார்கள் - பாரத்வர்ஷத்தில்!!

பிரபஞ்ச உற்பத்தி பற்றிய விளக்கம், எளிதிலே கிடைக்கக்கூடியதல்ல - அறிவாற்றலும் ஆராய்ச்சியும் படிப்படியாக வளர்ந்து, இன்று 'பிரபஞ்ச விளக்கம்' கிடைத்திருக்கிறது, விஞ்ஞானத்தின் துணையினால். இந்த விளக்கம் கிடைக்காதபோது, நட்சத்திரத்துக்கு தந்திரக்கார 'மாமா' கேள்வி கேட்கும் சிறுவனுக்காகக் கட்டிவிட்ட கதை போல, பல கதைகள், ஒவ்வொரு நாட்டிலும் கட்டி விடப்பட்டன - பூஜாரிக் கூட்டம் இந்தக் கதைகளைப் பயன்படுத்தி மக்களை ஆட்டிப் படைத்தன!

ட்யூடன் மக்கள், பிரபஞ்சம் உண்டானதற்கு ஒரு கதையை நம்பி வந்தனர் - அதற்குத் தக்கபடி, பூஜைகள் வகுத்துக்கொண்டனர்.

பாபிலோன் நாட்டிலே பிரபஞ்ச உற்பத்திக்கு, மற்றோர் வகையான கதை கட்டிவிடப்பட்டது.

இந்தக் கதையிலும் ட்யூடன் நாட்டுக்கதை போலவே, முதலில் சூன்யம்தான்! விண் இல்லை - மண் இல்லை - தேவர் இல்லை - மாந்தர் இல்லை! சூரியனோ சந்திரனோ கிடையாது - எங்கும் கடல் மயம்! இந்தக் கடலின் எல்லை, யாருமறியார்! ஆழ்கடலின் அடியே ஆதிக் கடவுள், இருந்தார் - அவர் திருநாமம், அப்சூ!

ஏதுமற்ற நிலை தான் - ஆழ்கடலினடியிலே தான் வாசம், எனினும் அப்சூ தேவன், டியாமட் என்ற தேவியை மட்டும் துணையாகப் பெற்றிருந்தார். வேறு பொருள் இல்லை - நெடுங்காலம்!

பிறகு, இந்தப் பெருங்கடல், குழம்பலாயிற்று - கொந்தளிப்பு ஏற்பட்டது! ஏன்? அது தேவ இரகசியம்! கேட்பது, பாபம்! நம்பவேண்டும், அது தான் ஆத்தீகம். பெருங்கடல் கொந்தளித்தது, லச்மு, லச்சாமூ எனும் இரு கடவுளர் வெளிக் கிளம்பினர், ஆழாழியினின்றும்! லச்மு, தேவன்! லச்சாமூ, தேவி! ஜோடி!! மீண்டும் ஆழாழி துயிலில் ஈடுபட்டது, நெடுங்காலம்! பிறகு, மற்றோர் கடவுள் ஜோடி கிளம்பிற்று - அன்ஷார் தேவன், கிஷார் தேவி! மீண்டும் உறக்கம் - பிறகு, அனு தேவனும் அனடு தேவியும் கிளம்பினர்! கடைசியாகக் கிளம்பினார், வல்லமைமிக்க ஈயா தேவன்! இவர், தேவி வேண்டாம் என்பாரா? இவருக்குத் தேவி தான், டாம்கீன் என்ற பெண் தெய்வம்! இந்தக் கடவுளிடம், பெல் எனும் பிள்ளை பிறந்தான் - பிறந்தவன், பல காரியங்களைக் கவனிக்கத் தொடங்கினான் - மனித குலத்தை உற்பத்தி செய்யத்

தொடங்கினான் - பெல், ஏறத்தாழ நமது புராணீகன் கூறும் பிரமன் போல!

பாபிலோன் பிரமனான பெல் தேவனுடைய போக்கும் நடவடிக்கையும், ஆழாழி அடியிலே இருந்த அப்சூவுக்குப் பிடிக்கவில்லை. மேலும் ஈயா தேவனின் பராக்கிரமமும் செல்வாக்கும் வளருவது கண்டு, ஏதும் செய்யாது எல்லையற்ற பெருங்கடலின் அடித்தட்டிலே இருந்து வந்த அப்சூ தேவனுக்குப் பொறாமை மூண்டது! ஆமாம், கடவுளுக்குத் தான், பொறாமை! உடனே, தன் மைந்தனாம் மம்மு தேவனை அழைத்துக்கொண்டு, டியாமட் தேவியிடம் சென்று முறையிடுகிறான், அப்சூ! சிரிக்கிறீர்களா! ஆமாம், பாபிலோன் புராணமல்லவா, சிரிப்புத்தான் ஏற்படும்! எந்த நாட்டு அறிவாளியும், சிரிக்கத்தான் செய்வார்கள் இந்தக் கதை கேட்டு! பாபிலோன் நாட்டவரே, கைக் கொட்டித்தான் சிரித்தனர், அறிவு பிறந்ததும். அங்கும் அறிவு மேலோங்கியுள்ள எங்கும், இன்று இப்படிப்பட்ட கதைகளை, நம்பத்தான் மாட்டார்கள்! ஆகவே நீங்கள் பாபிலோன் புராணம் கேட்டுச் சிரிப்பதிலே தவறு இல்லை. ஆனால், சிரித்தது போதும், தயவுசெய்து, நமது புராணங்களை நினைவிற்குக் கொண்டு வாருங்கள்.

அந்த அசுரர்களின் தொல்லையைத் தாங்கமாட்டாமல் தேவேந்திரனானவன், தேவர்களை அழைத்துக்கொண்டு திருப்பாற்கடலிலே ஆதிசேஷன் மீது சயனித்துக்கொண்டிருந்த அரிபரந்தாமனிடம் சென்று, அடியற்ற நெடும்பனை போல வீழ்ந்து, ஸ்ரீமன் நாராயணமூர்த்தி! லட்சுமீ சமேதா! பாஞ்சசன்யா! தேவேந்திரன் சாஷ்டாங்க நமஸ்காரம் செய்கிறேன். பாபிகளான அசுரர்கள் செய்யும் இம்சையை அடியேனால் தாங்கமுடியவில்லை, அவர்களைச் சம்ஹரிக்கும் சக்தி, சக்ரதாரியான தங்களுக்கே உண்டு, ஆபத்பாந்தவா! அனாதாட்சகா! அடியேன்மீது கிருபை பாலித்து, இப்போதே அசுரர்களைத் துவம்சம் செய்து, தேவலோகத்தை ரட்சிக்க வேண்டும் - பாபிலோன் அல்ல - நமது ஊர் பஜனைக் கோயில் புராணீகன் படிக்கிறான் - இன்றும் சிரிக்கிறீர்களா! பாபமல்லவா! அதோ, தேவேந்திரனுடைய அவதியைத் துடைக்க, அரிபரந்தாமன் எழுந்தருளுவதற்கு முன்பே, அதை இராகபாவத்துடன் எடுத்துக் கூறிய புராணீகன், தன் அலுப்பைப் போக்கிக் கொள்ள, பால் சாப்பிடுகிறான் - தெரிகிறதா / பார்-அட்-லா பார்த்தசாரதி முதலியாரின் பார்யாள்' தந்த தர்மம் - அந்தப் பால்! இன்று! பாபிலோனியா தன் பழங்கதையை பித்துப்பிள்ளை விளையாட்டு என ஒதுக்கிப் பல

நூறு ஆண்டுகளாகிவிட்டன - நமது நாட்டிலோ, புராணம் இன்றும், பாராயணம் செய்யப்பட்டு வருகிறது. பகுத்தறிவு பாபமாகக் கருதப்படுகிறது! பழைய புராணம், பஞ்சாமிர்தமாக இனிக்கிறது! கேள்வி கேட்டால், புருவத்தை நெறிப்பா! விளக்கம் கேட்பவன், விதண்டாவாதி என்று தூற்றப்படுகிறான். நம்ப மறுப்பவனை, நையாண்டி செய்பவனை, நாத்தீகன் என்று, ஊரார்கூட அல்ல, அவன் வீட்டாரே, ஏசுவர்! இங்கு இன்றுள்ள நிலையில், பாபிலோன், பன்னெடுங்காலத்துக்கு முன்பு இருந்தபோது பிரபஞ்ச உற்பத்திக்காக, பூஜாரிக் கூட்டம் கட்டிய கதையை, அறிவு பிறந்ததும் எட்டி என்று எடுத்தெறிந்துவிட்டனர். அறிவு அரும்பா முன்னர் அந்நாட்டு மக்கள் நம்பிய கதை இது.

தன்னிடம் வந்து முறையிட்ட தேவர்களை நோக்கி, டியாமட் தேவி, "ஆமாம்! ஆழாழியின் அமைதியும் கெடுகிறது, ஈயா தேவனின் செயலால்! அவனை அழித்திடத்தான் வேண்டும். அதற்கு என்ன செய்வது, கூறுமின்!" என்று கேட்க, இந்த மந்திராலோசனை முழுவதையும் தந்திரமாகக் கேட்டுக்கொண்டிருந்த ஈயா தேவன் தன் பராக்கிரமத்தால், அப்சூ, மம்மூ இருவரையும் சிறைப் படுத்திவிட்டான்.

பற்களை நறநறவெனக் கடித்தபடி, டியாமட் தேவி, கிங்கு தேவனை அழைத்து, "போர்! போர்! இனி அந்த ஈயாக் கும்பலுடன் போர்!" என்று உத்திரவு பிறப்பிக்க, இரு தரப்பும் படை திரட்டலாயின, பாபிலோன் தேவாசுர யுத்தம்! ஈயா தேவனும் அவனைச் சார்ந்தவர்களும் தேவர்கள் / டியாமட் கூட்டம் அசுரர்!

டியாமட்டால் தூண்டி விடப்பட்ட கிங்கு, பாம்பு மனிதன், தேள் மனிதன், பறவை மனிதன், என்பன போன்ற பதினோரு வகையான - ராட்சதர்களை உண்டாக்கினான்! மேலும், கிங்குவின் மார்பகத்திலே, டியாமட் தேவி, விதிப் பலகையைப் பதித்துவிட்டாள்! அதாவது, கடவுள்களின் விதியையும் நிர்ணயிக்கும் சக்தி, கிங்குவுக்குக் கிடைத்து விட்டது. இதை அறிந்த ஈயா தேவன், கோவெனக் கதறினான், பல நாட்கள். வந்ததே விபத்து! வழி தெரியக் காணோமே! - என்று புலம்பினான், வல்லமை மிக்க ஈயா தேவன்!

இதற்கு என்ன செய்வது என்று கலந்தாலோசிக்க, ஈயா தேவன், அன்ஷார் தேவனிடம் சென்றான். "ஆமடா மகனே! ஆபத்து தான் - தாங்கமுடியாத ஆபத்து தான். இதற்கு என் செய்வது" என்று கூறி, அன்ஷார் தேவனும் அழுதுவிட்டு, பிறகு தன் மைந்தன் அனு தேவனை அழைத்து, "மகனே! கோபமிகுதியால்

நம்மைக் கூண்டோடு அழித்துவிடக் கிளம்பியுள்ள டியாமட் தேவியிடம் சென்று, சமரசம் பேசி, நமக்கு வர இருக்கும் அழிவைத் தடுத்திடுவாய்" என்று வேண்ட, அனுதேவன், தந்தை சொல்லைத் தலைமேற்கொண்டு, சென்றான். ஆனால், டியாமட் தேவியை நெருங்க முடியவில்லை - பிறகு, அதே திருப்பணிக்கு டியா தேவன் சென்றான் - பலன் இல்லை - பீதியுடன் திரும்பிவிட்டான்.

யோசித்தான் அன்ஷார் தேவன். யோசனை உதித்தது. உடனே டியா தேவனுடைய திருக்குமாரன் மெரோடாக் என்பானை அழைத்து, இந்தக் காரியத்தைச் செய்யும்படி கேட்டான். நமது புராணம் சிலவற்றிலே, சிவனுக்கு இல்லாத சக்தி முருகனுக்கு உண்டு என்று குறிக்கப்பட்டிருப்பது போல, இந்தப் பாபிலோன் கதை.

மெரோடாக் பலசாலி மட்டுமல்ல, யூகமுள்ள தேவன். எனவே, “சரி! இந்தச் சம்ஹார காரியத்தை நான் செய்து முடித்தால், சன்மானம் என்ன தரப்படும்" என்று பேரம் பேசலானான். “என்ன வேண்டுமானால் கேள்!" என்றனர், மற்ற கடவுள்கள். “அங்ஙனமாயின், இனி, நானே எல்லாக் கடவுள்களுக்கும் மேலானவன் என்று அனைவரும் ஏற்றுக் கொள்வதானால், நான் அசுரக் கூட்டத்தை அழித்தொழித்து, கடவுளரை ரட்சிப்பேன்" என்றான் மெரோடாக். மற்ற கடவுள்கள் இசைந்தனர். கடவுளரின் மணிமண்டபத்திலே இந்த வைபவம் நடைபெற்றன பிறகு, விஷத்தைக் கக்கும் நாலு புரவிகள் பூட்டப்பட்ட இரதத்தில் அமர்ந்தான் தேவதேவன். கையிலே கதை! உடல் முழுவதும் தீப்பிழம்பு! மின்னல் அவன் முன்னோடுவோனாயிற்று. யாரையும் பிணைக்கும் மாயவலை ஒன்றை அனு தேவன் தந்தான். இவ்வளவு யுத்த சன்னத்துடன், மெரோடாக் கிளம்பினான். ஜய விஜயீபவ!' என்று வாழ்த்தினர் கடவுளர். ஏழு விதமான பெருங்காற்றை ஏவிய வண்ணம், மாவீரக் கடவுளாம் மெரோடாக் சென்றான்.

அவன் வருகை கண்டு டியாமட் தேவி, தன் வாயைத் திறந்தாள், ஆச்சரியத்தால்! வாய் என்றால், சாமான்யமானது அல்ல! அதன் அகலம் ஏழு மைல்! இதுதான் சமயமென, ஏழு காற்றையும் டியாமட்டின் வாயில் புகச் செய்தான் பாபிலோன் முருகன்! என் செய்வாள் ராட்சசி! வாய் மூட முடியவில்லை! காற்று குடைகிறது! எடுத்தான் கதாயுதத்தை! கொடுத்தான் பலமான ஓர் அடி! கீழே வீழ்ந்தாள் பிணமாக!! சம்ஹாரமூர்த்தி, கிங்குவைச் சிறைப்படுத்தி, அவன் மார்பகத்தே இருந்த, விதிப் பலகையை எடுத்துக்கொண்டான். அனுதேவன் தந்த மாயவலையை வீசி,

மற்ற அசுரர்களைப் பிடித்தான் - சிறையில் அடைத்தான் - டியாமட்டின் உடலை இரு கூராக்கினான் - ஒன்று விண், மற்றொன்று மண்ணுலகு! முருகன், சூரபதுமனைக் கொன்றதும் ஒரு பகுதி கோழி, மறுபகுதி மயில் ஆக மாறினது என்பார்களே நமது புராணீகர்கள், அதுபோல! பாபிலோனில், சூரசம்மாரத் திருவிழா இன்று கிடையாது - கந்தபுராணம் கிடைக்காது - பூஜைகள் கிடையாது மெரோடாக் தேவனுக்கு - தேவாலயம் கிடையாது, தேவதேவனுக்கு! ஏழு காற்றுக்குத் தத்துவார்த்தமும், பதினோறு இராட்சதர்களுக்குத் தத்துவார்த்தமும் கூறிடும், நாவாணிபர்கள் கிடையாது! குக்குடக் கொடியோய் போற்றி! சூரனை வென்றோய் போற்றி! என்று இங்கு இன்றும் பாடிடும் பக்தர்கள் - பாமரர் கூட்டத்திலே மட்டுமல்ல - ஹைகோர்ட் ஜட்ஜு எனும் நிலைக்குச் சென்றவர்களும் இருந்திடக் காண்கிறோம். பாபிலோன் புராணம், சூரசம்ஹாரத்தைவிட, பயங்கரமான ஒரு போரில், அதிபலசாலியான தேவன், தந்தையைக் காத்த தேவன், வென்றான் என்று கூறுகிறது - எனினும், குருட்டறிவின்போது, கட்டப்பட்ட, கருத்தற்ற, கவைக்கு உதவாத கதை இது என்று அங்குத் தள்ளிவிட்டனர். மெரோடாக் மாஜி கடவுளானான்! மெரோடாக், கடவுளாக இருந்தபோது, கோலாகலமான வாழ்வுதான், அழகழகான ஆலயங்கள் உண்டு, அபிஷேகம் ஆராதனை உண்டு, அர்ச்சனையும் உண்டு, இங்கு இன்றும், 'சஹஸ்ரநாம அர்ச்சனை' என்று செய்யப்படுகிறதல்லவா, இருட்டறிவிலே பாபிலோன் இருந்தபோது, பூஜாரிக் கூட்டத்தின் புரட்டுரையைப் புண்ய கதை என்று நம்பிக்கிடந்த பாமரர், மெரோடாக் தேவனை, 51 திருநாமங்களால் அர்ச்சிப்பராம்!

மயிலேறுவோய் போற்றி!

வள்ளி மணாளா போற்றி!

சூர சம்மாரா போற்றி!

தந்தைக் குபதேசித்தோனே போற்றி!

என்று, இதோ இங்கு அர்ச்சனை நடைபெறுகிறது. பாபிலோனில், மெரோடாக், மாஜி கடவுளானான் - மதி வென்றது, மருள் அழிந்தது! அறிவு ஆட்சி செய்கிறது, அஞ்ஞானம் அழிந்து பட்டது! பூஜாரிப் புரட்டு விரட்டப்பட்டு விட்டது - மெரோடாக் மாஜி கடவுளாக்கப்பட்டான்!

பாபிலோனியா நாட்டு முழுமுதற்கடவுள் பெயர் ஈயா! வடிவம், மீன்! எரிடு எனும் திருத்தலத்தில், ஈயா கடவுளுக்கு, அற்புதமான ஆலயம் கட்டி, விதவிதமான விழா நடத்தி, பாபிலோனியா மக்கள், தொழுது வந்தனர் ஈயா சாவ ரட்சகன் – சர்வ வல்லமை பொருந்தியவன்! கடலிலேதான் அந்தக் கடவுள் வாசம் செய்து வந்தார்! அண்ட பிண்ட சராசரத்தையும், ஆதி மனிதனையும் அவர்தான் ஆக்குவித்தார் என்ற ஆழ்ந்த நம்பிக்கை கொண்ட பாபிலோனியா நாட்டு மக்கள், இந்த மச்சாவதாரத்துக்கு மகோன்னதமான ஆலயம் கட்டிக் கொண்டாடினர்.

15. மச்சாவதாரம்

மச்சாவதாரம்! இங்கு இன்றும், பகவான் விஷ்ணு மச்சாவதாரம் எடுத்த மகிமையைப் பற்றிப் பேசுபவர்களும், வந்தனை வழிபாட்டுக்கு உரியதாக மச்சாவதாரத்தைக் கொள்பவர்களும், ஏராளமாக உள்ளனர். ஆண்டவன் மீனாவானேன் - இதென்ன கேலிக்கூத்து, என்று கூறினாலோ, இங்குப் பக்தர்களின் முகத்திலே எள்ளும் கொள்ளும் வெடிக்கும், "ஏடா! மூடா! எம்பெருமானின் தசாவதாரத்திலே ஒன்று மச்சாவதாரம் என்பதையும், மகா மகத்துவம் வாய்ந்தது என்பதையும், நாலு வேதங்களையும் ரட்சிக்கவே மச்சாவதாரம் எடுத்தார், துளசி மாலையோன் என்பதையும், அறிவாயா! அறிவிலி! இந்த அவதாரங்களிலே புதைந்து கிடக்கும் இரகசியத்தை உணரும் மனப்பக்குவம் உனக்கு உண்டோ?" என்று புராணீகர்கள் ஏசுவர். ஏதோ ஒரு காலத்திலே, இயற்கை நிகழ்ச்சிகளுக்கு விளக்கம் கிடைக்காமல், மனித குலம் மருட்சியுடன் இருந்தபோது, வளமான மூளைகளிலிருந்து கிளம்பின எண்ணங்கள் தானே இந்த அவதாரக் கதைகள்! என்று எவரேனும் வாதிட முனைந்தாலோ, வைதீக நெறியினர், விழியை வாளாக்கி விடுவர்! அவ்வளவு அசைக்க முடியாத அளவிலும், தன்மையிலும், அறியாமை, பாறையாகிக் கிடக்கிறது.

மற்றும் சிலர், மதியிலே சிறிது தெளிவும், மனதிலே மிகுதியான சூதும் நிறைந்தவர்கள், "மச்சாவதாரம் எடுத்தாரா பகவான் இல்லையா, என்பது கிடக்கட்டும், மச்சாவதாரம் என்பது உண்மையா, அல்லது உயரிய தத்துவார்த்தத்தை உணர்த்த 'ஞானஸ்தான'

தயாரித்த விளக்கக் கதையா என்பதுகூடக் கிடக்கட்டும், எங்கும் கடல் மயம் - எவை மனிதகுல மேம்பாட்டுக்கு உயிரோ, அந்த வேதங்கள் காப்பாற்றப்படவேண்டும் என்ற நெருக்கடியான நிலைமை - அந்த நெருக்கடியைத் தீர்க்க, ஆண்டவன், ஆனையாக வடிவெடுத்தால் முடியுமோ, சிங்கமானால் சிக்கல் தீருமோ, புலியாக மாறினால் தீருமோ, - முடியாதல்லவா! ஆகவேதான் மச்சமாக, மீனாக, வடிவெடுத்தார் என்று, எவ்வளவு அழகிய, அறிவு செறிந்த கற்பனையுடன், கதை தீட்டினர். பண்டு வாழ்ந்த, பரமனருள் பெற்றோர்! பண்டைப் பெருமையை அறியாதானே! இந்த மனவளம், கற்பனைத் திறம், நம் நாட்டு சிரேஷ்டர்களிடம் காண முடியுமே தவிர, வேறு எந்த நாட்டிலேனும் இத்தகு, கற்பனை அலங்காரத் திறமை கொண்டவர்கள் உண்டோ?" - என்று கேட்பர் - தமது மேதாவித்தனமும் நிலைக்கும், பழைய முறையும் பிழைக்கும் என்ற நம்பிக்கையுடன்.

மச்சாவதாரம்! - என்பது அவர்கள் கூறுவதுபோல, மனவளமும் மார்க்கத்தெளிவும், கற்பனைத் திறமும் கலை ரசனையும், கொண்ட நமது நாட்டுப் புராணீகர்களின் பிரத்யேகச் சரக்கு - அவனியில் இதுபோல வேறெங்கும் கற்பனைத்திறம் காட்டப்பட்டதில்லை, என்று ஆராய்ச்சியாளர் எவரும் துணிந்து கூறார். ஏனெனில், மனித குலம் துள்ளி விளையாடும் பிள்ளைப் பருவத்தில் இருந்தபோது, பல்வேறு நாடுகளிலே இதுபோன்ற கதைகளைத்தான் கட்டி வைத்தனர் - இது போன்ற கடவுள்களைத்தான் தொழுது வந்தனர்.

மச்சாவதாரம் - இங்கு மகாவிஷ்ணு மட்டும் தான் எடுத்தார் என்று எண்ணிவிடாதீர்கள்.

பாபிலோனியா நாட்டுப் புராணீகன், உலக மகா பிரளயத்தை வர்ணிக்கிறான். இங்கு, நம் நாட்டுப் புராணீகன் சித்தரிப்பது போலவே - அது மட்டுமல்ல - பாபிலோனியாவிலேயும், ஆண்டவன் மச்சாவதாரம் எடுத்தார் என்று கூறுகிறான்.

பாபிலோனியா நாட்டு முழுமுதற் கடவுள் ஈயா! வடிவம், மீன்! எரிடு எனும் திருத்தலத்தில், ஈயா கடவுளுக்கு, அற்புதமான ஆலயம் கட்டி, விதவிதமான விழா நடத்தி, பாபிலோனியா மக்கள், தொழுது வந்தனர். புதைபொருள் ஆராய்ச்சியாளர்கள், ஈயா கோயிலின் கலனான பகுதிகளைக்கூடக் கண்டறிந்து கூறியுள்ளனர். ஈயா, சர்வ ரட்சகன் - சர்வ வல்லமை பொருந்தியவன்! கடலிலே தான் அந்தக் கடவுள் வாசம் செய்துவந்தார்! ஒவ்வொரு நாளும் கரை வருவார், மக்களை அழைப்பார், அவர்களுக்கு அறிவூட்டி, அருங்கலைகளைக் கற்றுக் கொடுத்து வந்தார்.

பயிர்த்தொழில் முதற்கொண்டு பானை சட்டி செய்யும் தொழில் வரையிலே, மீன் தேவன், கற்றுக் கொடுத்தார்! பாபிலோனியா நாட்டு மச்சக் கடவுள் தான், சட்டம் வகுத்துத் தந்தார். சகல அறிவும், அவரிடமிருந்தே மக்களுக்குக் கிடைத்தது! அண்ட பிண்ட சராசரத்தையும், ஆதி மனிதனையும் அவர் தான் ஆக்குவித்தார் - ஆழ்ந்த நம்பிக்கை கொண்ட பாபிலோனியா நாட்டு மக்கள், இந்த மச்சாவதாரத்துக்கு மகோன்னதமான ஆலயம் கட்டிக் கொண்டாடி வந்தனர். சலவைக் கல்லால் கோயிற் படிக்கட்டுகள், சர்வேஸ்வரன் ஈயாவுக்கு! மச்சாவதாரத்துக்கு இங்கு உள்ளதைவிட, மகிமை அதிகமாகவே இருந்தது, பாபிலோனியாவில்! ஆனால், எதுவரையில்? உண்மை அறிவு பிறக்கும் வரையில்! அறிவுக் கதிர் கிளம்பிற்று, ஈயா விடை பெற்றுக்கொண்டார் - மாஜி கடவுளானார்! ஆராயும் திறன் பிறந்தது, அர்த்தமற்ற கதையை அந்த நாட்டு மக்கள் மறந்தனர்! இன்று, பாபிலோனியாவிலே, மச்சாவதாரத்தைப்பற்றிப் பேசிப் பூஜித்திட, பித்தரும் முன் வருவதில்லை. மனித குலத்தின் மனமருளின் விளைவுகளிலே ஒன்று இந்த விசித்திரத் தேவன் என்று கூறுவர் அறிஞர்கள். உண்மைக் கடவுள் நெறியை அறிந்ததும், அந்த மக்கள், உதவாக்கரைகள் கட்டிவிட்ட, அர்த்தமற்ற கதைகளிலே காட்டப்படும் கடவுளரைத் தொழ மறுத்தனர்! பிரபஞ்ச உற்பத்தி, தொழில் வளர்ச்சி ஆகியவை பற்றி, தெளிவான கருத்து கிடைத்ததும், ஏமாளிகள் நம்புவதற்காக எத்தர்கள் தீட்டிய, பழைய கதைகளைத் தூக்கி எறிந்தனர்! அங்கு! ஆனால் இங்கு? இன்று கூட, மச்சாவதாரத்தை நம்பியாகவேண்டும், அவனே ஆத்தீகன், நம்ப மறுப்பவன் நாத்திகன், என்றல்லவா பேசுகின்றனர் - பாமரர் மட்டுமல்லவே, படித்தவர்கள் என்ற பட்டயத்தைச் சுமந்து திரிபவர் பலரும்கூட அல்லவா பேசுகின்றனர்! பாபிலோனியா, தனது மச்சாவதாரத்தை, அழுகிய பொருள் என்று தூக்கி எறிந்துவிட்டது - பாரத் வர்ஷமோ, இன்றும், தன் மச்சாவதாரத்தை மறக்க மறுக்கிறது. பாபிலோனியாவில், மச்சாவதாரம், மாஜி கடவுளாகிவிட்டது - இங்கோ, மீன் இலாக்காவைப் பற்றிப் பேசும் அமைச்சர், முதலில், மச்சாவதார மான்மியத்தைப் பற்றிய புராணமல்லவா பேசுகிறார்!

எந்த நாட்டிலேயும் தெளிவு பிறக்காத காலத்திலே, கடவுள் கூட்டம், இதுபோலத்தான் இருந்து வந்தது!

இங்கு, புராணீகன் கூறுகிறான் இந்திரன், மாறுவான் அடிக்கடி, அதாவது புண்ய பலனாக யார் வேண்டுமானாலும் இந்திரன் ஆகலாம், அவ்விதம் பல இந்திரன்கள் ஏற்பட்டனர் - ஆனால், இந்திரன் பலர் மாறி மாறித் தோன்றினாலும், இந்திராணி மட்டும்,

ஒரே அம்மைதான் - அதாவது, கலெக்டர் மாறுவார். இப்போது புன்னைவனநாதர் இருக்கிறார், சென்ற மாதம் புவனகிரி முதலியார் இருந்தார், அதற்கு முன்பு அப்துல் லத்தீப் இருந்தார், இப்படி கலெக்டர்கள் பலர் மாறிமாறி வந்தனர். என்றபோதிலும், கலெக்டர் ஆபீஸ் நாற்காலி, முன்பு இருந்தது தான் இப்போதும், கலெக்டர் லத்தீப் உட்கார்ந்து வேலை பார்த்த அதே நாற்காலியில் தான் புன்னைவனநாதர் இப்போது உட்கார்ந்திருக்கிறார் என்பதுபோல - இந்திரன் ஆக யார் வந்தாலும், அவனுக்கு மனைவியாக இருக்கும் திருப்பணி புரிய ஒரே ஒரு இந்திராணி தான்! இதேபோலப் பாபி லோனியாவில், ஆண் கடவுள்கள் ஆண்டுதோறும் கூட இறந்து படுவதுண்டு - ஆனால் பெண் தெய்வங்கள், இறவா வரம் பெற்றவை! என்று புராணம் கூறுகிறது. கடவுள் ஒன்று, என்பது இன்றுள்ள அறிவு! கடவுள் பல, அன்று இருந்த எண்ணம், ஏற்பாடு அவ்விதம்! கடவுள் பல என்பது மட்டுமல்ல, ஆண் கடவுள் பெண் கடவுள் என இருவகை! சாகும் கடவுள் உண்டு, சாகாக் கடவுள் உண்டு! இப்படி பாபிலோன் புராணம் இருந்தது. புத்தறிவு பிறந்ததும், கடவுள்கள் என்ற சொல்லே, கடவுளை அறியாதானின் பேச்சு, என்ற எண்ணம் வெற்றி கொண்டது. விளக்கமறியாதாரின் வெட்டிப் பேச்சு, கடவுள்களை நடமாட விட்டன என்ற நல்லறிவு பிறந்தது! கடவுள்கள் என்று கூறினாலே கைகொட்டிச் சிரிக்கலாயினர், கருத்துத் தெளிவு பெற்றோர்! இனி நமக்கு வேலையில்லை, என்று கண்டுகொண்டதாலோ என்னவோ, பாபிலோனியக் கடவுள்கள், மாஜிகளாயின! கோயில்களிலே கொலுவீற்றிருந்து கொண்டு கோலாகலமான வாழ்க்கை நடத்திவந்த கடவுள்கள், மாஜிகளாயின!

கோல்கொண்டோரும் வேல்கொண்டோரும், தாள் பணியவும், நரபலியிலிருந்து நவரத்ன ஆபரணம் வரையிலே பக்தர்கள் காணிக்கை செலுத்தவும், புலவர்கள் பாடவும், பூஜாரிகள் ஆடவும், அளவற்ற கீர்த்தியுடன், ஆலயங்களிலே அரசோச்சி வந்த கடவுள்களெல்லாம், மாஜிகளாயின! தத்துவார்த்தம் பேசி, அந்தக் கடவுள்களை யாரும் இன்று வழிபடுவதில்லை! காவியமெருகு தரப்பட்டிருக்கிறது, எனவே கருத்தற்றது எனினும், இதனைத் தள்ளிடல் தீது, என்று பேசுவார் அங்கெலாம் இல்லை! காகமாயிரம் கூடினும் ஓர் கல்லின் முன் எதிர் நிற்குமோ என்றபடி ஆகிவிட்டது அங்கு! இங்கு? புதிதாகத் தந்தாலும், பத்தோடு பதினொன்றாகச் சேர்த்துக்கொள்ளச் சித்தமாக உள்ள பக்தர்களல்லவா உள்ளனர்! தங்கத்தால் கழலணி செய்தான் பிறகும், இரும்பு வளையத்தைக் காலிலிருந்து கழற்ற மறுப்பது மதியீனம் என்று தானே, எவரும்

கூறுவர்! கண் இரண்டு இருந்தால் மட்டும் போதாது, பக்கத்திலே ஒரு புண் இருந்தாக வேண்டும் என்று கருதி, முகத்தைக் கூர்வாள் கொண்டு குத்திக் கொள்பவன் பித்தன் தானே! பட்டாடை அணிந்து, அதன் மேல், மரப் பட்டையையும் அணிபவரை, என்னென்று கூறுவது. ஆண்டவன் அருளின் இருப்பிடம், அன்பின் பிறப்பிடம், ஒருவனே தேவன், என்ற உண்மை நெறியையும் பேசிக்கொண்டு, மச்சம், வராகம், கூர்மம், ஆகியவைகளையும் விடமுடியாது, என்று பிடிவாதம் பேசுபவர்களை, உண்மை ஆத்தீகர் என்று எப்படிக் கூறமுடியும்! மற்ற நாடுகளிலே ஆபாசமும் அர்த்தமற்ற தன்மையும் கொண்ட கற்பனைக் கடவுள்கள் மாஜிகளாகி விட்டனர். அங்ஙனம் மாஜியான கடவுள்களிலே ஒன்றுதான், பாபிலோன் நாட்டு மச்சாவதாரம்!!

முதல் வாயிற்படி புகுந்ததும், அழகியின் கிரீடம் பறிக்கப்பட்டது. இரண்டாம் வாசலில், காதணி போயிற்று, மூன்றாம் வாசலில் கழுத்தணி போயிற்று, நான்காம் வாயிலில் நகை பல போயின, ஐந்தாம் வாயிலில் இடுப்பணி பறித்தனர் – இவ்வளவுக்கும் அவள் சினம் கொள்ளவில்லை; இந்தச் சீரழிவுகள் ஏன் என்று வருந்தவுமில்லை, 'செல்! செல்! என் காதலன் இருக்குமிடம் அழைத்துச் செல்!' என்றே கூவினாள். ஆறாம் வாயிலில் அந்த ஆரணங்கின் ஆடையும் பறிக்கப்பட்டது. தோகையின் துகிலுரியப்பட்டது. 'ஏனோ இச்செயல்?' என்று கேட்டாள். 'என் செய்வேன், ஏந்திழையே! எமது அரசி அலாட்டூவின் ஆக்கினை இது' என்றான் காவலன்.

16. துகிலுரிந்த துச்சாதனி

"வாயில் காப்போய்! வாயில் காப்போய்! வருவாய் விரைந்து, கதவு திறக்க. காதலன் உள்ளான், கடுகித் திறவாய்! காண்பேன் அவனை, கதவு திறமினே! திறந்திட மறுத்தால், இருந்திடேன் வாளா! தூள் தூளாகும் தெரிவாய் கதவும். தொடர்ந்து உடைப்பேன் தொல் கதவெல்லாம், வாயில் காப்போய்! வருக விரைந்தே! இறந்தோரை எழுப்பி, இருப்போர் மீதேவி இல்லா தொழித் திடுவேன், இதை நீ அறிக! இருப்போர் சிறுதொகை, இறந்தோர் மிகுதி. எனவே, உடனே, திற நீ கதவு."

காதலனைக் காணாது, எங்கெங்கோ தேடி அலுத்து, உடல் இளைத்து, உளம் பதைத்துப்போன காரிகை, அறிந்தாள் அவன் இருக்குமிடம். அங்குக் கட்டு உண்டு, கடுவிஷக்கண்ணருண்டு, கதவுகள் பல உண்டு, காட்டு முறைகளுண்டு, என்று கேள்விப்பட்டாள் - ஆனால் காதலன் அங்குளான் என்பதறிந்ததும், இவை எலாம் மறந்தாள், ஏகினாள் கடுகி, தாளிடப்பட்ட கதவு கண்டாள், தடதடவெனத் தட்டி நின்றாள், திறந்திட யாரும் வராதது கண்டு, காரிகை கூவி நின்றாள்,

"*வாயில் காப்போய்! வாயில் காப்போய்!*
வருவாய் விரைந்து கதவு திறக்க" என்று.

இவ்வளவு போதும், இங்குள்ள கலாரசிகர்களுக்கு - படித்துப் படித்து, ரசித்து, ரசித்து, பதங்களைப் பிரித்துப் பிரித்து, பொருள் உரைத்துப், பூரித்துப் போவர், கேட்போர் பூரிக்காவிடினுங்கூட.

காதலியைத் தேடி ஓடிடும் காதலனைப் பற்றியே கேள்வி பட்டுள்ளோம்; இஃதோ புதுமை, அருமை, காதலனைத் தேடி அலைகிறாள் காதலி! காடுமேடு மட்டுமோ? அல்ல! அல்ல! இருக்குமிடம் தெரியும் வரை தேடித் திரிகிறாள். கண்டாள் இடத்தை - கொண்டாள் வேட்கை - விண்டாள் தன் விரகத்தைக் கவிதா சக்தியுடன். கவிதை அறிவாளோ அக்காரிகை என்று கேளாதீர்! காதலில் மலர்வது கவிதை! அப்பூங்கொடியோ, காதலின் உருவம் - காதலே, அவள் - என்றெல்லாம், கூறிக் களிப்பர்.

கதையோ, இந்த ரசத்தோடு முடிந்து விடவில்லை - வளருகிறது.

வாயில் காப்போன் வந்தான், வனிதையைக் கண்டான், ஆனால் கதவைத் திறக்கவில்லை. ஓடிச் சென்று ‘சேதியை’ தன், எஜமானியிடம் கூறினான்.

***

“எழிலுருவோ அவள்?”

“ஆம்! அழகின் எல்லை”

“அலறித் துடித்து அழுகிறாளோ அவள்?”

“ஆமாம், கல்லும் கரையும் அக் கன்னியின் அழுகுரல் கேட்டால்...”

“கதவு திறமின் என்று கேட்டு நிற்கிறாளா?”

“ஆம்! திறவாது போனால், உடைத்தெறிவேன் என்று சூள் உரைக்கிறாள் அந்த வாட்கண்ணி!”

“சூள் உரைத்தவளை, இந்நாள் என்ன செய்கிறேன் பார். காவலா! கதவு திறவாதே.”

“கதறுகிறாளே!”

“அது எனக்குக் கீதம்!”

“கதறுவதை நிறுத்திக்கொண்டு கதவை உடைக்க முனைந்தால்?”

“ஆமாம்! அதுபோலும் செய்யக்கூடும், அந்த ஆட் கொல்லி. ஒன்று செய். கதவு திறந்து அவளை இங்கு அழைத்துவா. ஆனால், இங்கு, வழக்கமாக நாம் நடத்தும் மரியாதை முறைப்படி! துஷ்டச்சிறுக்கி உணரட்டும், நமது துரைத்தனத்தின் பெருமையை - ஆற்றலை அறியட்டும், அலைமோதும் மனம் கொண்ட அந்த அணங்கு.”

காவலனும், எஜமானியும், பேசினர் இதுபோல். கதவைத் திறந்து, கதறி நின்ற காரிகையை, அந்தப் பிரம்மாண்டமான மாளிகைக்குள்

அழைத்து வந்தான் காவலன். மையிருட்டு! பலவிதமான பறவைகள் அங்குச் சிறகடித்து வட்டமிட்டுக்கொண்டிருந்தன. செவியைச் சிதைக்கும் விதமான கோரச் சத்தங்கள். எங்கும் புழுதி! துர்நாற்றம்! இந்த இடத்திலே, அழைத்துச் செல்லப்படுகிறாள், எழிலரசி. இவ்வளவையும் பொருட்படுத்தாமலே அவள் செல்கிறாள், இருதயநாதன், அங்கு இருக்கிறான், காண்போம், பெறுவோம் என்ற நம்பிக்கையுடன்.

வழக்கமான மரியாதையுடன் அழைத்து வா, என்று கட்டளையிட்டிருந்தாலல்லவா, காவலனுக்கு. அவன் மீறி நடக்க முடியாது. எனவே அரசி கூறியபடியே, அழகிக்கு மரியாதைகள் நடத்தினான்.

என்ன அந்த மரியாதை?

முதற் வாயிற்படி புகுந்ததும், அழகியின் கிரீடம் பறிக்கப்பட்டது. இரண்டாம் வாசலில், காதணி போயிற்று, மூன்றாம் வாசலில் கழுத்தணி போயிற்று, நான்காம் வாயிலில் நகை பல போயின, ஐந்தாம் வாயிலில் இடுப்பணி பறித்தனர் - இவ்வளவுக்கும் அவள் சினம் கொள்ளவில்லை, இந்தச் சீரழிவுகள் ஏன் என்று வருந்தவுமில்லை, ‘செல்! செல்! எனக் காதலன் இருக்குமிடம் அழைத்துச் செல்!’ என்றே கூவினாள். ஆறாம் வாயிலில் அந்த ஆரணங்கின் ஆடையும் பறிக்கப்பட்டது; தோகையின் துகிலுரியப் பட்டது. ‘ஏனோ இச்செயல்?’ என்று கேட்டாள். ‘என்செய்வேன் ஏந்திழையே! எமது அரசி அலாட்டுவின் ஆக்கினை இது’ என்றான் காவலன்.

இழுத்துச் செல்லப்பட்டாள், மேலும் மேலும் - நெடுந்தூரம். கடைசியில் ஒரு கொலு மண்டபத்தின் முன்பு நிறுத்தப்பட்டாள். அங்கு வீற்றிருந்தாள், அலாட்டூ அரசி. கெம்பீரமாக அவள் எதிரே நின்றாள், ஆடையிழந்த அழகி!

“பங்கம் பல அடைந்தும் இவள் பெண் சிங்கமென நிற்பதைக் காணீர்!” என்று சுடுசொல் கூறினாள், அலாட்டூ அரசி.

“இவளை இவ்வளவு இம்சித்தது போதாது! காதலன் அல்லவா வேண்டும், காதலன்! தருகிறேன், இவளுக்குக் கடுமையான நோய்கள் அனைத்தையும்” என்று ஆர்ப்பரித்தாள்.

நாம்டார் எனும் நோயூட்டும் தீயதேவனை அழைத்தாள் - இவளைத் தீண்டு, தேவனே! தேகமெங்கும், நோயை மூட்டிவிடு

என்று உத்தரவிட்டாள். நாம்டாரின் நாசமூட்டும் சக்தி, நங்கையின் உடலெங்கும் நோயை ஊட்டிற்று. அழகி, அழுகலானாள்.

ஆனால், அவளுக்கு வந்த அவதி, அவளோடு நின்றதோ! இல்லை! அவனியெங்கும் பரவிற்று. உற்பத்தியே நின்றுவிட்டது.

***

எவ்வளவு எக்களிப்புக் கொள்வர், இவ்வளவு 'கதை' கிடைத்துவிட்டால்! வாயிலுக்கு வாயில், அழகி செல்ல எவ்வளவு நேரம் பிடித்திருக்குமோ, அது போல் நூறு மடங்கு அதிக நேரம் பிடித்திருக்குமே, அருங் கவிவாணர்களுக்கு. 'கவிச் சக்ரவர்த்தி' கம்பரிடம் மட்டும், இந்தக் காரிகையின் கதை சிக்கிவிட்டிருந்தால், அந்த ஆறாம் வாயிற்படியைக் கடக்க, எவ்வளவு நேரம் பிடித்திருக்கும்! 'ஒரு நூறு செய்யுள் செய்து, அம்மவோ! அற்புதங்கொள்!' காணற்கரிய காட்சியாமே!' என்ற செருகல்களை வைத்து, இன்ப ரசத்தை இழைத்துக் குழைத்து, அரி அரப் பிரம்மாதியரே வந்து தடுப்பினும், இன்னுமோர் இருபது செய்யுளேனும் இயற்றாது விடின், இம்மை மறுமை இரண்டிலும் சுகம் இராது என்று கூறியிருந்திருப்பார். நல்லவேளை, அந்த ஆடையிழந்த அணங்கு, கம்பரின் கருத்திலே தோன்றவில்லை.

***

இந்தக் கதையைத் தொடருமுன்பு, நண்பர்கள் யோசிக்க வேண்டும், சாவித்திரி, துரோபதை, எனும் இரு கற்பனைகளின் கூட்டு போல, இக்கதை இருக்கிறதல்லவா, என்பதை.

***

நாதனைத் தேடிச்சென்ற நல்லாளுக்கு இப்பொல்லா நிலை வந்தது கண்டு, நானிலம் நடுங்கியது மட்டுமல்ல, கடவுளர்களும் கோபித்தனர்.

ஏனெனில், இவ்வளவு இம்சைக்கும் இழிவுக்கும் ஆளான ஆரணங்கு, வேறு யாரும் அல்ல, தேவலோகத்தின் ராணி! - பல கடவுள்களில் ஒருவள்!!

தேவலோக ராணிக்குத்தான் காதல் இப்படி! அவள் தான், காதலனைத் தேடி அலைகிறாள் பல இடங்களிலும். கடைசியில் அவள் சென்ற இடம், நரகலோகம். அந்த நரகலோக ராணிதான், அலாட்டு. அவள் தான், தேவலோக ராணியைத் துகிலுரிந்துவிட்டதுடன், நோயையும் ஏவுகிறாள். ஏன்? தேவலோக ராணிமீது நரகலோக ராணிக்கு அவ்வளவு பொறாமை - கோபம்!

வஞ்சம் தீர்த்துக்கொண்டாள் இஷ்டார் எனும் பெயர் கொண்ட தேவலோக ராணிமீது.

பிறகு, இந்த அக்ரமத்தைப் பெரிய கடவுள்கள் அடக்கியதுடன், தேவலோக ராணியை நரகலோகத்திலிருந்து மீட்டனர்.

***

இந்தக் கற்பனை, எள்ளளவேனும் மட்டமா, நம் நாட்டுப் பழம் புராணங்கட்கு? எவர் கூறுவர்? 'இந்தப் புராணத்திலே, நமது கலாரசிகர்கள் தேடிடும் நவரசம்' ஏராளம். இதுவும் கடவுளின் கதைதான் - நார் கதை அல்ல.

பாபிலோனியா நாட்டுப் புராணம் இது. தேவலோக ராணி இஷ்டார், டாமூஜ் எனும் திவ்ய ரூபனிடம் காதல் கொண்டு, அவனை அடைய நரகலோகம் சென்று, அங்கு, வஞ்சனை மிக்க அலாட்டூ தேவதையால் அவமானப்படுத்தப்பட்டு, நோயூட்டப்பட்டு, நொந்து கிடக்க, இஷ்டாரை ரட்சித்து, அவளை மூல தெய்வங்கள் மீட்ட புராணம்.

இஷ்டார், அலாட்டூ, டாமூஜ், இவை யாவும் காவிய பாத்திரங்களாக மட்டும் இல்லை, கடவுள்கள்! கோயில் கட்டிக் கும்பிட்டு வந்தனர், பாபிலோனியா நாட்டு மக்கள். பூஜைகளுக்கும், புனிதத்தன்மைக்கும் குறைவு கிடையாது. இப்போது, இஷ்டாரும் இல்லை, டாமூஜூம் இல்லை, இடர் செய்த அலாட்டூவும் இல்லை. இவர்களுக்காக எழுப்பப்பட்ட கோயில்களும் இல்லை, இவர்கள் பற்றிய பண்டிகை இல்லை, தேரும் திருவிழாவும் இல்லை, திருப்பாசுரம் இல்லை. - இவை யாவும் மாஜிகளாயின!! இவை போன்ற கற்பனைக் கடவுள்களை நம்பிக் கருத்தழியாதீர், என்று அறிஞர்கள் கூறினபோது, பாபிலோனிய மக்கள் எளிதிலே நம்பினரா? நம்புவரா? எங்கள் மூதாதையரின் தெய்வங்களைப், புராண மகிமையைப், பூஜையின் புனிதத் தன்மையைக் குறை கூறுகிறாயே, ஏடா! மூடா! இது. நீ நாசமாவாயடா! என்று தான் சபித்தனர். ஆனால் அவர்களின் கோபம் தான் அடங்கிற்று, புத்தறிவின் வேகம் அடங்கவில்லை. இஷ்டாரும் அலாட்டூவும், பிறவும், அந்த நாட்டு மக்களின் கருத்தை விட்டகன்று, யாரேனும் கவனப்படுத்தினாலும், அது எங்கள் பழம் பழம் மூதாதையர்கள் அறிவுக் குழப்பத்தின்போது உண்டானவை, என்று கேலியுடன் பேசும் நிலை பிறக்கும் வரை, புத்தறிவுப் பிரசாரம் ஓயவில்லை.

அங்கும் இங்குபோல், இத்தகு கதைகளை அப்படியே பார்த்தால், அறிவுக்குப் புறம்பாகவேதான் தோன்றும். ஆனால் இஷ்டாரைச்

சக்தியாகவும், டாமூஜ் எனும் தேவனை இன்பமாகவும், அலாட்டு தேவியைத் துன்பமாகவும் வைத்துக், கதையைப் பார்த்தால், ஆழ்ந்த கருத்து விளங்கும் என்றுகூடக் கூறிப் பார்த்தனர். ஆனால் இளைஞர்கள் சிரித்தனர்.

துன்பத்தைத் துடைத்து இன்பம் பெறச் சக்தியால் முடியும் என்ற தத்துவத்தை, சாதாரணமாகவே, நாங்கள் புரிந்துகொள்வோம், புராணீகரே! அதற்காக நீர், ஆறு வாயிலுள்ள அரண்மனைக்கு அழைத்துச் சென்று, எம் எதிரே ஆடை இழந்த அழகியை நிற்கவைத்து, கோரமுகத் தேவனைக் காட்டி, ஏன் கொடுமைப் படுத்துகிறீர் - என்று கேட்டுக் கை கொட்டிச் சிரித்தனர். நாளாகவாக, இந்தத் 'தேவதைகள்' மதிப்பிழந்து, மக்கள் உண்மை அறிவை நாடலாயினர். அந்த நீண்ட பயணம், இன்று உலகிலே பெரும் பகுதியிலே, ஒரே தெய்வ வழிபாடு என்ற நிலைக்குச் சென்றிருக்கிறது. இங்கோ, முப்பத்து முக்கோடி தேவரும் இருந்தாக வேண்டும் என்று வாதாடுகின்றனர். அவர்களைப்பற்றி உள்ள கதைகளிலே காணப்படும் ஆபாசங்களை எடுத்துக்காட்டினாலோ, மூக்கும் முழியும் சிவக்க, முறைத்துப் பார்க்கின்றனர்.

ஏன்? கற்பனைகளைக் கண்டிப்பதை, கடவுள் உணர்ச்சியைக் கண்டிக்கும் கயமை என்று தவறாக எண்ணிக்கொண்டு அன்பர் பலர், காய்கின்றனர். இது அவசியமா என்று கேட்கின்றனர். கடவுள்மீது ஏனோ நமக்குக் கசப்பு, எனவே தான், இதுபோல் எழுதிவருகிறோம் என்றும் எண்ணினர். இவ்வளவும், தவறான கருத்தின் மீது கட்டப்பட்ட அவசியமற்ற அபவாதங்கள்.

உலகிலே, எத்தனையோ நாடுகளின் எண்ணற்ற கடவுள்களை, வழிபாட்டுக்குரியனவாகக் கொண்டு, பற்பல வகை விழாக்களை நடத்தியும் வெறியாட்டத்தில் ஈடுபட்டும், வந்தனர். அவர்கள் அவ்வளவு பேரும், ஆழ்ந்த நம்பிக்கையின் காரணமாகவும், முறை மாறினால் அழிவு நேரிடும் இவ் உலகில் மட்டுமல்ல, மேல் உலகிலும் என்று அஞ்சியே, சிற்சில சமயங்களிலே, தாம் கொண்ட நம்பிக்கைகள் சரியல்லவோ, என்ற சந்தேகம் மனதிலே கிளம்பிய உடனே 'சந்தேகச் சாத்தானை விரட்டிச் சற்குருவின் பாதத்தை நாடு' என்ற போக்கு கொண்டனர். ஆனால் அவர்களின் அச்சத்தையும் ஆவலையும், சின்னாபின்னப் படுத்துமளவு வேகத்துடன், புத்தறிவு தாக்கலாயிற்று. பிடிவாதமாகவும், பயங்கரமான கருவிகளைத் தூக்கிப் போரிட்டும், பழைமை தோற்றுத்தான் போயிற்று. தோல்வி அடையுமுன்போ, தோத்திரம்,

மந்திரம், மணி மாலை, மண்டை ஓடு, சுடலை மண், முதலிய எதை எதையோ காட்டி மிரட்டிக்கொண்டிருந்தது.

புத்தறிவின் ஒளிமுன்பு, பழையகாலக் கற்பனையிலே உருவான பல 'தேவதைகள்' இருக்குமிடம் தெரியாமல் மறைந்தன. இன்று, அந்த நாடுகளிலே உள்ள இளைஞர்களுக்கு மட்டுமல்ல, முதியோர்களுக்குங்கூட, பழைய தெய்வங்களின் பெயரும் தெரியாது. ஒரு காலத்தில் பராக்கிரம மிக்கன என்று கருதப்பட்டு, பாராண்ட மன்னரின் குமாரிகளையே கூடப் பலி கேட்டுப் பெற்று, விண்ணை முட்டும் கோபுரங்களும், விகசிதமணி மண்டபங்களும் படைத்துச், சுட்டுவிரலையே செங்கோலாக்கிக் கொண்ட பூஜாரிகள் புடைசூழ வீற்றிருந்த 'தேவதைகள்' இன்று, தேடித் தேடிப் பார்த்தாலும் காணமுடியாத நிலை, அங்கெல்லாம் ஆகிவிட்டது. இதனால் அங்கெல்லாம் அஞ்ஞானமும் நாத்திகமும் தலைவிரித்தாடிற்று என்றோ, அருள்மொழி மடிந்து மருளுரை மிகுந்தது என்றோ, கூறுவதற்குமில்லை. அந்த நாடுகளெல்லாம், நமது நாட்டைவிட நல்ல நிலையிலேயே உள்ளன; நாசமுறவில்லை.

மாடி வீடு கட்டுவதற்கு, முதலில், மரம் கொண்டோ, வெறும் மண்மேடாகக் கொண்டோ, கட்டடமமைப்போர் பணி புரிவர் - ஆனால் அடுக்கு உயர உயர, அந்த முறை மாறும் - மாடி வீடு கட்டியானதும், முதலிலே நிறுத்திய மரக்குவியல், அல்லது, மண் குவியல், இதனை வைத்துக் கொண்டிரார் - நீக்கிவிட்டு, மாடி சென்று உலவுவர். கதிர் முற்றியதும், பயிரை அழிப்பதா, இப்பயிரன்றோ கதிர் அளித்தது, என்று எண்ணமாட்டார்கள் - அறுவடை செய்வர் - எந்தப் பயிர், செந்நெல்லைத் தந்ததோ, அதனை மிதிப்பர், துவைப்பர், அடிப்பர்.

கருத்துலக அறுவடையும் அதுபோன்றதே. இதனை அறியாதார், ஆயாசமடைவர் - ஆர்ப்பரிக்கவும் செய்வர். அவர்களே கூட, இம்முறை, அவனியில் பல்வேறு இடங்களிலும் நடந்ததேயன்றி வேறல்ல, புதிதுமல்ல, பொல்லாங்கு நிரம்பியதல்ல, புல்லறிவாளர் போக்கல்ல, என்பதை அறிவர். அதற்காகவே, கற்பனைத் திறனுடனும் காவிய ரசனையுடனும், பண்டை நாட்களிலே இங்கு, ஆக்கப்பட்ட அருமையான தேவதைகளைப் போல, பலவற்றை உலகிலே பல்வேறு இடங்களிலே, அந்தந்த நாட்டு மக்கள் கொண்டிருந்தனர் - கோல் கொண்டோரெல்லாம் குப்புற வீழ்ந்து வணங்கினர் அவற்றின் முன்பு. ஆனால், புத்தறிவு பிறந்ததும், அவைகளின் ஆதிக்கம் போய்விட்டது - மெய்ஞ்ஞானம் உதித்தது; ஏறிச்செல்ல வாகனமும், வாரி அணைக்க மனைவியரும்,

இல்லாத ஏகதெய்வக் கொள்கை நிலைநாட்டப்பட்டது என்பதை விளக்குவது அவசியம் என்று எண்ணுகிறோம். இங்கு முன்பு இருந்த கவிவாணர்கள், கற்பனையில் தேறினவர்கள், மனவளம் கொண்டிருந்த அளவிலும் வகையிலும், உலகில் வேறு எங்கும், எவரும் கொண்டிருந்ததில்லை என்ற பொய்யுரையையும், இந்த விளக்கம், பொடியாக்கிவிடும் என்பது நமது நம்பிக்கை.

ஈஜிப்ட் நாட்டவரின் பூஜைக்குரிய தெய்வங்களிலே, முழுமுதற் கடவுளாகக் கருதப்படுபவன், ரா தேவன் – ஏறத்தாழ, நம் நாட்டுப் புராணத்திலே காட்டப்படும். சூரியன் போன்றவன், ரா!.... ரா தேவன், முட்டையிலிருந்து கிளம்புகிறான், ஒளி வண்ணனாக அந்த முட்டையோ, கடலிலிருந்து கிளம்பிற்று! அந்தக் கடல்? – யாரும் கேட்கவில்லை – கேட்பது நாத்தீகம் என்று கூறினர், ஈஜிப்ட் நாட்டுப் பூஜாரிகள். பகுத்தறிவுப் பலகணி திறக்கப்படும் வரையில் ஈஜிப்ட் நாட்டு மக்கள் பிரபஞ்ச உற்பத்திக்கு, இந்தக் கடலிட்ட முட்டையே காரணம் என்று நம்பி வந்தனர்.

17. தவளைமுகத் தேவி
ஈஜிப்ட் பிரபஞ்ச உற்பத்தி

கடலும் காற்றும், வானமும் அங்கு மின்னும் விண் மீன்களும், கதிரவனும் திங்களும், இடியும் மின்னலும், பெருமழையும், அறிவுவளம் பெறாமல் மனிதகுலம் வாழ்ந்த நாட்களிலே, விளங்காதவைகளாக, விசித்திரமானவைகளாக இருந்தன. கண் முன் உள்ள காட்சிகள் – ஆனால் பொருள் விளங்கவில்லை – நிகழ்ச்சிகளுக்குக் காரணம் தெரியவில்லை. தென்றல் இனிமை தருகிறது, புயல் அழிவை உண்டாக்குகிறது! கதிரவனால் ஒளியும் கிடைக்கிறது, சில நேரத்திலே கொதிப்பும் ஏற்பட்டு விடுகிறது! திங்கள் தேய்கிறது, வளர்கிறது, மீண்டும் மீண்டும். நட்சத்திரங்கள் மின்னுகின்றன, "ஏ, மானிடனே! சொல்லு பார்க்கலாம், நாங்கள் எங்கே இருக்கிறோம்! யார் நாங்கள்! எவ்வளவு உயரத்திலே இருக்கிறோம் பார்த்தாயா! முடியுமா உன்னால், இங்கு, வருவதற்கு!" என்று கேலி பேசுவதுபோல! ஒவ்வொரு இயற்கைப் பொருளும், நிகழ்ச்சியும், நன்மையோ தீமையோ தரத்தான் செய்கிறது - எனினும், அவைபற்றி அவனுக்கு விளக்கம் கிடைக்கவில்லை. தன் வாழ்வுடன் நீக்க முடியாத தொடர்பு கொண்ட இயற்கையின் பொருளை அறிந்தாக வேண்டும் என்ற எண்ணம், மனதைக் குடைகிறது. அண்ணாந்து பார்க்கிறான் மேலே! என்னதான் இருக்கிறதோ... ஆச்சரியப்படுகிறான்! கடலைக் காண்கிறான், பொங்கும் அலைமயமாக இருக்கிறது - அதன் கரை எது? தெரியவில்லை; திகைக்கிறான். பயங்கரமான இடி!

மாஜி கடவுள்கள் | 157

கண்ணைப் பறிக்கும் மின்னல் எதற்கும் பொருள் தெரியவில்லை, எதையும் பொருட்படுத்தாமலும் இருப்பதிற்கில்லை. ஏனெனில் ஒவ்வொன்றும் மனிதனை பாதிக்கிறது. பலன் தெரிகிறது - பொருள் தெரியவில்லை!

இந்த மனநிலை, எந்த நாட்டிலேயும், அறிவு வளரா முன்னம் இருந்த பொதுவான நிலை!

விளக்கம் தேடினான் - ஒவ்வொன்றுக்கும்!

எல்லாவற்றுக்கும் மூலம் என்ன? எது முதல்! கடலா காற்றா, விண்ணா மண்ணா, மனிதனா மிருகமா, செடி கொடியா - விளங்கவில்லை!

யாருடைய ஏற்பாடு இவைகள்?- எண்ணுகிறான் எண்ணுகிறான் - திகைக்கிறான் விளங்காமல்!

எதிலிருந்து எது உண்டாயிற்று! ஏன் உண்டாயின!- மனம் குழம்புகிறது இதைப்பற்றி எண்ணத் தொடங்கினால்.

காற்று மகா சக்தி வாய்ந்தது - ஆமாம் - பெருமரங்களைப் பெயர்த்தெடுத்தல்லவா வீசுகிறது, செண்டு போல்!

கடல்! காற்றைவிட விசித்திரமானது!

விண்! எல்லாவற்றையும் விட விசித்திரம்!

சூரியன்! - மிகமிக மேலான சக்தி படைத்தது!

இவ்விதம், ஒவ்வொரு இயற்கைப் பொருளும் மனிதனுக்கு ஆச்சரிய மூட்டுகிறது. எதற்கும், அவனால் விளக்கம் காணமுடியவில்லை.

அந்த நிலை, பொதுவாக மனித குலத்துக்கு இருந்தபோது, ஒரு சிலர், புரியாத பிரச்னைகளைப்பற்றி, விடாமல் சிந்தித்து, தத்தமது திறமைக்கேற்ப, விளக்கம் கண்டு கூறினர். அப்படிக் கூறப்பட்டவைகளே, விசித்திரமான கதைகள்! இவைகளைப் புரட்டர்களும், பூசாரிக் கூட்டத்தாரும் பாமரரை ஏய்த்துப் பிழைக்கவும், தமது ஆதிக்கத்தைப் புகுத்தவும் பயன்படுத்திக்கொண்டனர்.

புரியாத பிரச்னைகளுக்குக் கற்பனையாகக் கட்டிவிடப்பட்ட கதைகள் பலப்பல, எனினும், அவை பெரிதும், பிரபஞ்ச உற்பத்தி பற்றியும், இறந்தபின் மனிதன் நிலை என்ன என்பது பற்றிய துமாகவே இருந்திடக் காணலாம். அதாவது பொதுவாக இந்தக்

கற்பனைக் கதைகள், கடந்துபோன காலம், எதிர்காலம், எனும் இரு முனைகள் பற்றியதாகவே இருந்தன.

பிரபஞ்ச உற்பத்திபற்றி ஒவ்வொரு நாட்டவர் ஒவ்வொரு விதமான கதை கூறிவந்தனர். அதுபோலவே, ஈஜிப்ட் நாட்டிலேயும் ஒரு கற்பனை நெடுங்காலம் வரையிலே, மக்கள் மனதை ஆட்சி செய்துவந்தது.

கொந்தளிக்கும் பெருங்கடல்! அதன் ஆழம், பரப்பு, யாருமறியார்! அதன் போக்கு, யாருக்கும் விளங்காதது! அந்தப் பெருங்கடல் தான், வித்து! விண்ணோ மண்ணோ, புல்லோ பூண்டோ, மோட்சமோ நரகமோ, தேவனோ அசுரனோ, ஏதும் தோன்றாதிருந்தபோது, பெருங்கடல் ஒன்று தான் இருந்தது - கொந்தளித்தபடி!

அந்தப் பெருங்கடலிலிருந்து, ஒரு பளபளப்பான முட்டை கிளம்பி மிதந்தது. அதிலிருந்து தான் கிளம்பினான் முதற்கடவுள், ரா தேவன்!

ஈஜிப்ட் நாட்டவரின் பூஜைக்குரிய தெய்வங்களிலே முழுமுதற் கடவுளாகக் கருதப்படுபவன், ரா தேவன் - ஏறத்தாழ, நம் நாட்டுப் புராணத்திலே காட்டப்படும் சூரியன் போன்றவன், ரா!

ரா தேவன், முட்டையிலிருந்து கிளம்புகிறான், ஒளி வண்ணனாக! அந்த முட்டையோ, கடலிலிருந்து கிளம்பிற்று! அந்தக் கடல்? - யாரும் கேட்கவில்லை - கேட்பது நாத்தீகம் என்று கூறினர், ஈஜிப்ட் நாட்டுப் பூஜாரிகள். பகுத்தறிவுப் பலகணி திறக்கப்படும் வரையில், ஈஜிப்ட் நாட்டு மக்கள் பிரபஞ்ச உற்பத்திக்கு, இந்தக் கடலிட்ட முட்டையே காரணம் என்று நம்பி வந்தனர்!

ரா தேவன் பிறந்த கடலகம், நூ என்று அழைக்கப்பட்டது, அன்றைய மக்களால்!

ரா தேவனுக்கே, மூன்று திருநாமங்கள். பொற்கதிர் பரப்பிக் கிளம்பிடும் அதிகாலையில், கெப்பீரா என்று பெயர்! பகலில், ரா தேவன் என்று பெயர். மாலையிலேடும் என்று நாமதேயம்.

ரா தேவனைத்தான், ஈஜிப்ட் மக்கள், தேவதேவனென்றும், முழுமுதற் கடவுள் என்றும், கொண்டாடி வந்தனர் - பலப்பல நூற்றாண்டுகள்! இங்குப் போலவே அங்கும்! ஆலயங்கள், பூஜாரிகள், திருவிழாக்கள், பூஜைகள், கோலாகலத்துக்குக் குறைவில்லை.

எல்லாக் கடவுள்களும் ரா தேவனால் படைக்கப்பட்டார்கள், என்று ஈஜிப்ட் புராணம் கூறுகிறது.

காற்றுக் கடவுள் ஷு- (வாயு தேவன்) சிங்கமுகவதி டெப்னட் தேவி, மாநிலக் கடவுள் செய், விண்ணகக் கடவுள் நட்- போன்ற பல கடவுள்களையும் ரா தேவனே, உண்டாக்கினான். ரா தேவனால் படைக்கப்பட்ட நட் கடவுளிடம் பிறந்தவர்கள் நால்வர், இரண்டு ஆண் கடவுள்கள், இரண்டு பெண் கடவுள்கள். ஆசரிஸ் தேவன், இசிஸ் தேவி! செட் தேவன், நெய்தீஸ் தேவி!

விண்ணையும் மண்ணையும், ரா தேவன் தான் படைத்தான்-ரா தேவன் கட்டளையால், கடலகத்திலிருந்து கிளம்பின இரண்டும்.

ரா தேவன் தன் கண்களிலிருந்து, மாந்தரைப் படைத்தான்! பிரமன் முகத்திலே பிராமணன் உதித்தான் - என்று இங்குப் புராணம் இருக்கிறதல்லவா - அங்கு, ஈஜிப்ட்டில், ரா தேவனின் கண்ணிலிருந்து மனிதர் பிறந்தனர் என்று புராணம் இருந்தது!

ஈஜிப்ட்டில், இருந்தது - இங்கு இருக்கிறது! ஈஜிப்ட்டில், அறிவு ஆட்சி செய்யத் தொடங்கியதும், முழுமுதற் கடவுளாவது முட்டை வடிவிலே வெளிப்படுவதாவது, ஒரு கடவுள் பல கடவுள்களைப் பெறுவதாவது, இதெல்லாம் கட்டுக் கதைகள், என்று மக்கள் கூறிடும் துணிவும் தெளிவும் பெற்று, கடவுள் ஒருவர், உருவமற்றவர் என்ற மெய்ஞானம் பெற்றனர் - மேதினியில் வேறு பல நாடுகள் மெய்யறிவு பெற்றது போலவே. இங்குதான், அன்று போலவே இன்றும், அரிதுயில் செய்யும் ஸ்ரீமன் நாராயணமூர்த்தி, அவருடைய நாபிக்கமலத்திலே இருந்து தாமரைக்கொடி, அதன் நுனியிலே தாமரை, தாமரை மீது நான்முகப் பிரம்மா, அவர் நாவிலே கல்விக்கரசி சரசுவதி - என்பன போன்ற கதைகள், ஆதிக்கம் செலுத்துகின்றன - மறுப்பவன் மாபாவியாகிறான்!

கதையை அப்படியே நம்பிடும் ஏமாளி ஒருபுறம்.

கதைக்குத் தத்துவார்த்தம் கூறிடும் தந்திரக்காரன் மற்றோர் புறம்.

கதையிலே புதைந்து கிடக்கும் உண்மைகளைக் கண்டறிந்து கூறிடும் அறிவியல் துறையின் கழைக் கூத்தாடிகள் மற்றோர் புறம்.

கதைகளை நம்புவதுதான் ஆத்தீகம், காரணம் கேட்பவன் நாத்தீகன், என்று மிரட்டிடும் பூஜாரிக் கூட்டம் மற்றோர் புறம் - என்று இந்நிலையில் இங்கு மக்கள் உள்ளனர். ஈஜிப்ட்டில் இதே நிலையில் இருந்த மக்கள், இப்போது, கடலில் கிளம்பிய முட்டையே கதிரவன் - கதிரவன் பெற்ற குழந்தை குட்டிகளே, பல கடவுள்கள் என்ற பழங்காலக் கதைகளை, குப்பை மேட்டுக்கு அனுப்பிவிட்டனர் - அறிவு பெற்றதும்!

அறிவாராய்ச்சி இல்லாதபோது இருந்த இறைவன் தான் ரா. அவனுடைய ஆற்றலைப் புகழ்ந்தனர், புராணப் புலவர்கள்! அவன் அழகைக் காவியத்திலும் ஓவியத்திலும் காட்டினர், கலாவாணர்கள்! அவனுக்கு, காணிக்கை குவித்தனர் குன்றுபோல, பாமரர். அமோகமான செல்வாக்குடன் அரசோச்சி வந்தான் ரா தேவன், அறிவு வெளிக்கிளம்பும் வரை. பிறகோ, ரா தேவன், மாஜி கடவுளானான்.

ரா, மாஜி கடவுளாகா முன்பு, அந்நாட்டுக் காளிதாசனும் கம்பனும், காவிய மாலைகள் பலப் பல சூட்டிக் காட்டினர், பாமரர் வீழ்ந்து வணங்கி வந்தனர். ஈஜிப்ட் நாட்டு மக்களின் இதயத்தை உருக்கக்கூடிய விதமான அருட் செயல்கள் பல செய்தவர். இந்த ரா தேவன் - அந்த நாட்டுப் புராணத்தின்படி, மண்ணைப் படைத்த மாதேவன், மாநில மன்னனுமானான்.

மக்களின் நலன் ஒன்றே குறிக்கோளாகக் கொண்டு, அன்பாட்சி நடத்திவந்தான், ரா தேவன்.

ரா தேவன், பூலோகவாசியாக இருந்தபோது, இசிஸ் தேவியும், பூலோகத்திலே இருந்தாள். அவளுக்கு, ரா தேவனுக்கு இருந்த சர்வ வல்லமை தனக்கும் வேண்டும் என்ற பேராசை! அந்தப் பேராசை கொண்டதால், இசிஸ் தேவி, சூழ்ச்சி செய்த வண்ணம் இருந்தாள், ஆதிக்கம் பெற!

கை கொட்டிச் சிரிக்கத் தோன்றும், பகுத்தறிவுப் பல்கலைக் கழகத்திலே துவக்க வகுப்பில் உள்ளவர்களுக்குக்கூட !

போட்டா போட்டி! பொறாமை! பேராசை! சூழ்ச்சி, ஆதிக்க வெறி!! - இவை மனித வர்க்கத்திலேயே மட்ட ரகங்களின் குணமல்லவா - இந்தக் குணம் கொண்ட இசிஸ் ஒரு கடவுளா! எப்படி அந்த நாட்டு மக்களின் மனம் இடம் கொடுத்தது, இசிசைப் பூஜிக்க - என்று கேட்கத் தோன்றும்.- இப்போது. அப்போதோ, இவைகளைத் திருக்கலியாண குணங்களாகவே கொண்டாடினர் மன மயக்கத்தால்.

ரா தேவன், சர்வ வல்லமையுள்ளவனாக இருந்ததற்குக் காரணம், அவனுடைய இதயத்திலே ஒரு மந்திரப் பெயர் பதிந்திருந்தது தான்! அந்த மந்திரப் பெயர் வேறு ஒருவருக்கும் தெரியாது. அதுமட்டும் தெரிந்துவிட்டால் போதும், தானும் ரா தேவன் போலவே சர்வ சக்தி படைத்த கடவுளாகி விடலாம், என்று கருதினாள் இசிஸ் தேவி. தக்க சமயத்தை எதிர்பார்த்த வண்ணம் இருந்தாள் தேவி.

ரா தேவன், தள்ளாடி நடக்கும் கிழப் பருவமடைந்து விட்டான். ஈளை இருமல் மேலிட்டு விட்டது! வாயிலிருந்து தானாக, உமிழ் நீர் கீழே ஒழுகலாயிற்று. நரையும் திரையும் மேலிட்ட மூப்புப் பருவம் மேலிட்டது, முழுமுதற் கடவுளுக்கு. கடவுள் கிழவனுமாகிறார்!! கடவுட் தன்மையா இது, என்று இன்று கேட்கத் தோன்றும், அன்று கேட்கும் துணிவு பிறக்கவில்லை, அறிவு, கருவில் இருந்த காலம் அது.

ரா தேவனுக்குச் சமமாக வல்லமை பெற எண்ணிய இசிஸ் தேவி, ரா தேவனின் உமிழ்நீர் தரையில் சிந்திடக் கண்டு, அந்த மண்ணை எடுத்து ஒரு மாயப்பாம்பு ஆக்கினாள். யார் கண்ணிலும் தெரியாத மாயப் பாம்பு! தேவ தேவனாம் ராவுக்கும் தெரியாது. அந்த மாயப் பாம்பு ரா தேவனைத் தீண்டிவிட்டது - துடிதுடித்தான் தேவன். என்னவென்று தெரியவில்லை - வேதனையோ தாளமுடியவில்லை. மரணாவஸ்தையில் இருந்த ரா தேவன், தன் குழந்தை குட்டிகளான கடவுள்களை எல்லாம் அருகே அழைத்துப் புலம்பியபடி. "அருமை மக்களே! என் உயிர் துடிக்கிறது. வேதனை தாங்கமுடியவில்லை - அதன் காரணமோ தெரியவில்லை. நெருப்பல்ல என்னைத் தீண்டியது, என்றாலும், தீயில் வீழ்ந்தது போலாகிவிட்டது என் தேகம்! உடல் ஜில்லிட்டு விட்டது! என் செய்வேன் இனி நான் பிழைப்பது ஏது!" என்று கூறிட, எல்லாக் கடவுள்களும் கோவெனக் கதறினர் - இசிஸ் மட்டும் இரக்கம் காட்டவில்லை. மந்திரம் தெரிந்த கடவுள்கள் மந்திர உச்சாடனம் செய்தன - ரா தேவனுடைய வேதனையைப் போக்க. பலன் இல்லை. சில கடவுள்கள், மருந்திட்டன, மகேசன் பிழைக்க - பலன் காணோம். பிறகு, இசிஸ் தேவி "நான் குணப்படுத்த முடியும்" என்று கூறினாள். "அப்படியா, அருமை இசிஸ்! குணப்படுத்து, வா, வேதனை தீரட்டும்" என்று ரா தேவன் கெஞ்சினான் - மற்ற தெய்வங்களும் மன்றாடின. இசிஸ் தேவி, "என் விருப்பத்தை ரா தேவன் நிறைவேற்றுவதாக வாக்களித்தால் தான், நான் அவருக்குக் குணம் உண்டாகச் செய்வேன்" என்று பேரம் பேசலானாள்.

முழுமுதற் கடவுளின் உயிர் துடிக்கிறது - பேராசை கொண்ட பெண் தெய்வம், பேரம் பேசுகிறது.

"என்ன தேவை உனக்கு? சொல்லம்மா, சொல்லு" ரா, கேட்கிறார்.

"உமது இதயத்திலே பதிந்துள்ள மந்திரப் பெயர் எனக்குத் தெரியவேண்டும்" - இசிஸ் கேட்கிறாள்.

“நெஞ்சழுத்தக்காரி யாரும் அறிய முடியாதது அந்தப் பெயர்! எவரும் அறியக்கூடாதது அந்தப் பெயர்! அது, என் இதயத்தில் இருப்பதால் தான் நான் சர்வேஸ்வரனாக இருக்கிறேன்! அப்படிப்பட்ட மந்திரச் சொல்லைக் கேட்கிறாயே - முறையல்ல” என்று வாதாடுகிறார், ரா.

சர்வேஸ்வரன் சாகக் கிடக்கிறார்! அறிவுக்குத் துளியும் பொருந்தாத கூற்றாக இருக்கிறதே, என்று கூறுவீர்கள்! அது, அந்த நாள் ஈஜிப்ட் ஆத்தீகம்!

கடைசியில், வேறு வழியின்றி, ரா தேவன், இசிஸ் தேவியின் நிபந்தனைக்கு இசைந்தான். மந்திரப் பெயர், இசிசின் மனதுக்குச் சென்று பதிவாகிவிட்டது - மாயப் பாம்பு கடித்ததால் மகேசனுக்கு ஏறிப்போயிருந்த கடு விஷமும் வெளியே வந்துவிட்டது, முழு முதற் கடவுள் பிழைத்துக்கொண்டார்.

கடவுளுக்காவது விஷம் ஏறுவதாவது, பேராபத்து வருவதாவது, அதனின்றும், பெம்மான் தப்புவதாவது, இதெல்லாம் என்ன கட்டுக்கதை - யார் நம்புவர் இதனை, என்று கேட்டுவிடுகிறோம் சுலபமாக. ஆனால் இவைகளை தேவ ரகசியங்களாக மதித்திருந்தனர். எல்லா நாடுகளிலேயும் இப்படிப்பட்ட கதைகள் இருந்தன! கடவுளுக்கு நோய்! கடவுளுக்கு ஆபத்து! கடவுள் கிழவராவது! கடவுள் சாகக் கிடப்பது! - இவைகள் அந்த நாட்களிலே இருந்துவந்த நம்பிக்கைகள். நம்ப மறுப்பவன் நாத்தீகன் - இன்று அல்ல! இன்று, மாயப் பாம்பால் மகேசன் பட்ட அவதிபற்றி, ஈஜிப்ட் நாட்டிலே, நம்பும் பேதைமை கிடையாது. அறிவு துலங்கிவிட்ட பிறகு, அர்த்தமற்ற அந்தக் கதையைத் துச்சமென்று கருதித் தூரத் தூக்கி எறிந்துவிட்டனர் - அங்கு. ஆனால், இங்கு? அதோ உற்றுக் கேளுங்கள், “ஆலகால விஷத்தை எடுத்து, என் அப்பன் கைலைவாசன், உமையவள் நேசன், உட்கொள்ள, பக்கமிருந்து பார்த்துக்கொண்டிருந்த தேவர்களெல்லாம், பதை பதைத்து, ஐயகோ! ஆலகாலத்தை உண்டாரே, இனி, ஈசன் அதோகதியாகிவிடுவாரே, உள்ளே சென்றதும், ஆலகாலம், அரனாரின் உயிரைக் குடித்துவிடுமே, பரமசிவனைப் படுசூரணமாக்கி விடுமே, என் செய்வோம், எவ்வாறு உய்வோம் என்று புலம்பினர். பார்வதி அம்மையார் தன் பர்த்தாவுக்கு வந்துற்ற பேராபத்தைக் கண்டு, பதைபதைத்து, துடிதுடித்து, பரமசிவனைக் கட்டிப் பிடித்துக்கொண்டு, “நாதா! நான் என்ன செய்வேன்” என்று கதறிட, அம்மையின் ஆலிங்கனத்தின் பலனாக, சிவனாரின் கழுத்திடம் சென்ற

சக்தியின் கரத்தின் வலிமையினால், ஆலகாலம், ஐயனின் உள்ளே செல்ல முடியவில்லை - கண்டத்தோடு நின்றுவிட்டது - சிவனார் பிழைத்தார் - நீல கண்டனானார்!" - என்று புராணீகன் பாடுவது, செவியில் விழும் - இப்போதும்!

இதுபோல, இன்று ஈஜிப்ட்டில், ரா தேவன் மாயப் பாம்பு கடித்ததால் சாகக் கிடந்தது, பிறகு இசிஸ் தேவியால் பிழைத்த புராணம் படிப்பவரைக் காண முடியாது. மெய்யறிவு பிறந்ததும் பொய்யுரையைத் தள்ளிவிட்டனர்! ரா தேவன், மாஜி கடவுளாகி விட்டான். இங்கோ, ஆல காலம் உண்ட புராணம், இன்றும் ஆட்சி செய்கிறது - மறுப்பவனை மாபாவி என்று கண்டிக்கும் மதியினர் ஏராளமாக உளர்.

மரணத்தின் பிடியிலிருந்து மீட்கப்பட்ட மகேசனுக்கு, இடர் அடியோடு ஒழிந்துவிடவில்லை.

"எத்தனை காலத்துக்குத்தான் இந்தக் கிழத்தின் ஆட்சியிலே இருப்பது."

"செத்தும் தொலைக்கக் காணோம், படுகிழமான பிறகும், பட்டத்தரசனாக இருந்து வருகிறது"

"இனி இந்தக் கிழத் தேவனை நம்பிப் பயனில்லை."

இப்படி எல்லாம், ஏசியும் இழித்தும் பேசினர் சில மாந்தர் மகேசனைப்பற்றி.

ரா தேவனுக்குத் துக்கம் தாங்கமுடியவில்லை, அழைத்தார் கடவுள்களை. "அக்ரமக்காரர் சிலர், என்னை எதிர்க்கின்றனர்; ஏளனம் பேசுகின்றனர்; என் ஆட்சியைப் பழிக்கின்றனர். இதற்கென் செய்யலாம் கூறுங்கள், நீங்கள் சம்மதித்தால், துடுக்குத்தனமாகப் பேசிடும் அந்தத் தீயவர்களை அழித்து விடுகிறேன்" என்று கூறினார். அதுவே சரி என்றனர் அத்தனை கடவுளரும். உடனே, ரா தேவனின், கண், ஹாதார் எனும் தேவி வடிவம் கொண்டு, தீயோரைக் கொன்று குவித்தது. இரத்தவேட்டையில் ஈடுபட்டாள், தேவி!

"அக்ரமக்காரர் அழிந்துவிட்டனர்! ஆனால், இரத்தம் குடித்து, பழக்கப்பட்டு விட்ட ஹாதார்தேவி, வெறி கொண்டவளாகி, மேலும் மேலும் மாந்தரைக் கொன்று குவிக்கலானாள். இதுகண்ட மகேசன் மன மிளகி, இரத்த வேட்டையாடும் ஹாதார்தேவியைத் திருப்பி அழைத்துக் கொள்ளத் திட்டமிட்டு, பார்லியும் (ஈஜிப்ட் நாட்டு உணவுப் பொருள்) இரத்தமும் கலந்து, 7000

ஜாடிகளிலே நிரப்பித் தர, அதைப் பருகிய பிறகு ஹாதார்தேவியின் உக்கிரம் அடங்கிற்று, தேவியும் பழையபடி, ரா தேவனின் கண் ஆகிவிட்டாள். அழிவுத் தேவியின் இரத்த வெறியை அடக்க அன்று ரா தேவன் தயாரித்த பானம் தான், பிறகு, பீர் என்ற பெயருடைய பானமாயிற்றாம்!

‘துஷ்ட நிக்ரஹத்துக்குப் பிறகு, ரா தேவன், இனியும் பூலோக மன்னனாக இருத்தல் முறையல்ல என்று தீர்மானித்து, சொர்க்கலோகத்தை உண்டாக்கிக்கொண்டு, அங்குச் சென்று வசிக்கலானார்.

ரா தேவன் சிருஷ்டித்த சொர்க்கலோகத்தின் பெயர், ஆலு என்பதாகும்.

பூலோகத்திலே, ரா தேவனுக்குப் பிறகு, ஆசரிஸ் தேவனும் அவன் மனையாட்டியாகி விட்ட இசிஸ் தேவியும் ஆண்டு வந்தனர்.

ஆசரிசின் ஆட்சி, பொற்காலம்! காட்டுமிராண்டித்தனத்தில் இருந்த மக்களைச் சீர்திருத்திடும் நல்லாசானாக இருந்தார் ஆசரிஸ். உழவு, தொழில், கல்வி, கலை யாவும் அவன் தந்த அருங்கலைகளே, அவன் ஆட்சியால் மாந்தர் பயன் பெற்றனர். ஆனால், ஆசரிஸ் தேவனின் தம்பி; செட் தேவனுக்கு இது பிடிக்கவில்லை. அவன் தீயோன்! எதியோபியா நாட்டவரான 72 முரடர்கள் அவனுக்கு நண்பர்கள். இந்தக் கும்பல், ஆசரிசை ஒழித்துவிட்டு, செட் மன்னனாவதற்காகச் சூழ்ச்சி செய்து வந்தது.

ஆசரிசுக்கு ஒரு பெரிய விருந்து ஏற்பாடு செய்தனர். வெற்றி விழா கொண்டாட. அதுசமயம், செட் எனும் தீயதேவன், ஓர் அற்புதமான பேழையைச் செய்து விருந்தினருக்குக் காட்டினான். அதைப் பெறப் பலரும் விரும்பினர். யார் அதனுள் படுத்தால், பொருந்துகிறதோ, அவருக்கே பேழை தரப்படும் என்றான் பேய்க் குணம் படைத்த செட் தேவன் / பலர், பேழையுள் நுழைந்தனர் - பொருந்தவில்லை. ஆசரிஸ் தேவன் பேழையுள் படுத்தான் - பொருத்தமாக இருந்தது! இதேபோது சூழ்ச்சிக்கார செட், பேழையை மூடி, மூடிமீது ஆணிகளை அறைந்து, பேழையை நைல் நதியிலே வீசி எறிந்துவிட்டு, எதிர்த்தோரை அழித்துவிட்டு, தானே அரசன் என்று அறிவித்து விட்டான்.

ஆசரிஸ் தேவனின் கதியைக் கேள்விபட்ட இசிஸ் தேவி கோவெனக் கதறி, கொடுங்கோலனாம் செட் தேவனைச் சபித்தார் - அவனோ, அவளையும் அழித்திடத் துணிந்தான். அஃதறிந்த பெண் தெய்வம், தன் புருஷனின் உடல் எந்தப் பேழையில் இருக்கிறதோ, அந்தப்

பேழையைக் கண்டுபிடித்துத் தீருவது என்று உறுதி கொண்டு, நைல் நதி தீரமெல்லாம் தேடினாள். இசிஸ் அம்மைக்குத் துணையாக, தேவனருள் பெற்ற 7 தேள்கள் இருந்தன! தேவிக்குத் துணை தேள்கள்!!

நைல் நதியிலே வீசி எறியப்பட்ட பேழை, சிரியா நாட்டுக் கடலோரத்திலே அடித்துக்கொண்டு வரப்பட்டு, அங்கு ஒரு மாய மரமாகி நின்றது. மாய மரத்தின் அடிப் பாகத்துக்கு உள்ளே பேழை! பேழைக்குள்ளே ஆசரிஸ் தேவனின் உடல்! அந்த நாட்டு மன்னன் இந்த மாய மரத்தைக் கண்டதும், ஆச்சரியப்பட்டு, அதை வெட்டிக் கொண்டு வரச்செய்து தன் அரண்மனையிலே, தூணாக அமைத்துக்கொண்டான்.

பல இடங்களிலும் தேடித் தேடி அலைகிறாள் இசிஸ் தேவி - தன் பர்த்தாவை - இந்தச் சமயத்திலே தான், ஈஜிப்ட் நாட்டு சாவித்ரிக்கு, ஓர் ஆண் குழந்தை பிறக்கிறது - ஹோரஸ் என்ற பெயர்! ஈஜிப்ட் நாட்டுக் கம்சன் இந்தக் குழந்தையைக் கொன்றுவிடத் திட்டமிடுகிறான். இது தெரிந்த தேவி, குழந்தையை பாம்பு வடிவிலே இருந்த ஒரு கடவுளிடம் ஒப்படைத்துவிட்டு, தன் கணவனின் உடலைக் கண்டுபிடிக்கும் காரியத்தில் ஈடுபடுகிறாள்.

கடைசியில் அசரீரி மூலம், கணவனின் உடலைக் கொண்டுள்ள பேழை இருக்குமிடம் தெரிய அந்தச் சிரியா நாட்டிலே, பைபிளாஸ் என்ற மண்டலம் செல்கிறாள். பல இன்னல்களுக்குப் பிறகு பேழை கிடைக்கிறது - ஆனால் இதைக் கண்டறிந்த பேயனாம் செட் தேவன், ஆசரிசின் உடலை 14 கூறுகளாக்கி நைல் நதியிலே வீசிடுகிறான்.

ஆனால், முதலைகள் தின்ன மறுத்துவிடுகின்றன - ஒரு சிறு துண்டை மட்டும் ஒரு மீன் தின்றுவிடுகிறது. அது போக, மிச்சமிருந்த துண்டுகள் அவ்வளவையும், இசிஸ் தேவி கண்டுபிடித்து ஒன்று சேர்த்து, பேழையில் அடக்கம் செய்கிறாள். அதனால் தான் ஈஜிப்ட் நாட்டிலே செத்தவர்களின் உடலைக் கெடாதபடி பக்குவம் செய்து பேழையில் அடைக்கும் பழக்கம் வளர்ந்ததாம். செட் தேவனை, ஹோரஸ் வாலிபனானதும், விரட்டி அடித்துவிட்டு, தன் ஆட்சியை நிலைநாட்டுகிறான். செட் தேவன் நரகலோக அதிபதியாகி விடுகிறான்.

இப்படிப்பட்ட 'கதை' கட்டப்பட்டு, மக்களால் புண்ய கதை என்று போற்றப்பட்டு, அந்தக் கதைகளிலே குறிப்பிடப்பட்ட கடவுள்களுக்கு பூஜைகள் நடந்து வந்தன ஈஜிப்ட் நாட்டில்

பன்னெடுங்காலம் வரையில். கேட்ட உடன் கேலிச் சிரிப்பு பிறக்கும் கதைகள்! காலுமில்லை தலையுமில்லை என்பார்களே அப்படிப்பட்ட கதைகள்! பொருள் பொருத்தம், காரணம் ஏதும் அற்ற கதைகள்! அவையே அந்த நாளில் ஈஜிப்ட் நாட்டுத் தேவமா கதைகள்! கவிதை பாடினர் இந்தக் கடவுளரின் திருவிளையாடல் பற்றி! பிரம்மாண்டமான கோயில்களைக் கட்டினர்! எல்லாம் அறிவுத் தெளிவு பிறக்கா முன்னம். பிறகு, பகுத்தறியும் பண்பு பிறந்தது, ராவும் ஆசரிசும் இசிசும், மாஜி கடவுள்களாயின அங்கு! இங்கு அல்ல!!

மனிதன், அறிவுத் துறையிலே எவ்வளவு கஷ்டப்பட்டு முன்னேறியிருக்கிறான், எத்தகைய குருட்டறிவிலிருந்து பகுத்தறிவுக்குப் பயணம் செய்திருக்கிறான் என்ற வரலாறு அல்ல இங்கு மதிக்கப்படுவது. எந்தக் காலத்திலோ, எத்தன் தீட்டி ஏமாளிக்குத் தந்த கற்பனைகள் யாவும், மதிக்கப்படுகின்றன. மந்த மதியினரும் சொந்த மதியற்றவர்களும் மட்டுமே இந்தப் புராணச் சேற்றிலே நெளிகிறார்கள் என்றும் கூறிவிட முடியவில்லை. மேதாவிகள் என்ற விருது பெற்றவர்களும், தத்துவார்த்தம் ஏதேனும் கூறிக்கொண்டு பழமையில் நெளிந்திடக் காண்கிறோம். இந்த இலட்சணத்தில், சிலர் பெருமை வேறு பேசிக்கொள்கிறார்கள். புராணம் புளுகாகவே இருக்கட்டும், இப்போது புராணங்கள் தேவை இல்லை என்றுகூட ஒப்புக்கொள்வோம், ஆனால், அந்தப் புராணங்களிலே, நமது முன்னோர்களின் கற்பனைத் திறமை, எவ்வளவு அருமையாக இருக்கிறது, என்பதைப் பார்க்கும் போது பூரிப்படையாமலிருக்கமுடியுமா! - என்று பேசுகின்றனர். ஈஜிப்ட், பாபிலோன், மற்றும் பற்பல நாடுகளிலேயும் இதே மனவளம் - கற்பனைத் திறம் - காவியம் ஓவியம் - தத்துவார்த்தம் - போதுமான அளவுக்கு இருந்தன, எனினும் அவை யாவும், இருட்டறிவின் விளைவுகள் என்று தீர்மானிக்கப்பட்டு தள்ளப்பட்டு விட்டன என்பதை நம் நாட்டுப் பெரும்பாலான மக்களுக்கு, மேதைகள் எடுத்துக் கூறுவதில்லை. பிரபஞ்ச உற்பத்தி, கடவுள் அவதாரம், மோட்ச நரக அமைப்பு முறைகள், போன்றவைகள், ஏதோ, இங்கு மட்டுமே பூத்திட்டவைகள் போலவும், மற்ற எந்த நாட்டிலேயும், கற்பனைத் திறமை இருந்ததே கிடையாது போலவும் மார்தட்டிக் கொள்கின்றனர். புராணப் பண்ணையிலே புரட்டர் விதைத்த விதை விசித்திரமான விளைவுகளை எல்லா இடங்களிலேயும் தான் தந்தது! பாபிலோன், ட்யூடன், ஈஜிப்ட் போன்ற நாட்டவர் முன்பு நம்பிக்கொண்டிருந்த பிரபஞ்ச உற்பத்தி விளக்கக் கதைகளிலே, என்ன ரசம் குறைந்திருக்கிறது!

வர்ணனைகளுக்குக் குறைவா! உவமைகள் இல்லையா! உள்ளத்தை உருக்கும் சம்பவங்கள், திடுக்கிடச் செய்யும் திருவிளையாடல்கள், இல்லையா! சாவித்ரி, சத்யவானை மீட்க எடுத்துக்கொண்ட முயற்சி பற்றிய புராணக் கதையிலே காணப்படும் ரசங்களைவிட, இசிஸ் தேவி, ஆசரிஸ் தேவனைக் கண்டுபிடிக்க எடுத்துக்கொண்ட முயற்சிபற்றி, ஈஜிப்ட் நாட்டுப் புராணீகன், அதிகமாகத்தானே புளுகி வைத்திருக்கிறான். கற்பனை அலங்காரத்துக்காகவாவது, புராணங்களைப் பாதுகாத்தாக வேண்டும் என்று இங்குச் சில பழமைப் பித்தர்கள் பேசுவதுபோல, ஈஜிப்ட்டில் பேசினரா! தூக்கி எறிந்துவிட்டனரே, பழைய கூளத்தை! நாடு பாழ்பட்டா விட்டது! மக்கள், சன்மார்க்கத்தை இழந்தா விட்டார்கள்! இல்லையே! அறிவல்லவா அங்கெல்லாம் ஆட்சி செய்கிறது. ஆமை வராக அவதார மேன்மையை அன்று போலவே இன்றும் உச்சிமேல் வைத்துக் கொண்டாடும் மக்கள் இங்கு மட்டுந்தானே உள்ளனர்.

மோட்சம் - நரகம் - என்ற கற்பனையை எடுத்துக் கொண்டு பார்ப்பதா, பார்ப்பதானாலும், நம் நாட்டுப் புராணத்தோடு வெற்றிகரமாகப் போட்டியிடக் கூடியதாகவே, ஈஜிப்ட் புராணம் இருக்கிறது.

ஈஜிப்ட் புராணப்படி சொர்க்கலோகம், புண்யவான்கள் இருப்பிடம்.

பாப - புண்ய பரிசீலனைக்கு மேலுலகிலே ஓர் இடம், அதற்காகத் தனியாக ஒரு கடவுள்.

மனிதன் இறந்த பிறகு அவன் ஆவி, மேலுலகம் செல்லும் வர்ணனை, நம் நாட்டுப் புராணத்தை மிஞ்சக் கூடியதாகவேதான் இருக்கிறது - புளுகின் அளவிலே!!

ஆவி, தன்னுடன் போதுமான உணவு எடுத்துக்கொண்டு கிளம்புகிறதாம் மேலுலகுக்கு.

கட்டுச் சோறு மூட்டையுடன் கிளம்பும் ஆவி, காடு மலை பாலைவனம், பயங்கர மிருகங்கள் உலவும் இடம் ஆகியவைகளைக் கடந்து சென்று மேற்கு மலையைத் தாண்ட வேண்டும். அங்கு ஒரு பிரம்மாண்டமான மரம்! அந்த மரத்தின் அடிப் பாகத்திலிருந்து ஒரு தேவி, பழத்தட்டு பலகாரத் தட்டோடு பிரசன்னமாவாள்! அந்த விருந்தை ஏற்றுக்கொள்ள வேண்டும் - ஆவி!!

மலை போன்ற அளவிலே ஓர் ஆமை! அதை விரட்டி அடிக்க வேண்டும்.

பெரிய பாம்புகள், வாயைப் பிளந்தபடி வருமாம் - கொல்ல வேண்டும்.

பயங்கரமான உருவுடன் பலப்பல பிராணிகள் -அவ்வளவையும் சமாளித்தாக வேண்டும் - ஆவி!

ஒட்டகத் தலை - நாய் உடல்! பாம்பு வால்! சிகப்பு நிறம்! - இந்த வடிவிலே வருவானாம் செட்தேவன்! அவனை விரட்ட வேண்டும். பிறகு ஒரு மந்திரப் படகு தெரியும். அதில் ஏறிக்கொள்ள வேண்டும். அதில் சில தேவர்கள் இருப்பர் - ஆனால் அவர்கள் பேசவும் மாட்டார்கள் - உதவியும் செய்யமாட்டார்கள். படகு பல கேள்விகளைக் கேட்கும் - படகோட்டிகளல்ல, படகு கேட்கும்! உண்மையான பதில் சொன்னால் தான் படகு செல்லும். பிறகு, நீதிமன்றம் செல்லலாம், ஆவி.

அங்கு, ஆசரிஸ் தேவன் அரியாசனத்திலே அமர்ந்திருப்பான், விசாரணை நடத்தி. அவனுக்குத் துணையாக 42 கடவுள்கள் சூழ நிற்பர் - எல்லாக் கடவுள்களும், மிருக உருவில்.

ஆவி அந்த நீதிமன்றத்திலே நின்று, தன் வாழ்நாளில், குற்றம் ஏதும் செய்யவில்லை என்பதைக் கூற வேண்டும். அந்த வாக்குமூலம், உண்மை என்று ஒப்புக் கொள்ளப்பட்டதும், அனுபிஸ் என்ற கடவுள், ஆவியின் கரத்தைப் பிடித்து அழைத்துக்கொண்டு போய், ஆசரிஸ் தேவன் முன் நிறுத்துவான். இந்த அனுபிஸ், நரிமுகத் தேவன்!

அந்த நீதிமன்றத்திலே ஒரு துலாக்கோல் இருக்கும். ஒரு தட்டிலே, ஆவியின் இருதயத்தைப் போட்டு, மறு தட்டிலே, நெருப்புக் கோழியின் சிறகு ஒன்றைப் போட்டு நிறை பார்க்கப்படும். சரியாக இருந்தால், சொர்க்கம் - இல்லை என்றால், 42 மிருக தேவர்களும் மேலே விழுந்து கடித்துக் கொடுமைபடுத்தி, நரகத்துக்கு விரட்டுவர். ஆவியை!

சொர்க்கலோகம் செல்லும் பாக்யம் கிடைத்தாலோ, அங்குச் சுகபோகத்துக்குக் குறைவே கிடையாது.

ஒவ்வொருவருக்கும் இவ்வளவு என்று நிலம் பங்கிட்டுத் தரப்படும் - அங்கு உழுது பயிரிட்டு வாழ்க்கையை நடத்தலாம். வளம் அதிகம், எனவே, பஞ்சம் தலைகாட்டாது. சொர்க்கலோகவாசியான பிறகு, பூலோகத்திலே தன் மக்களைப் பார்க்க வேண்டுமென்று ஆவி ஆசைப்பட்டால், பறவை வடிவிலே சென்று பார்த்துவிட்டுப் பிறகு, சொர்க்கலோகம் திரும்பி வரலாம்.

இப்படி இருக்கிறது ஈஜிப்ட் புராணம்!

கற்பனைத் திறம் குறைவா இதிலே! எனினும், இன்று அங்கு, இதை நம்பியா நாசமாகிறார்கள்.

நந்தி நாரதர் இங்குதானே இன்றும் பூஜைக்குரியவர்கள். நரிமுகத் தேவன், சிங்கமுகத் தேவி, முன்பு தானே அங்குக் கடவுள்கள், இன்று மாஜிகளாயினவே!

பசு உருவில் தேவன், குதிரை முகத்தில் தேவன் - நமது புராணப்படி - அவைகளை நம்பாதவனை இன்று நாத்தீகன் என்று நிந்திக்கிறோம். பாரில் பகுத்தறிவு இவ்வளவு பரவி இருப்பது தெரிந்தும். அதோ, ஈஜிப்ட்டிலே முன்னாளில், அதாவது மூடமதியினரை கபடர்கள் ஆட்டிப் படைத்தபோது கட்டப்பட்ட புராணப்படி, ஆட்டு முகத் தேவனும், தவளை முகத் தேவியும் கோயில்களிலே கொலு வீற்றிருந்தனர். இன்று! கை கொட்டிச் சிரிப்பார்களே, கடவுள்கள் என்று பன்மையில் பேசினாலே! அங்கு, ராவும் ஆசரிசும், இசிசும் பிறவும், மாஜிகளாகிவிட்டன, மதிவென்றதால். இங்கோ இருளாண்டிகூட மாஜியாக மறுக்கிறான் - அஞ்ஞானத்துக்கு அவ்வளவு செல்வாக்கு இங்கு இன்றும் இருக்கிறது.

கரமிழந்த கடவுளுக்கு, மருத்துவக் கடவுள், உடனே வெள்ளியாலான விசித்திரமான கரத்தைத் தந்தான்! உண்மைக் கரம் எப்படிப் பயன்படுமோ அதேபோல இந்த வெள்ளிக் கரம் நுவாடா கடவுளுக்குப் பயன்பட்டது எனினும் அங்கம் இழந்தவன் கடவுளாக அரசோச்சுவது முறையல்ல, என்று எண்ணிய கடவுளர் கூட்டம் நுவாடா தேவனைப் பீடத்திலிருந்து இறக்கி விட்டு, புதிய கடவுளை பீடமேற்றத் தீர்மானித்ததாம்!

18. கரமிழந்த கடவுள்

"வராதே! வராதே!!"

"போய்விடு! போய்விடு!"

"வீட்டைவிட்டு வெளியே போ!"

அந்தத் தேவனுடைய மாளிகையை அணுகினால், இதுதான் வரவேற்பு! மூன்று நாரைகள், மாளிகை வாயிற் படியிலே இருந்துகொண்டு, தேவனைக் காண வருகிறவர்களுக்கு இந்தக் கடுமொழிகளை வீசுமாம்! முதல் நாரை, மாளிகையை நோக்கி யாராவது வருவது கண்டதும், "வராதே! வராதே!" என்று கூவுமாம்! அதைப் பொருட்படுத்தாமல், மாளிகை எதிரே வந்து எவரேனும் நின்றால், இரண்டாவது நாரை, "போய்விடு! போய்விடு!" என்று கத்துமாம். போகாமல் நின்றால், மூன்றாவது நாரை, "வீட்டைவிட்டு வெளியே போ!" என்று கூவி விரட்டுமாம்.

வருகிறவர்களை விரட்டுவதற்காக இந்த விசித்திரமான மூன்று நாரைகளை வேலைக்கு அமர்த்திக்கொண்டு ஒரு தேவன், கோயில் கொண்டு எழுந்தருளியிருந்தான் - எங்கே? எஸ்கிமோக்கள் வாழ் நாட்டிலே அல்ல, சூரியனே அஸ்தமிக்காத சாம்ராஜ்யத்தைக் கட்டி ஆண்ட நாடு என்று பெருமை பெற்ற பிரிட்டனில் - பன்னெடுங் காலத்துக்கு முன்பு - பகுத்தறிவு வெற்றி பெறாத நாட்களில்.

பிரிட்டனிலும், ஏனைய நாடுகளிலே இருந்து வந்தது போலவே பல தெய்வ வணக்கம், இருந்து வந்தது. ஒவ்வொரு கடவுளுக்கும் ஒவ்வொரு 'திவ்ய சொரூபம்' 'திருக்கலியாண குணம்'. திரு அருளை நாடி, அத்தனை தேவதைகளையும், பிரிட்டிஷ் மக்கள்

பூஜித்து வந்தனர். கோயில்களைக் கட்டினர்- கோலாகலமான திருவிழாக்களைச் செய்தனர் - பலி பல - பூஜாமுறை விதவிதமாக!

எந்தெந்தத் தேவனுக்கு எப்படி எப்படிப் பூஜை செய்வது, எப்போது செய்வது, செய்தால் கிடைக்கும் பலன் என்ன, செய்யத் தவறினால் ஏற்படும் கதி யாது என்பது பற்றி, விளக்கம் கூறவும், கட்டளை பிறப்பிக்கவும், பூஜைகளின் போது காணிக்கை பெறவும், பூஜாரிக் கூட்டமும் இருந்துவந்தது.

கடவுள்களின் சக்தியை பிரிட்டிஷ் மக்கள் நேரடியாகக் காண முடிவதில்லை, ஆனால் பூஜாரிகளின் சக்தியையோ, நேரடியாகக் கண்டனர் - கண்டு கிலி கொண்டனர்.

பழங்காலப் பிரிட்டனில் பாமரரை ஆட்டிப் படைத்த பூஜாரிகளுக்கு, ட்ரூயிட் என்று பெயர். பூஜாரியின் புன்சிரிப்பைப் பெற, பாமரர் 'தவம்' கிடப்பர். புருவத்தை நெறித்தால், பாமரர் தம் கதி அதோகதியாகி விட்டது என்று எண்ணிக் குமுறுவர். ட்ரூயிட்டுகளுக்கு அவ்வளவு மகத்தான செல்வாக்கு இருந்துவந்தது. தேவர்களுக்கும் மனிதருக்கும் இடையே நின்று, திரு அருளைக் கூட்டி வைக்கவோ, சாபத்தைப் பெற்றுத்தரவோ, ட்ரூயிட்டுக்களுக்கே அதிகாரம் இருக்கிறது என்று பாமரர் நம்பினர். எனவே அந்தப் பூஜாரிகளின் சொல்லை, நாடாளும் மன்னனுடைய சட்டத்தை விட அதிக மேன்மையானதாகக் கருதிப் போற்றி வந்தனர். மன்னனுக்கு வரிகட்டத் தவறினால் ஏற்படக்கூடிய கேடு, சிறைவாசம் ஆனால் பூஜாரிக்குக் காணிக்கை தரத் தவறி விட்டாலோ, நரகவாசம் சம்பவிக்கும்! நரகமோ! நினைத்தாலே நெஞ்சிலே நெருப்பு! எனவே, பூஜாரிகளான ட்ரூயிட்டுகளிடம், பாமர மக்கள் அடிமையாகிக் கிடந்தனர்.

"நரபலி தந்தாக வேண்டும் - இன்ன தேவனின் கோபத்தைப் போக்க" - என்று ட்ரூயிட் கட்டளையிடுவான் - பலிபீடத்திலே மனிதன் வெட்டப்படுவான். "ஆயிரம் ஆடுகள் கேட்கிறாள் அன்னை" - என்பான் ட்ரூயிட், ஆட்டு மந்தைகளை ஓட்டிக்கொண்டு வருவர், பாமரர், ஆலயத்துக்கு!

"அந்த அழகான பெண்...?" ட்ரூயிட் கேட்பான் - "அர்ப்பணம்" என்பர் பாமரர், அடக்க ஒடுக்கமாக! ட்ரூயிட், புனிதப்பிறவி, கடவுளின் அருளைப் பெற்றவன், தேவ தாம்சம்!

ட்ரூயிட், பூஜாரி மட்டுமா, அவன் தான் போதகாசிரியன், அவன் தான் சட்ட நிபுணன், சரித்திர ஆசானும் அவனே, சகல சாஸ்திரம் அறிந்துரைக்கும் பண்டிதனும் அவனே, மந்திரம் தெரிந்தவன்,

மருத்துவ வல்லுநன், இடிதேவன், ட்ரூயிட் கூப்பிட்டால் ஓடோடி வருவான், வானதேவனோ அவன் கேட்கும் வரமெலாம் தருவான், அவ்வளவு ஆற்றல் படைத்தவன் ட்ரூயிட், என்று பாமரர் நம்பினர். எனவே, அந்தப் பூஜாரிக் கூட்டம், பிரிட்டனில், மிகப் பெரிய செல்வாக்கு பெற்றுவிட்டது. ட்ரூயிட், வரி செலுத்த மாட்டான் - கேவலம் மன்னனா வரி கேட்பது. ஆண்டவனின் பிரதிநிதியிடம்!! போர் மூண்டால், கலப்பை தூக்கியும், கட்டை வெட்டியும், கனதனவானும், கடை கன்னிக்காரனும், வாள் தூக்குவர். ட்ரூயிட் களம் செல்லமாட்டான், ஆலயம் செல்வான், ஜெபமாலையுடன் ட்ரூயிட்டால், யாரை வேண்டுமானாலும், ஜாதிப்பிரஷ்டம் செய்ய முடியும்.

இவ்வளவு ஆதிக்கம் செலுத்தி வந்த ட்ரூயிட்டுகளின் பூண்டே அற்றுப் போய்விட்டது, அறிவு வளர்ந்ததும் பூஜாரிகளின் பொய்யுரைகளைப் புனித உரைகளென்றெண்ணி ஏமாந்த மக்கள், ட்ரூயிட்டின் ஏவலர்களாக இருப்பதைப் புனிதமான ஒரு கடமை என்று எண்ணினர். பகுத்தறிவின் துணை கிடைத்ததும், ட்ரூயிட்டின் பேச்சு வெறும் புரட்டு என்பதை உணர்ந்தனர்.

பூஜாரியிடம் தரும் காணிக்கை, அவன் மூலம் ஆண்டவனுக்குச் செல்கிறது, என்று எண்ணிவந்த ஏமாளித்தனத்தால், ட்ரூயிட்டுகளிடம், அன்று பாமரர் காணிக்கை தந்து வந்தனர், அவன் கட்டளையைச் சிரமேற் கொண்டனர், அதே நிலை இன்னமும் நம் நாட்டிலே இருந்திடக் காண்கிறோம், மற்ற எல்லா வகைகளிலும் புதுமை ஒளி புகுந்தும், மதத்துறையிலே மட்டும் இருள் கப்பிக்கொண்டிருக்கக் காண்கிறோம் - துணிந்து சிலர் இந்த இருளைக் கிழித்தெறிய முனைந்தால், அவர்களை நாத்தீகர் என்று நிந்திக்கவும் மதவிரோதிகள் என்று கண்டிக்கவும், பாமரர் மட்டுமல்ல, அவர்களைப் பாமரர்களாகவே இருந்திடச் செய்யவேண்டும் என்ற சூது மதி படைத்த மேதைகள் சிலரும் கிளம்பிடக் காண்கிறோம். பிரிட்டனிலே, நெடுங்காலம், ட்ரூயிட்டுகளை தேவ தூதர்கள் என்று தான் நம்பினர் - அவர்கள் ஆட்டி வைத்தபடி எல்லாம் தான் ஆடினர் - எனினும், அறிவு வளர வளர, ட்ரூயிட்டுகளின் ஆதிக்கம் ஆடிற்று, பிறகு, வேர் நசித்தது, பெருங்காற்றின் போது வேர் நசித்த பெரு மரங்கள், கீழே வீழ்வதுபோல, பகுத்தறிவுப் புயல் வீசியதும், பூஜாரிக் கூட்டத்தின் ஆதிக்கம் அழிந்து பட்டது. இன்று ட்ரூயிட்டுகளின் ஆதிக்கம், பிரிட்டனிலே பாட்டிமார் பேரப்பிள்ளைகளுக்குக் கூறும் கதையாகக்கூட இல்லை! அந்த அளவுக்கு ட்ரூயிட்டுகளின் ஆதிக்கம் மண்ணோடு மண்ணாகிவிட்டது. இங்கோ!! எண்ணிப்

பார்க்கும், பகுத்தறிவாளன், ஏக்கத்தைத்தான் பெற முடிகிறது! அவர் தொட்டால் பட்ட மரம் துளிர் விடும்! அவர் பாதம் பட்டால், பாலைவனம் பூஞ்சோலையாகிவிடும்! அவர் காலைக் கழுவி நீரைப் பருகினால், மலடி வயற்றிலே மாணிக்கம் பிறக்கும் - என்று எண்ணும் மந்த மதியினரும், "ஆமாம்! அற்புதம் இல்லாமலா போய்விடும்! அவதார புருஷர்கள் இல்லாமலா உலகம் நிலைத்து இருக்கிறது!" என்று பேசி ஏய்த்திடும் கபடர்களும் இன்னும் இங்கு இருக்கிறார்கள்! 'இருட்டறையில் உள்ளதடா உலகம்' என்று கவி கூறுகிறார், இந்நாட்டு நிலையைக் கண்டு. இருள், இங்கு மட்டுமல்ல, எங்கும் இருந்தது, பிரிட்டனிலே நிரம்ப இருந்தது. அந்த இருட்டரசின் அதிபர்களாக இருந்த ட்ரூயிட்டுகளின் பிடியிலே சிக்கித் தவித்தனர், பிரிட்டனில் பாமரர்! அறிவு அவர்களை விடுவித்தது! இங்கு, அறிவுக்குச் சிறை, தடை, தண்டனை. கண்டனம்! ட்ரூயிட்டுகள் இங்கு ஒழியவில்லை! பூஜாரிகளின் ஆதிக்கம் இங்கு இன்னமும் அழிந்துபடவில்லை. வானத்தைக் காட்டுகிறான், வறியோரை ஏமாற்றுகிறான்! புராணத்தைப் பேசுகிறான், பாமரரைச் சுரண்டுகிறான்! வரம் தருவார் இந்தத் தேவன், வாழைப்பழம் ஒரு குலை, தேங்காய் இருபத்தைந்து, தட்சணை எட்டு ரூபாய், என்கிறான், கொட்டிக் கொடுக்கிறான், குடிசைவாசி! கும்பி குளிர்ந்தது என்கிறான் பூஜாரி. குலை நோய் வளருகிறதே என்கிறான் குருட்டுக் குப்பன். ட்ரூயிட்டுகள் அங்கு இல்லை - இருக்க அறிவு இடமளிக்கவில்லை. இங்கு ட்ரூயிட்டுகள் இருக்கிறார்கள், அறிவு நுழையவிடாமல் ஆயிரத்தெட்டு தந்திர முறைகளைக் கையாளுகிறார்கள். புராணப் புளுகுக்கு இங்கு இன்றும் இடம் இருக்கிறது. பிரிட்டனிலும், அது போன்ற அறிவு வென்ற நாடுகளிலும் பல கடவுள்கள் என்ற பேச்சு கிடையாது - இன்று. ட்ரூயிட்டுகள் ஆதிக்கம் செலுத்திவந்த அன்று, பல கடவுள்கள் உண்டென நம்பிய மக்களே, பக்தர்கள்; சந்தேகிப்போர், பாபிகள்! அந்த நிலை இருந்தபோது மக்கள், மனதிலே புகுத்தப்பட்ட புராணம் தான், மூன்று நாரைகளை வாயிற் காப்பாளராகக் கொண்ட கடவுளின் கதை! பிரிட்டனிலே, இன்று அந்த நாரைகளைப் பூஜிப்பவர் கிடையாது. நாரைகளை வேலைக்கு அமர்த்திக் கொண்ட தேவனைத் தொழுபவரும் கிடையாது - இங்கு, முருகனின் மயிலுக்குப் பூஜை இருப்பது போல! "முருகனிடம் சென்று என் குறையைக் கூறி வருவாய், குயிலே." - என்று இன்றும் இங்கு, குயில் மொழி மாது பாடிட, ஆயிரவர் கூடிக் கேட்டு, ரசித்திடக் காண்கிறோம். குயில், முருகனிடம் இருப்பது என்பது புராணம், பிரிட்டனில், நாரை கொண்ட நாதன் இருந்தது போல! அந்தக் குயிலைக் கூவி அழைத்து, முருகனிடம்

சென்று தன் குறையைக் கூறிவிட்டு வரும்படி, பக்தன் உருகிப் பாடுவதாக, பாவை இங்குப் பண் பாடக் கேட்கிறோம்! அதிலும், 'குறை என்ன?' என்று, பாடலின் மூலம் தெரிந்துகொள்ளும் போது, 'நாடே! நாடே!' என்று கதறிடத் தோன்றும், கருத்திலே தெளிவு படைத்த எவருக்கும். குயில் மூலம் சொல்லி அனுப்பும் சேதி இது: "நேற்றிரவு முழுவதும் நித்திரை வரவில்லை! அன்று அவர் அளித்த சுகம் என் மனதில் ஆறாத தாபத்தை மூட்டி விட்டது! அழகி வள்ளியிடம் அவர் கொஞ்சிக் கிடக்கிறார் அடியாள் அன்ன ஆகாரமின்றி, அவதிப்படுகிறேன்! குயிலே! என் குறையை எடுத்துக் கூறி, முருகனை ஒரு முறை வந்து போகச் சொல்லு!"

இது பக்திரசப் பாடல்! இதைக் கேட்க ஒரு பெருமன்றம்!! இங்கு, இப்படி, இன்றும்.

பிரிட்டனிலும் புரட்டரின் பேச்சுக்குப் பாமரர் செவி சாய்த்திருந்தபோது, இதுபோன்ற பல கடவுள்கள், மக்கள் மனதிலே இடம்பெற்றிருந்தனர். அப்படிப்பட்ட கடவுள்களிலே ஒருவர்தான், மூன்று நாரையை மாளிகை வாயிலில் நிறுத்தி வைத்து, யாரையும் உள்ளே நுழைய விடாமல் தடுத்து, ஆட்சி புரிந்து வந்த தேவன். பெயர் மைடர் - பாதாளலோக தேவன்! இவனிடம் மூன்று அற்புதப் பசுக்கள் உண்டு! அற்புத சக்தி படைத்த வேறு பல பொருள்கள் உண்டு! இவைகளை யாரும் களவாடாமலிருக்க, மூன்று நாரைகள் காவல் புரிந்த வண்ணம் இருந்துவந்தன! இவ்வளவு முன்யோசனையுடன் இருந்தானே அந்தத் தேவன், அவனுக்கு நேரிட்ட கதியைக் கேளுங்கள்! ஒரு கவிவாணன், மூன்று நாரைகளையே களவாடிக்கொண்டு போய்விட்டானாம்! பசுக்களை, குட்டி தேவதைகள் களவாடிக்கொண்டு போய்விட்டனராம்!! இம்மட்டுமா! மகளை, யாரோ ஒரு தேவன், களவாடிக்கொண்டு போய்விட்டானாம்! ஐயோ பாவம் - என்று இதற்குள் பரிதாபம் காட்டி விடாதீர்கள்! மைடர் தேவன், நாரைகளையும் பசுக்களையும், மகளையும் மட்டுமல்ல, மனைவியையும் பறிகொடுத்து விட்டானாம். அவனுடைய மனைவியை அபகரித்துச் சென்ற தீயோன் யார், அசுரன் யார், அக்ரமக்காரன் யார், யார் அந்த இராவணன்? யார் அந்தக் கொடியவன்? என்று பக்த சிகாமணிகள் பதை பதைத்துக் கேட்கவும் முடியாது. ஏனெனில், மைடர் தேவனின் மனைவியை அபகரித்துச் சென்றவன், பூஜைக்குரிய, வரமளிக்கவல்ல, வல்லமை மிகுந்த, அங்கஸ் என்ற, மற்றொரு கடவுள் தான்!! - அதிலும் இந்த அங்கஸ் தேவன், வேறு யாருமல்ல, மைடர் தேவனின் உடன் பிறந்தோன்! என்ன சொல்வது, பக்தர்கள்! யாரை நிந்திக்க முடியும்!

மாஜி கடவுள்கள் | 175

நடைபெற்ற காரியமோ, பஞ்சமா பாதகத்திலே கொடியதோர் பாதகம்! செய்தவரோ கடவுள்! எப்படிக் கண்டிப்பது? கடவுள் ஒருவருக்கா இக்கதி? ஒரு கடவுளா இப்படித் தீயசெயல் புரிந்தார்? கடவுளின் இலட்சணமும் குணமும் இப்படியா இருக்கும்? மனிதர்களிலேயே, கடை கெட்டவர்களிடமல்லவா இப்படிப்பட்ட இழிகுணம் இருந்திடும். அவ்வித இழி குணம் கொண்டவர்களைச் சமூகம், கண்டிக்கும், தண்டிக்கும்! கடவுள் இப்படிச் செய்வாரா! - என்று கேள்விக் கணைகளைத் தொடுத்திட, இன்று முன்வருபவர் பலர் இருக்கக்கூடும். அன்று பிரிட்டனில், அப்படிப்பட்ட 'பாபிகள்' கிடையாது! கடவுளின் லீலா விநோதங்களிலே இதுவுமொன்று என்று எண்ணிப் பூஜித்துவந்த 'பக்தர்கள்' காலம் அது. ட்ரூயிட் காலம். எனவே மைடர் கடவுளின் மனைவியைக் களவாடிய அங்கஸ் தேவனையும் தொழுது வந்தனர்.

கடவுளர் பலர் - குடும்பம் குடும்பமாகக் கடவுள்கள், பகுத்தறிவற்ற நிலையில் இருந்த பிரிட்டனுக்கு. ஆதி கடவுள் டானு அம்மை! அம்மையின் கணவன், பைல் தேவன். அடுத்த கடவுள் டாக்டா - இனிய முகத்தேவன். அவரவரின் நற்குணத்துக்குத் தக்க அளவு உணவு தரும் அற்புதமான பாத்திரம் கொண்டிருந்தவன் இந்த டாக்டா! வேட்டையாடிப் பிழைப்பவன், வேலை செய்து பிழைப்பவன், களவாடி வாழ்பவன், கட்டை வெட்டி வாழ்பவன், கட்டியங்கூறிப் பிழைப்பவன், களப்பணியாற்றி வாழ்பவன், என்று பலதிறப்பட்டவர்கள் உண்டல்லவா ஒரு நாட்டில் - அவ்விதம் உள்ளவர்கள் அனைவரும், தத்தமது உழைப்பினால் உண்டு வாழ்வதாக எண்ண மாட்டார்கள். டாக்டாவின் பாத்திரத்திலே இருந்து தரப்பட்டதை உண்டு வாழ்வதாகவே எண்ணுவர்! பாத்திரத்திலே இருந்து கிடைக்கும் உணவின் அளவு அதிகமாகும், ட்ரூயிட் பூஜாரிக்குக் காணிக்கை தந்தால், குறையும் பூஜாரியின் மனம் குளிரும்படிச் செய்யாவிட்டால்! இவ்விதமான எண்ணம் மக்களை ஆட்டிப் படைத்தது!

டாக்டா தேவன் குதிரைத் தோலாலான பழுப்புநிற ஆடை அணிபவன்! மரத்தால் செய்யப்பட்ட யாழை வாசிப்பான் - பருவங்கள் அதனால் ஏற்படும். தீயோரை அழிக்க, பெரியதோர் கதாயுதம், இந்தக் கடவுளிடம் இருந்தது! அதை ஒரு வண்டியில் வைத்துத்தான் இழுத்து வருவார்கள்! நாலு தலையும் ஆயிரம் கால்களும் கொண்ட மாட்டா எனும் ராட்சதனை அழித்த பெருமை உண்டு, டாக்டாவுக்கு. இந்தக் கடவுளுக்கு, பாயாசம் சாப்பிடுவதிலே, அமோகமான ஆவலாம் - நம் நாட்டுக் கோயில்களிலே இப்போதும், இன்னின்ன கடவுளுக்கு இன்னின்ன

வகையான பிரசாதம் தான் பிடிக்கும் என்று கூறப்பட்டு, நம்பப்பட்டு, செய்யப்பட்டு வருவதைக் காண்கிறோமல்லவா - ரங்கநாதருக்கு அக்காரவடிசலும், வெங்கடேஸ்வரருக்கு மிளகுவடையும், வரதராஜருக்கு தேங்குழலும் இட்லியும், நடராஜருக்கு பெரிய வடையும், - விநாயகருக்கு, அப்பமோடு அவல் பொறியும், என்று அட்டவணையே தருகிறார்களல்லவா இங்கு, அதுபோல, பிரிட்டனில், அறிவுத் தெளிவு இல்லாத நாட்களிலே, டாக்டா தேவனுக்கு பாயாசம் பிரியமானது என்று பூஜாரி கூறினான், பக்தர்கள் நம்பினர்!

இத்தகைய கல்யாண குணம் படைத்த டாக்டா தேவனுக்கும் போவான் தேவிக்கும், பிரிகித், அங்கஸ், மைடர், ஆக்மா, பாட்ப், என்று ஐவர் பிறந்தனர் - கைலையில் பிறக்கவில்லையா, விநாயகர், முருகன், என இரு குமாரர்கள், அதுபோல!

இந்த ஐவரில், அங்கஸ் தேவன், அழகன் - தங்க யாழ் உடையவன் - அவனுடைய முத்தங்கள், பறவைகளாகிவிடுமாம்! இந்தத் தேவன் தான், தன் உடன்பிறந்தோனான மைடர் தேவனின் மனையாட்டியை அபகரித்துக் கொண்டு சென்றவன்.

ஆக்மா தேவன், தேன் மொழியான் - அவன் அருள் பெற்றோர் கவிவாணராவர்!

கடைசி குமாரன் பாட்ப்! இந்தக் கடவுள் தான் டாக்டா தேவனுக்குப் பிறகு, அரசோச்சலானான்.

செந்நிறத்தான் என்ற சிறப்புப் பெயர் உண்டு, பாட்புக்கு - பொன்னார் மேனியனே! என்றும் கார்நிறமேனியன் என்றும், சிவனையும் விஷ்ணுவையும் இன்று இங்குப் பாடித் தொழுகிறார்கள், இருட்டறையில் பிரிட்டன் இருந்தபோது பாட தேவனை, செந்நிறத்தானே! என்று பாடித் தொழுதனர் - மஞ்சள் நிற வேலாயுதம், சிகப்பு நிற வேலாயுதம் - பழி தீர்ப்போன் என்ற பெயருடைய வாளாயுதம், பெருங்கோபன், சிறுங்கோபன் எனும் பெயருடைய வாட்கள், அலை அழிப்போன் எனும் பெயர் கொண்ட ஓடம், நிலத்திலும் நீரிலும் செல்லத்தக்க குதிரை, மாயக் கவசம், மந்திர வாள், இவைகள், செந்நிறத் தேவனிடம்! இவை மட்டுமல்ல! அருமையான பல பன்றிகள் வைத்திருந்தானாம் இந்தப் பகவான்! கண்ணன் ஆடுமாடுகளை மேய்த்தவனல்லவா - பிரிட்டனில் பகவான் பன்றிகளை மேய்த்திருக்கிறான். அடிக்கடி அருமையான விருந்தளிப்பானாம் இந்தத் தேவன், மற்ற தேவர்களுக்கு - பன்றி இறைச்சியைப் பதமாகச் சமைத்து

விருந்தளிக்கப்படுமாம்! விருந்தின் விசேஷம் இதுதான் என்று எண்ணாதீர்கள் - பன்றிகளைக் கொன்று சமைத்து, விருந்து உண்டானதும், கொல்லப்பட்ட பன்றிகள் மீண்டும் உயிர்பெற்று வருமாம்!

பாட்ப் தேவன் தன் தேவி மாரிக்யூவுடன், கூடி வாழ்ந்து வந்தான், மக்களின் பூஜைக்குரியவனாக! பிறந்தான் - பிறந்ததும், கடவுளர் உலகு பெரும் பீதி கொண்டது - இந்தக் குழந்தையைக் கொன்றாக வேண்டும், இல்லையேல், விண்ணும் மண்ணும் அழியும் - இது விபரீதக் குழந்தை என்று கூறினான், மருத்துவத் தேவன். விபத்து நேரிடாதிருக்க, கடவுளின் குழந்தையை, மருத்துவக் கடவுள் கொன்று, இதயத்தைப் பிளந்து பார்க்க, அதிலே மூன்று பாம்புகள் இருந்தனவாம்! இவை வளர்ந்தால், தேவருலகும் மாந்தருலகும் அழிந்துபடும் என்று கூறி, பாம்புகளைக் கொன்று கொளுத்தி சாம்பலை ஆற்றிலே கொண்டு போய் கரைக்க, நெருப்பாறாகி விட்டதாம்! இப்படிப்பட்ட புராணங்களை, ட்ரூயிட்டுகள் கட்டிவிட்டனர், மக்கள் நம்பினர், கொட்டிக் கொடுத்தனர் காணிக்கையை, கட்டினர் பல கோயில்களை! எங்கே அந்தக் கோயில்கள்! இப்போதும் இங்கிலாந்து நாட்டிலே, காடுகளை அடுத்த மேடுகளிலே காட்டுவர் கற்கள் சிலவற்றை - இவைகள் தாம், ட்ரூயிட் காலக் கோயில்கள் என்று!

பிரிட்டன், அயர்லாந்து, பிரான்சு, அதை அடுத்த நாடுகள், இவ்வளவு பரந்த பூபாகத்திலே அரசோச்சி வந்தனர், அர்த்தமற்ற கதைகளைக் கட்டிவிட்டு, பாமரர் மனதிலே அச்சமூட்டி அடிமை கொண்ட ட்ரூயிட்டுகள்.

அவர்களின் புரட்டுரைகளில், பொருள் இல்லையே, கூறப்படும் கதைகளிலே, மனித குல மேம்பாட்டுக்கான நற்கருத்துகளும் காணோமே, என்ற எண்ணம் பிறக்கவே நெடுங்காலம் பிடித்தது. பாயாசத்தைப் பருகுபவன் ட்ரூயிட்டே தவிர டாக்டா தேவனல்ல, என்ற எண்ணமே தலைகாட்டப் பயப்பட்டது நெடுங்காலம். மெள்ள மெள்ள ஆனால் தொடர்ந்து, அறிவு, பரவலாயிற்று - சிந்திக்கத் தொடங்கினர் - ஆராயத் தொடங்கினர் - காரணம், விளக்கம் தேடலாயினர். பூஜாரிகளின் புனிதக் கதைகள் பொய்யுரைகள் என்ற தெளிவு பிறந்தது. பிறந்ததும், அதை வெளியே எடுத்துக் கூறத் துணிவின்றி இருந்தனர், சில காலம். பிறகு ஒரு சிலர், பேசலாயினர் - பேசினோர் பெருந் தொல்லைக்கு ஆளாயினர். மத ஆதிக்கக்காரர்களின் கொடுமைகளைத் தாங்கிக்கொண்ட சிலர், உயிரை இழந்தாலும் கவலையில்லை,

உண்மையை உலகுக்கு அறிவிப்பேன் என்று கூறினர். உறுமினர் ட்ரூயிட்டுகள் ஊராள்வோனை ஏவினர், உத்தம மதத்தைப் பழிக்கும் உலுத்தர்களின் தலையை வெட்டும்படி. தலைகள் வெட்டப்பட்டன! பகுத்தறிவாளர் படையின் முதல் வரிசையினர், பிணமாயினர்.

ஆனால், அடுத்த வரிசை, அதற்கு அடுத்த வரிசை, புதுப்புது வரிசைகள், என்று முன் வந்த வண்ணம் இருந்தனர் பகுத்தறிவாளர். தலைகளைச் சீவினோர் களைத்துப் போயினர் - பாமரர் மேலும் தெளிவு பெற்றனர். பகுத்தறிவுக் கணைகள் வேக வேகமாகக் கிளம்பின - மதப் போர்வைகளைக் கிழித்தெறிந்தன. ட்ரூயிட் பயப்படலானான்! பதறினான்! பக்கத் துணையாக படை, முடி தரித்தோன், மாளிகைவாசி ஆகியோரைச் சேர்த்துக்கொண்டான் - பலன் இல்லை! காரணம் காட்டு, இல்லையேல் கடையைக் கட்டு! என்று முழக்கமிட்டனர் பகுத்தறிவாளர். காரணம் என்ன காட்ட முடியும்! ஒரு கடவுளின் மனைவியை இன்னொரு கடவுள் திருடுவதற்கும், குழந்தையின் இதயத்திலே குவலயத்தையே அழிக்கும் கொடிய பாம்புகள் குடி புகுந்ததற்கும், காரணம் என்ன காட்டமுடியும்! ட்ரூயிட் தன் காலம் முடிவுற்றது என்று உணர்ந்தான், ஆதிக்கத்தை இழந்தான். பூஜாரி போகும் போது அவனுடைய கற்பனை உருவங்கள் மட்டும் போகாதிருக்க முடியுமா! டாக்டா தேவன், மைடர், அங்கஸ், பைல் தேவி, என்ற கடவுட் கூட்டம் அவ்வளவும் மறைந்தன - மாஜிகளாயின! ஒரு காலத்திலே ஐந்தாறு நாடுகளை ஆட்டிப் படைத்த கோலாகலக் கடவுள்கள், மாஜிகளாயின! இங்கு இன்றும் உள்ள காடன், மாடன், காட்டேரி, இருளன், இடும்பன், ஏகாத்தா எனும் தேவதைகளை விட, செல்வாக்கு அதிகம் பெற்றிருந்த, டாக்டா, மைடர், அங்கஸ், என்பன போன்றவைகள் எல்லாம் பிரிட்டனில், அறிவுத் தெளிவு ஏற்பட்டதும், மாஜி கடவுள்களாயின.

சூரசம்மாரம், நம் நாட்டிலே இன்றும் திருவிழாவல்லவா! புராணம், தன் பிடியிலேதான் மக்களை வைத்துக் கொண்டிருக்கிறது. பாமரர், சூரனுடைய கோரஸ்வரூபம் உட்பட, புராணத்திலே குறிப்பிடப்படும் சகலவற்றையும் நம்புகிறார்கள், நம்ப மறுப்பவனை நாத்திகன் என்று நிந்திக்கிறார்கள். மற்றும் சிலரோ, இவைகளுக்குத் தத்துவார்த்தம் கூறி, புத்துயிரூட்டப் பார்க்கிறார்கள், சித்திர நடையும், ஓசை அழகும், உவமை நயமும், இந்தக் கதைகளிலே எவ்வளவு நிரம்பியுள்ளன! செவிச்சுவை உணரா மாக்களன்றோ இத்தகு கதைகளை ரசிக்க மறுக்கும்! என்று ஏசுவர், எதுகை மோனை வணிகர்கள். நாரை நாதனும், பாயாச பகவானும்,

பிரிட்டனிலே இருந்தார்களய்யா, கோயில் கட்டிப் பூஜித்தனர் மக்கள். எனினும், அறிவு வளர வளர, கடவுட் தன்மைக்கும் புராணக் கற்பனைகட்கும் நேர்மாறாக இருப்பதை உணர்ந்தனர் - மாஜிகளாயினர் அந்தக் கடவுள்கள் என்று எடுத்துரைத்தாலோ, ஏடா! மூடா! எமது புராண இதிகாசாதிகளிலே, உள்ள வருணனைக்கு ஈடாகக் குவலயத்திலே வேறு உண்டோ! விரிசடைக் கடவுள் திரி புரமெரித்த காதையும், வேலேந்தி சூரனைக் கொன்ற காதையும், மராமரம் துளைத்த காகுத்தன் இலங்கையை அழித்த காதையும், எத்துணை வீரச்சுவை சொட்டும் காவியக் கனிகள் என்பதை அறிவாயோ. நாடு பலப்பல உண்டு! ஏடுகள் ஏராளம்! எனினும், எந்த ஒரு எட்டிலேனும் காட்டமுடியுமோ, தேவாசுர யுத்தம் போன்றதோர் பெரும் போராட்ட வருணனையை, என்று கேட்பார், விழிகளை உருட்டியபடி - அவர் தம் ஆர்ப்பரிப்பு கேட்டு பாமரரும் நம்புகின்றனர், நவரசம் ததும்பும் புராணக் கதைகளை, இங்கு மட்டுமே கட்டினர், காவியக்காரர்கள் - பிற நாட்டாருக்கு அந்தத் திறமை இருந்ததில்லை, என்று எண்ணி ஏமாறுகின்றனர்.

கடவுள்களுக்கும் அசுரர்களுக்கும் மூண்ட போர்களும் கடவுள்களுக் குள்ளாகவே மூண்ட போர்களும் பழைய கடவுளுக்கும் புதிய கடவுளுக்கும் எழுந்த போர்களும், இங்குபோல, அங்கெலாமும் ஆதிநாட்களிலே கதைகளாகக் கூறப்பட்டு, நம்பப்பட்டுத்தான் இருந்தன. சில, இங்குள்ள புராணங்களை போட்டியிலே வெல்லு-மளவுக்குப் பொய்யும் புனைசுருட்டும் நிரம்பியவை!

கடவுள் - மனம், வாக்கு, காயம் என்பவைகளுக்கு அப்பாற்பட்டது என்ற தெளிவு தோன்றாமுன்னம், பல கடவுள்கள் உண்டு என மக்கள் எண்ணிய நாட்களிலே, கடவுள்களுக்குள்ளாகச் சமர் நடந்ததாகக் கதை கட்டி விடுவது எளிதான காரியந்தானே! பிரிட்டனிலும், அயர்லாந்திலும், ட்ரூயிட் பூஜாரிக் கூட்டம் ஆதிக்கம் செலுத்தி வந்த நாட்களிலே இவ்விதமான கதைகள், ஏராளமாக உலவி வந்தன!

விண்ணுலகாதிபதியாக நுவாடா தேவன் கொலு வீற்றிருந்தபோது, ஒரு அசுரக் கூட்டம் கடவுட் கூட்டத்தைத் தாக்கிற்று - கடவுளின் கரம் துண்டிக்கப்பட்டு விட்டது!

ஆமாமய்யர், கடவுளின் கரம் தான்! சிரிக்கிறீர்களா!!! இவ்வளவு பைத்யக்காரத்-தனமான கருத்தா, பிரிட்டனிலே இருந்தது என்று எண்ணும்போது கை கொட்டிச் சிரிக்கத்தான் தோன்றும்! பிரிட்டனிலே இந்தப் பைத்யக் காரத்தனமான கதை பகவத்

புராணம், முன்பு, மூடுபனி போல குருட்டறிவு இருந்த நாட்களில், இன்றல்ல! இந்தப் பைத்யக்காரத்தனத்தை அந்த நாட்டு மக்கள் விட்டொழித்து, பலப்பல நூற்றாண்டுகளாகிவிட்டன. நாம்? துடுக்குத்தனமாக நடந்துகொண்ட பிரமதேவனுடைய சிரத்தைச் சிவபெருமான் கிள்ளிய கதையை - கதை என்று கூறுவது கூடப் பாபம், என்று இன்றும் சொல்கிறோம்! கபாலி! என்று அர்ச்சிக்கிறோம். பாடுகிறோம் இந்த சிரமறுத்த செயலைப் புகழ்ந்து. பக்தர்கள், கடவுளின் செயலா இது என்று கேட்பவனை, கோபப் பார்வையாலேயே சுட்டுச் சாம்பலாக்கி விடுவர்! பிரிட்டன், குப்பைமேட்டுக்கு அனுப்பிவிட்டது கரமிழந்த கடவுள் கதையை!! நாம், சிரமிழந்த பிரமன் கதையை, நம்புபவரே ஆத்தீகர் என்று கூறும் மேதைகளை உலவ விட்டிருக்கிறோம்.

நம் நாட்டுப் பாமரருக்கு இன்னும் உள்ள பித்தம், அந்த நாட்களிலே பிரிட்டனில் பாமரருக்கு இருந்தபோது, கட்டிவிடப்பட்ட கதை, நுவாடா தேவன், அசுரருடன் போரிட்டபோது, கரமிழந்தான் என்பது.

கரமிழந்த கடவுளுக்கு, மருத்துவக் கடவுள், உடனே வெள்ளியாலான விசித்திரமான கரத்தைத் தந்தான்! உண்மைக் கரம், எப்படிப் பயன்படுமோ அதேபோல இந்த வெள்ளிக் கரம், நுவாடா கடவுளுக்குப் பயன்பட்டது எனினும், அங்கம் இழந்தவன் கடவுளாக அரசோச்சுவது முறையல்ல, என்று எண்ணிய கடவுளர் கூட்டம், நுவாடா தேவனைப் பீடத்திலிருந்து இறக்கிவிட்டு, புதிய கடவுளை பீடமேற்றத் தீர்மானித்ததாம்!

சமுத்திர லோகத்திலே அரசோச்சிக்கொண்டிருந்த கடவுளர் பலர்! மூலக் கடவுள் அங்கு, எலாதன் - அவனுடைய திருக்குமாரனாம், ப்ரெஸ் தேவனைத் தேர்ந்தெடுத்தனர், கடவுளாக வீற்றிருந்து ஆட்சி நடாத்த!

ப்ரெசுக்கு, இது மட்டுமல்ல, டாக்டா தேவனின் திருக்குமாரி ப்ரிகத் தேவியைத் திருமணம் செய்துகொள்ளும் வாய்ப்பும் தரப்பட்டது.

பழைய கடவுள் கரமிழந்து பதவி இழந்தார்.

புதிய கடவுளாகப் ப்ரெஸ் பீடமேறினார், ப்ரிகத் தேவியாருடன்!

கடவுள் உலகுச் சேதிதான் - காட்டுராஜாக் கூட்டத்துக் கதை அல்ல!!

அரசாள வந்த ஆண்டவன் சமுத்திரலோகவாசிகளிடமே அதிகப் பிரியம் கொண்டவன். எனவே, புதிய பிரஜைகளைக்

கொடுமையாக நடத்தலானான். தாங்கொணா வரிச் சுமைகள்! சொல்லொணாக் கஷ்டங்கள்! பழைய கடவுள்களெல்லாம், பஞ்சத்தால் அடிபட்டு, எலும்பு முறியப் பாடுபடவேண்டி நேரிட்டதாம். டாக்டா தேவனே, கோட்டை கொத்தளம் கட்டிப் பிழைக்கும் நிலை அடைந்தார்! கடவுளா கோட்டை கொத்தளம் கட்டினார் - என்று கேட்பீர், கேலிக்குரலில், அவ்விதம் அன்று அறியாமையிலே உழன்ற மக்கள் நம்பினர்; பிட்டுக்கு மண் சுமந்த படலத்தைத் தித்திக்கும் தமிழில் திருவாளர் பண்டிதர் ரேடியோ மூலம் பரப்பிடக் கேட்கிறோம், இங்கு, இன்று!! கொடுங்கோலாட்சி கண்டு குமுறினர் கடவுளர்கள், ப்ரெஸ் கடவுளோ, புதிய அரசை ஆட்டிப் படைத்து வந்தான்.

இந்நிலையில், மருத்துவத் தேவன், மகன் மையாக் என்பவன், தன் மாந்தரீக மருத்துவத் திறமையால், நுவாடா கடவுளின், வெட்டுண்ட கரத்தை, புதைகுழியிலிருந்து கொண்டுவரச் செய்து ஒட்டவைத்துவிட்டான். கடவுள் இழந்த கரத்தைப் பெற்றார். எல்லோரும் களித்தனர் - ஒரு கடவுளுக்கு மட்டும் கோபம் கொப்பளித்தது! யாருக்கு? மையாக் தேவனின் தந்தையாம் மருத்துவத் தேவனுக்கு என்னை மிஞ்சும் திறமைசாலியாகவா, என் மகன் இருப்பது, என்று எண்ணினான், கோபமும் பொறாமையும் குபுகுபுவெனக் கிளம்பிற்று. மகனை அழைத்தான், சம்மட்டி கொண்டு மண்டையை நொறுக்கினான். மும்முறைமையாகத் தன் மருத்துவ முறையால் உயிர் தப்பினான், நான்காம் அடி மண்டையைப் பிளந்ததுடன், மூளையையே இரு துண்டுகளாக்கிவிடவே, மையாக் தேவன் மாண்டு போனான்! அவனைப் புதைத்த இடத்திலே 365 புல் முளைத்தனவாம்! அவை ஒவ்வொன்றும், மனிதனுடைய உடலிலே உள்ள 365 நரம்புகளிலேயும் ஏற்படும் நோய்களைத் தீர்க்கும் அற்புத மூலிகைகளாயினவாம்!

எப்படி இருக்கிறது தந்தை - மகன் உறவு, - கடவுலுலகில்!!

நுவாடா பழைய பொலிவும் வலிவும் பெற்றது, பழைய கடவுள்களுக்குப் புதிய நம்பிக்கையை ஊட்டிற்று, இந்த மாறுதலைச் சட்டை செய்யவில்லை, புதிய கடவுள் - தன் போக்கை மாற்றிக்கொள்ளவில்லை. கவிதைக் கடவுளான ஆக்மா தேவனையே அவமதிப்பாக நடத்தினான், கவிக் கடவுள் கடுங்கோபம் கொண்டு, ஏசல் பாடினார் ப்ரெசைக் குறித்து, உடனே புதிய கடவுளின் முகமெலாம் கொப்புளங்கள் கிளம்பி, அகோரமாகிவிட்டன. கூடினர் கடவுள்கள் - இனி

இந்த அவலட்சணத்தை நாங்கள் ஆளவிடோம் என்று முழக்க மிட்டு, ப்ரெசை விரட்டினர் - பழைய கடவுளாம் நுவாடாவுக்கு முடிசூட்டினர்

முடி இழந்த ப்ரெஸ், சமுத்திரலோகம் சென்று தந்தையிடம் முறையிட, தந்தை தன் படையைத் திரட்டிக் கொண்டு கிளம்பினார், போருக்கு விண்ணுலகுக்கும் சமுத்திரலோகத்துக்கும் போர்!!

விண்ணுலகிலும் கடவுள் பெருமன்றம் கூடிற்று போர்த்திட்டம் வகுக்க.

லக் தேவன், வந்தான் விண்ணுலகினருக்குத் துணை செய்ய. துவக்கத்திலே அவனை ஏற்றுக் கொள்ளவில்லை - ஆனால் அவன் தன் ஆற்றலை விளக்கிக் காட்டினான் - சகலகலா வல்லவன் - சர்வ சக்தி வாய்ந்தவன் லக் தேவன் என்பது விளக்கப்பட்ட பிறகு, விண்ணகத்தார், லக் தேவனை பதின்மூன்று நாள் கடவுள் வேலை பார்க்கும்படி அனுமதித்தார்கள்.

அந்த நாட்களிலே, சமுத்திர லோகாதிபதி, விண்ணுலகிலே வரி வசூலித்து வருவதற்காக 81 தூதுவர்களை அனுப்ப, லக் தேவன், அவர்களிலே 9 பேர் தவிர மற்றவர்களைக் கொன்றுவிட்டான்.

உயிர் தப்பிய 9 பேர்களும் ஓடோடிச் சென்று இதைக் கூற, எலாதனும் அவனுடைய பரிவாரமும் திகிலும் ஆச்சரியமும் கொண்டு, விண்ணுலகுக்குத் துணை நிற்கும் யுதிய வீரன் யார் என்று யோசிக்கலாயினர்.

“அந்தப் பெரும் பலசாலி வேறு யாருமல்ல, என் பேரப்பிள்ளை தான். என் மகளை, விண்ணுலக மருத்துவ தேவனின் மகன் கயானுக்குத் தந்தேனல்லவா. இந்த லக் தேவன் கயானுவுடைய குமாரன் தான், என்போன்!” என்று விளக்கம் கூறினான் பாலர் தேவன்.

போனானால் என்ன, போருக்கழைக்கிறான் கிளம்புவோம், என்று ஆர்ப்பரித்தனர், கடலுலகக் கடவுளர்.

ஏழாண்டுகள் இரு தரப்பும் படை திரட்டின! பிறகு மூண்டது பயங்கரமான போர்!

பாலர் தேவன் தீக் கண்ணன் அவனுடைய நெற்றியிலே உள்ள கண் மூடிக் கிடக்கும் - இறப்பையைத் தூக்கிப் பிடித்தால், பார்வையில் பட்டோர் தீய்ந்து போவர்! களத்திலே நின்றான் பாலர் தேவன் - கண்ணைத் திறவுங்கள் இந்தக் கடவுட் கூட்டத்தைச் சாம்பலாக்கி

விடுகிறேன் என்றான் - கண் இறப்பையைத் தூக்கினர், ஆனால் லக் தேவன், ஒரு மந்திரக் கல்லை எடுத்து வீச, அது பாலர் தேவனுடைய தீக்கண்ணில் பட்டு, கண் தெறித்து, பின்புறம் விழ, கடலுலகக் கடவுளர் படை சாம்பலாயிற்று! எஞ்சியிருந்தோர் பீதி கொண்டனர். படை வரிசையிலே பெருங் குழப்பம் - பின்வாங்கி ஓடலாயினர், லக் தேவனின் படைகள் துரத்தலாயின! இந்தப் பெரும் போருக்குக் காரணமாக இருந்த ப்ரெஸ் பிடிபட்டான். லக் தேவனிடம் உயிர்ப்பிச்சைக் கேட்க, லக்தேவன், விண்ணுலகு தழைக்க ஒரு தேவ இரகசியம் கூறவேண்டுமென்று நிபந்தனை விதித்தான், ப்ரெஸ் இசைந்தான். எந்த நாளில் உழுவது, எந்தநாளிலே விதைப்பது, எந்தநாளிலே அறுவடை செய்வது, எனும் தேவரகசியத்தைத் தெரியச் செய்தால் உயிர் பிழைக்கலாம் என்று லக் தேவன் கூற, செவ்வாய்க்கிழமை தான், உழவுக்கு, விதை விதைக்க, அறுவடைக்கு ஏற்ற நாள் என்ற மாபெரும் தேவ இரகசியத்தை ப்ரெஸ் கூறி, உயிரைக் காப்பாற்றிக் கொண்டான்.

இதற்கிடையில், டாக்டா தேவனுடைய அற்புத யாழ் கடலுலகத்தவரால் களவாடப்பட்டு விட்டது. அதை மீட்பதற்காக லக் தேவனும் டாக்டா தேவனும் கடலகம் சென்றனர் - அங்கு ஒரு சுவரிலே யாழ் தொங்கவிடப்பட்டிருந்தது. கடவுள்களின் அற்புத சக்தி போலவே, அவர்களின் ஆயுதங்களுக்கும் உண்டு, என்ற எண்ணத்தால் தானே, இங்கு, ராமபாணம், ராவணனைக் கொன்று, இதயம் பூராவும் துளைத்து, பிறகு ஏழு கடலில் குளித்துப் பிறகு இராமனுடைய அம்புறாத்தூணியிலே வந்து சேர்ந்தது, என்று புராணம் கூறுகிறது - இப்படி ஒரு புளுகா என்று கேட்பவர்மீது கண்டனத்தை வீசுகிறார்கள் பக்தர்கள் - இதே முறையிலே, பிரிட்டனில் பழங்காலப் புளுகன் கூறிய கதையிலே, கடவுளின் ஆயுதமும் அற்புத சக்தி வாய்ந்தது தான் - எனவே, யாழ், தன் எஜமானனாம் டாக்டா தேவன் வருவது தெரிந்து, குதித்தோடி வந்ததாம் - வருகிற வழியிலே ஒன்பது கடலகக் கடவுளரையும் கொன்றதாம்.

டாக்டா தேவன், யாழை எடுத்து, நீலாம்பரி வாசிக்க, கடலகக் கடவுளர் நித்திரையிலாழ்ந்தனர், விண்ணகத்தார் வீடு திரும்பினர்.

விண்ணகக் கடவுளருக்கும் கடலகக் கடவுளருக்கும் நடைபெற்ற போராட்ட காதை இது!

வீரம், அற்புதம், சோகம், வியப்பு, - எது இல்லை, இந்தக் கதையிலே! –

தத்துவார்த்தம் கூறவாவது, முடியாதா, இந்தக் கதைக்கு - இருளுக்கும் ஒளிக்கும் நடைபெறும் போராட்டமே இந்தப் புராண உருவிலே தரப்பட்டிருக்கிறது என்று வாதாட முடியாதா! முடியும், ஆனால் செய்யவில்லை!! அறிவு வென்றது. இவைகளெல்லாம், அர்த்தமற்றன என்று கண்டு கொண்டனர்- மனதிலே இவ்விதமான கதைகளைப் புகவிட்டால், மார்க்கத்தின் புனிதத்தையோ, கடவுட் கொள்கையின் மேன்மையையோ, உணரமுடியாது, என்று தெளிவு பெற்றனர், எனவே கரமிழந்த கடவுள், தாரமிழந்த கடவுள், போரிட்டு மாண்ட கடவுள், பழைய கடவுள், புதிய கடவுள், ஆண் கடவுள், பெண் கடவுள், அம்பு வீசும் கடவுள், அற்புத யாழ் வாசிக்கும் கடவுள், என்ற பலவிதமான கடவுள்களையும், கருத்தைக் குழப்பிவிடக் கூடிய கற்பனைகள், மனித குலத்திலே மாசு மனம் படைத்தோர் காசு தேடக் கட்டிவிட்ட கதைகள், என்று ஆண்மையாளர்கள் கூறினர் - டாக்டாவும் நுவாடாவும், பரிகத்தும் ப்ரெசும், அங்கசும் மைடரும், லக்தேவனும் பிறரும், மாஜி கடவுள்களாயினர்!! மானிலத்திலே மதிக்கத்தக்க இடம் கிடைத்தது பிரிட்டிஷ் மக்களுக்கு. புனிதக் கதை, பூர்வீகச் சொத்து, தர்மோபதேசக் கதை, என்று சாக்குகளைக் கூறிக்கொண்டு, நம் நாட்டவர் தான், ராமபாணம், வேலாயுதம், சூலாயுதம், சிரமறுத்தது, திரிபுரம் எரித்தது, அமிர்தம் கடைந்தது ஆலகாலம் உண்டது, பிட்டுக்கு மண் சுமந்தது பிள்ளைக்கறி கேட்டது, போன்ற பழங்காலக் கற்பனைகளை இன்றளவும் மெய்யெனக் கூறிக்கொண்டு பொய்யறிவிலே நெளிந்து பாழ்படுகின்றனர். கடவுளருக்குத் தொட்டிலும் கட்டிலும், வாழ்வும் தாழ்வும், பிறப்பும் இறப்பும், போரும் பிறவும் உண்டு என்றுதான் முதலிலே எல்லா நாட்டவரும் எண்ணினர் - அங்கெல்லாம் மெய்யறிவு ஆட்சி செய்கிறது - புராணம் பல நூற்றாண்டுகளுக்கு முன்பே விரட்டப்பட்டு விட்டது - இங்கோ, கேள்வி கேட்பவனையே, நாத்தீகன் என்று நிந்திக்கிறார்கள். பிரிட்டனிலே, ஒரு காலத்திலே ஓங்காரச் சொரூபங்களாய் கருதப்பட்டு வந்தவைகள், மாஜி கடவுள்களாகிவிட்டதைக் கண்ட பிறகாவது, கருத்திலே தெளிவு தோன்றலாகாதா உலகிலே வேறு எவருக்குமே தோன்றாத கற்பனை அலங்காரங்கள் இங்குத் தான் உதித்தன என்று எண்ணிக் கொண்டு, அந்தக் கற்பனைகள் காலத்தின் தாக்குதலால் புழுத்துப் போயினும், கைவிட மறுக்கும் கருத்துக் குருடர்களல்லவா இங்கு மதவாதிகளாக உள்ளனர். சில நாடுகளிலே, இந்த நாட்டிலே தீட்டப்பட்டதைவிட விந்தையான கடவுட் கதைகள் தீட்டப்பட்டு பாமரரால் திரு அருளைக் கூட்டுவிக்கும் புண்ய ஏடுகள் என்று போற்றப்பட்டுத்தான் வந்தன - எனினும்

தெளிவு, தேங்கிக்கிடந்த மன மாசுகளை அப்புறப்படுத்திற்று, அவர்களெல்லாம் வாழலாயினர்.

இங்குள்ள புராணங்கள், தேவாசுர யுத்தம் அல்லது தேவர்களுக்குள்ளாகப் போர் என்ற அளவுடன் நின்றுவிட்டன. அயர்லாந்து இதைவிட ஒருபடி மேலால் சென்று, தேவர்களுக்கும் மனிதர்களுக்கும் போர் நடந்ததாகவும் அந்தப் போரிலே மனிதர் வென்றதாகவும், கடவுள்கள் தம் ராஜ்யத்தை இழந்து, கண் காணாச் சீமை சென்றதாகவும் கூடப் புராணம் தீட்டியிருக்கிறது.

லக் முதலாய கடவுளர், கடலகக் கடவுளரை வென்று தமது ஆதிக்கத்தை பிரிட்டனில் மட்டுமல்லாமல் அயர்லாந்திலும் பரப்பிப் பரிபாலனம் செய்து வந்தனர். கடவுளர் என்றால், இதுதானே முறை, வெற்றி அவர்கட்குத் தானே, அவர்களை வீழ்த்தக்கூடிய வல்லமை வேறு எவருக்கு உண்டாக முடியும் என்று சராசரி பக்தர் கூறுவர். அயர்லாந்திலே நடந்ததாகக் கூறப்படும் கற்பனையோ இதற்கு நேர்மாறானது.

ஸ்பெயின் நாட்டு மனிதர்கள், அயர்லாந்து நாட்டு வளம் பற்றியும் அங்கு வாகை சூடி வாழ்ந்துவரும் கடவுளர்களைப்பற்றியும் கேள்விப்பட்டு, அப்படிப்பட்ட நாட்டைக் கைப்பற்ற வேண்டுமென்று தீர்மானித்தனராம். வீரத் தலைவர்கள் சிலர் கிளம்பினர், படைகளுடன் கடவுளரின் அரசைக் கவிழ்க்க, போர் மூண்டது, மாந்தருக்கும் கடவுளருக்கும். கடவுட் கூட்டம் தோற்கடிக்கப்பட்டது. விரண்டோடினராம் கடவுளர், வெற்றி வீரர்களான மாந்தரிடம் அயர்லாந்தை விட்டுவிட்டு! இந்தக் கடவுட் கதை எப்படி இருக்கிறது! மாந்தரால் தோற்கடிக்கப்பட்டு, மணிமுடி இழந்து, மண்டலமிழந்து, கண் காணாச் சீமை தேடி, கடவுளர் கூட்டம் விரண்டோடுகிறது!

இப்படி ஒரு 'தேவமாகதை' அயர்லாந்தில்!

இன்று இந்தக் கற்பனையையா, வழிபாட்டுக்குரிய மார்க்கமாகக் கருதுகிறார்கள், அந்நாட்டு மக்கள்? இல்லை, இல்லை! அவர்கள் அறிவு பெற்றுவிட்டார்களே, எப்படி 'அபத்தங்களை' நம்புவர்! இங்கு நம் நாட்டிலே, ஆண்டு தோறும், மண்ணாலே சூரியன் உருவம் செய்து, மரக்கத்தி கொண்டு, பீமன வேடம் அணிந்த பக்தன், வெட்டும் விழா நடத்துகின்றனர்! அதனைப் புண்ய காரியமென்று கருதுகின்றனர். அயரும் பிரிட்டனும் அந்த நாள் அர்த்தமற்ற கதைகளை, கவைக்குதவாதன, என்று கண்டு கொண்டன பல நூற்றாண்டுகளுக்கு முன்பே.

கடவுட் கதைகள், பொருத்தமும் அருத்தமும் இல்லா திருக்கலாம், ஆனால், அவைகளிலே பொதிந்துள்ள நீதிகள், தேவையானவையன்றோ என்று பேசும் நாவுக்கரசர்களும், அந்தக் கதைகளிலே கலாரசம் காண்கிறோமே எங்ஙனம் தித்திக்கும் தேனேடுகளை விட்டொழிக்க முடியும் என்று உருகும் கலாவாணர்களும் இங்கு இன்றும் உள்ளனர்.

பிரிட்டனிலும் அயரிலும், பிரான்சிலும் ஸ்பெயினிலும், இத்தகைய ரசம் தேடிகள் இல்லாமலில்லை! எனினும் அவர்களால் அறிவின் வேகத்தைத் தடுக்கவோ, வளர்ச்சியைக் கெடுக்கவோ முடியவில்லை. 'ரசம்' நிரம்பிய கடவுட் கதைகள் அங்கெலாமும் இருக்கத்தான் செய்தன. கனவில் கண்ட காரிகைக்காகக் காதல் கொண்டு, உருகி உடல் கருகி உள்ளீரல் பற்றி எரிவது அவியாது என் செய்வேன் என்று ஏங்கிய கடவுட் கதை கூடத்தான் உண்டு. காயாத கானகத்தில் நின்றுலாவிய காரிகையைக் கண்டு, புல் மேயாத மான் வந்ததுண்டா, அதைத் தேடி வந்தேனே வள்ளிமானே என்று பாடிய முருகன் கதை போன்ற கடவுளரின் காதல் விளையாட்டுக் கதைகளும் தான் அங்கெலாம் இருந்தன. விரகதாபத்தால் உடல் கருகிய தேவன், புதுப்புது மலர்களை நாடிச் சென்று காதல்தேனை மொண்டு உண்டுகளித்த கடவுள், காதலுக்காகப் பெரும் போரில் ஈடுபட்ட கடவுள், எனப் பலப் பல கடவுளர்கள், மக்களின் மனதிலே இடம்பெற்றுத் தான் இருந்தனர், மதி துலங்கும் வரையில்!

காட்டுமிராண்டிகளிடம் மட்டுமே காணப்படும் நடவடிக்கைகளை, அந்த நாட்களிலே. கடவுட் கதைகளிலே காணலாம் - மக்கள் அந்த நாட்களிலே, இப்படிப்பட்ட இழி செயலையா கடவுளர் செய்வர், என்று எண்ணினதில்லை, எண்ணுவதே பெரும் பாபம் என்றான் பூஜாரி! கடவுளருக்கு, இதுதான் முறை இது முறையல்ல என்று ஒரு நியதி உண்டா, கேவலம் மனிதப் பிறவிகள் போலவா, கடவுளரைக் கட்டுப்படுத்த முடியும் என்றான் பூஜாரி! ஆமாமாம்!' என்றனர் பாமரர்.

காதல் விளையாட்டுடன், கடவுளர் காமக் களியாட்டத்திலே ஈடுபட்டனர் - அம்மட்டோடு விடவில்லை - பெண்களைக் களவாடினர் - பிறன் மனைவியைக் கற்பழித்தனர் - சிறை வைத்தனர் - எனினும் தேவப் பதவியை இழக்கவுமில்லை; மக்களின் பூஜையையும் பெறாமலில்லை.

அங்கஸ் தேவன், தன் உடன் பிறந்தானான மைடர் தேவன் மனையாட்டியான எடெயின் தேவியைக் களவாடிச் சென்று, கண்ணாடிப் பெட்டி ஒன்றிலே சிறை வைத்தான் -

செல்லுமிடமெல்லாம் இந்தச் 'சிங்கார'ச் சிறையை எடுத்துச் செல்வான் - மைடர் மீண்டும் மனையாட்டியை அழைத்துக் கொள்ளாதபடி தடுக்க. சிறைப்பட்ட சிங்காரியும், "அவர் இல்லாவிட்டால் இவர்" என்ற பெருநோக்கம் கொண்ட பெருமாட்டி போலும்! எனவே, அங்கஸ் தேவனின் இன்பவல்லியாகி விட்டாள். அக்ரமம் செய்த அங்கஸ் தேவனை மற்ற கடவுளர் தண்டித்தனரோ! இல்லை!! போர் மூண்டதோ? அதுவும் இல்லை. அங்கஸ் தேவன் பாபகாரியம் செய்தவன் என்பதால் அவனைப் பூஜிப்பது கூடாது என்று பூஜாரி கூறினானோ? இல்லை! வழக்கம் போல, அங்கஸ் கடவுளர்களிலே ஒருவனாகத்தான் இருந்து வந்தான்.

மனைவியைப் பறிகொடுத்த மைடர்மட்டும் மனவேதனை பட்டான் - இனி அந்தத் தூர்த்தையையும் துஷ்ட சிகாமணியையும் எப்படியாவது தொலைத்துவிட்டு மறுவேலை பார்க்கிறேன் என்று கோபத்துடன் மைடர் கிளம்பினானா? அதுவும் இல்லை! எப்படியாவது இழந்த இன்பத்தைப் பெறவேண்டும் என்றே துடியாய்த் துடித்தான்: சமயம் கிட்டவில்லை.

அங்கஸ், அழகுத் தெய்வமல்லவா! - எனவே அவனிடம் பல பெண்தேவதைகள் காமுற்றுவிடுவது வழக்கம். அப்படி மோகம் கொண்ட ஒரு தேவமாது, எடெயின் தேவியை, ஈயாக மாற்றிவிட்டு, அங்கஸ் தேவனின் அன்பைப் பெற்றாள்.

ஒரு கடவுளுக்கு வாழ்க்கைப்பட்டு, மற்றோர் கடவுளால் களவாடப்பட்டு, கடைசியில் ஈயாக மாற்றப்பட்ட, எடெயின் என்ன செய்வாள்! ஏழாண்டு காலம் பறந்து திரிந்தாள், ஈ!!

இதுபோதுதான், அயர்லாந்துக்கு மாந்தர் மன்னரானது. அந்த மன்னன் ஒரு விருந்து நடத்திக்கொண்டிருந்தபோது, ஈ பறந்து வந்து, பான வட்டிலில் வீழ்ந்து விட்டது - ஈ அவள் கருவிலே சென்றுவிட்டது. அழகிய ஒரு பெண் குழந்தை பிறந்தது.

பூலோகத்திலே மானிடக் குழந்தையாகப் பிறந்த எடெயின், கண்டவர் ஆச்சரியப்படும் கட்டழகியானாள். அந்த அழகியின் புகழ் அயர் முழுவதும் பரவிற்று. அயர் மன்னனே அவளைக் கண்டு பரவசமடைந்து திருமணம்செய்து கொண்டான்.

அப்போதுதான் மைடர் தேவனுக்கு, தன் மாஜி மனைவி அயர் மன்னனின் பட்டத்தரசியானது தெரிந்தது. பாசம் விடவில்லை. பூலோகம் சென்றான் வடிவழகன் உருவில். எடெயினைக் கண்டு,

அவளுடைய 'பூர்வோத்திரத்தை' எடுத்துக் கூறி, கடவுளருலகுக்கு வந்துவிடும்படி கெஞ்சினான் — அந்த வஞ்சி மறுத்துவிட்டாள்!

மைடர் தேவனுக்கோ தணியாத தாபம். என்ன தந்திரம் செய்தேனும், தன் முன்னாள் மனைவியை மீண்டும் பெறவேண்டும் என்று தீர்மானித்தான்.

அழகும் கெம்பீரமும் வாய்ந்த இளைஞன் உருவிலே மன்னன் கொலுமண்டபம் சென்று, அவனைச் சொக்கட்டான் விளையாட்டுக்கு அழைத்தான்.

தோற்றவர், கெலித்தவர் கேட்பதைத் தந்தாக வேண்டும் என்பது நிபந்தனை. சொக்கட்டானில் மன்னன் வென்றான் - மைடர் தேவன் தோற்றான் - மன்னன், அயர் நாட்டிலே பெரிய பாதை அமைத்துத் தருமாறு கேட்க மைடர் அதன்படியே செய்து முடித்தான்.

மறு ஆண்டு, மீண்டும் மைடர் தேவன், சொக்கட்டான் ஆடினான் - இம்முறை வென்றான். - "என்ன வேண்டும் கேள்! தரக் கடமை பட்டிருக்கிறேன்!" - என்றான் மன்னன். மன்னன் மனதிலே பேரிடி வீழ்ந்தது, மைடரின் பேச்சு கேட்டு : "நிபந்தனையின்படி நான் கேட்கும் பொருளைத் தந்தாக வேண்டும் மன்னா! உன் மனைவியைக் கொடு!" - என்றான் மைடர். மன்னன் மனம் குழம்பிற்று. "அடுத்த ஆண்டு வா, அழைத்துச் செல் என் அழகு மனைவியை" என்று கூறி அனுப்பிவிட்டான். குறிப்பிட்ட நாளில் மைடர் வந்தான், ஆனால் மனைவியை இழக்கத் துணிவானா மன்னன்! காவலர்களைத் திணித்து வைத்தான் அரண்மனை எங்கும், மைடர் உள்ளே நுழையாதபடி!! மாயாவியல்லவா மைடர் தேவன்! உள்ளே வந்து சேர்ந்தான் ஆயிரத்தெட்டு கட்டுக் காவலையும் சட்டை செய்யாமல். எடெயினை அழைத்தான். அந்த எழிலரசியும் இசைந்தாள். இருவரும் அன்னப் பட்சி உருவமெடுத்து பறந்து சென்றனர்.

கடவுளருகிலே இழந்த கருந்தனத்தை, பூலோகத்திலே, 'மறு ஜென்மத்திலே' கண்டெடுத்தான் - எனினும் களித்தான் மைடர்!

மன்னனோ, தாங்கொணா மனவேதனை அடைந்து எங்கு இருந்தாலும், என் எழிலரசியை நான் கொணர்ந்தே தீருவேன் என்று சூளுரைத்துவிட்டு, படை திரட்டிக் கொண்டு, எட்டுத் திக்கும் சென்று தேடினான். கடைசியில், பாதாள லோகத்திலே மைடர் இருப்பதும், அங்குதான் எடெயின் இருப்பதும் தெரியவந்தது.

கடவுளருலகு சென்று, பூமியைத் தோண்டலானான் - பாதாள லோகம் சென்று பாவையை மீட்பேன் என்று கூறினான்.

பாதாள லோகத்திலே மைடர் பதைத்தான்! பாவி தோண்டியபடி இருக்கிறானே, நமது இருப்பிடத்தைக் கண்டுபிடித்து விடுவான் போலிருக்கிறதே, பிறகு, எல்லோருக்குமே தெரிந்துவிடுமே பாதாளலோகம், தெரிந்துவிட்டால், நமது மகிமை மங்கிவிடுமே, என்ன செய்வது என்று பதைத்து, எடெயின் போன்ற ஐம்பது எழில் மங்கையரை அனுப்பினான், மன்னன் முன்! மன்னனோ, "இந்தப் பூங்கொடிகளுக்காகவா நான் பூலோகத்திலிருந்து பாதாளலோகம் நுழையப் பாதை வெட்டுகிறேன்! எனக்கு, என் எழிலரசிதான் வேண்டும்" - என்று பிடிவாதமாகக் கூறிவிட்டான். கடைசியில், தன் அரசு அழியாமலிருக்க எடெயினைத் தருவது தவிர வேறு மார்க்கமில்லை என்பது மைடருக்குத் தெரிந்துவிட்டது. "அழைத்துச் செல்" என்று கூறிவிட்டான் ஆயாசத்துடன். அழகி எடெயினை அழைத்துக்கொண்டு சென்றான், அயர் மன்னன்!

இப்படி ஒரு புராணம்!! இன்பவல்லிகளுக்காகக் கடவுளர் பட்டபாடும், கெட்ட கேடும் இவ்விதமாக இருந்திருக்கிறது - புராணப்படி. மனிதத் தன்மைக்கே மாறானதும், ஒழுக்கம், நீதி, நேர்மை ஆகிய எந்தப் பண்புக்கும் முரணானதுமான நிகழ்ச்சிகள் - இவை தேவகதைகள்! தெளிவற்ற நிலையிலே, அயர் மக்களும், பிரிட்டானியரும் இருந்தபோது காமச் சேட்டைகளைக்கூடக் கடவுளரின் திருவிளையாடல் என்றே எண்ணினர், பயபக்தியுடன். ஒரு கதையாவது, காரணம் கேட்டால், விளக்கம் கேட்டால், நிற்காது நிலைக்காது! - பொறுத்தமற்ற சம்பவங்களைப் பின்னித் தருகிறான் புராணீகன், மேலே கடவுள் முலாம் பூசித் தருகிறான். எனினும், ஏன், எப்படி, என்று கேட்பவன், பாபி!! எனவே, இத்தகைய ஆபாசமான கதைகளைப் பொறுமையாகக் கேட்டுக்கொண்டனர், பூஜாரி பெருமையாகக் கூறியபோது. இப்படிப்பட்ட இழி செயல்களை இறைவன் மீது ஏற்றிக் கூறுவது, மடைமை மட்டுமல்ல, கொடுமையுமாகும், என்ற அறிவு பிறக்க நெடுங்காலம் பிடித்தது. ஆனால் அறிவு அரும்பளவு தெரிந்தது, அது வளர, மலர, இடமளித்தனர் அங்கெல்லாம் - இங்கோ கபடர்கள், கருத்துத் துறையிலே புது மலர் பூத்திடக்கூடாது என்பதற்காக, மிருகத்தனமான முறைகளைக் கூடக் கையாண்டிருக்கிறார்கள். கருத்துலகத்துக் கருகிய மொட்டுகள் இங்கு ஏராளம்! அவ்வளவு திறமையாக மத ஆதிக்கக்காரர், மடைமையைக் கட்டிக் காத்துக் கொழுக்க வைக்கிறார்கள். எனவேதான், பிரிட்டனிலும், அயரிலும், ஸ்பெயினிலும், பிற நாடுகளிலும் ஏற்பட்ட அறிவுப் புரட்சி இங்கு,

பையப்பைய, பயந்து பயந்து, அக்கம்பக்கம் பார்த்துப் பார்த்து, நுழைய வேண்டி இருக்கிறது!

அங்கு, எண்ணற்ற மாஜி கடவுள்கள்! அறிவு பரவிற்று, இருளுருவங்கள் தானாக மறைந்தன!